యండమూరి వీరేంద్రనాథ్

వెన్నెల్లో గోదారి

నవసాహితి బుక్ హౌస్
ఏలూరు రోడ్ • విజయవాడ - 520 002.

VENNELLO GODAARI

By :
YANDAMOORI VEERENDRANATH
36, U.B.I. Colony,
Road No. 3, Banjara Hills,
HYDERABAD - 500 034.
Ph : 924 650 2662
yandamoori@hotmail.com
yandamoori.com

SARASWATHI VIDYA PEETAM,
Kakinada - Samalkot Road,
MADHAVAPATNAM,
E.G. Dist. (A.P.)

16th Edition : **June, 2024**

Publishers :
NAVASAHITHI BOOK HOUSE
Eluru Road, Near Ramamandiram,
Vijayawada - 520 002.
Ph : 0866 - 2432 885
navasahithiravi@gmail.com

Printers :
Nagendra Enterprises
Vijayawada-3, Ph : 94901 96963

Price :
₹ 100/-

ప్రకాశకుల ఒక్క నిమిషం

పూర్వకాలపు రచయితలకీ, ఇప్పటి రచయితలకీ తేడా ఉంది. పూర్వ కాలంలో రచయితలు తాము చెప్పదలుచుకున్న దానిని సూటిగా, తమ స్వంత బాణీలో చెప్పేవారు. ఆ శైలి వారి జీవితాంతం మారేది కాదు. కానీ ఇప్పుడు రచనల్లో ప్రొఫెషనలిజం వచ్చాక, కేవలం విషయ ప్రాధాన్యతే కాక, రచయిత తాను అనుక్షణం తన స్టైల్‌ని చూసుకోవలసిన పరిస్థితి ఏర్పడింది.

ముఖ్యంగా ముందు వరసలో ఉన్న రచయిత అయితే, తనని అనుసరించే వాళ్ళు ఎక్కువ ఉండడంతో, నవలకీ నవలకీ మధ్య ఎంతో జాగరూకతతో తన బాణీ మార్చుకోకపోతే కనకం కన్నా కంచు బాగా మ్రోగే రీతిలో, ఈ అనుకరణ రచయితల వల్ల మొత్తం పాఠకుల్లో ఆ రకమైన శైలి అంటేనే విముఖత ఏర్పడే ప్రమాదం ఉంది.

ఈ రకమైన శైలి (మార్పు) ఈ రచనలో కొట్టొచ్చినట్టు కనబడుతుంది. ముఖ్యంగా ఇంగ్లీషు పదాల వాడకం తక్కువ ఉండటంతో పాటు శరత్, గోపీచంద్‌ల ప్రభావం కూడా ఈ రచనలో మీకు గోచరిస్తుంది.

ఏ పాత్రకి ఆ పాత్ర తన కథ చెప్పే పద్ధతి 1960-1965 ప్రాంతంలో వచ్చింది కానీ ఎక్కువ పాపులర్ కాలేదు. ఒక్క గోపీచంద్ మాత్రం తన నవలలో ఆ శైలి వాడారు. అందుకేనేమో బహుశా యండమూరి తన ఈ నవలలో ఒక పాత్రకి ఆ పేరు పెట్టారు.

ఈ రకమైన నవలా రచనలో, ప్రతి పాత్రకీ ఒక ప్రత్యేకత ఉండి తీరాలి. **కథా పరంగా ప్రతి పాత్రకీ తనదంటూ ఒక వాదన (ఆర్గ్యుమెంట్) ఉండాలి. ఈ పాత్ర తన కథ చెబుతున్నప్పుడు మిగతా పాత్రల మీద కోపం, ఈ పాత్ర మీద జాలి ఏర్పడాలి. అప్పటి వరకూ పాఠకుడికి ఒక కోణంలో కనపడిన కథ, మళ్లీ రెండో పాత్ర తన కథ చెపుతున్నప్పుడు, "ఆ రెండో పాత్ర చెబుతున్నదే కరెక్ట్ కదా" అనిపించాలి.**

ఇది చాలా కష్టమైన ప్రక్రియ.

ఈ విధంగా రచన సాగాలంటే రచయితకి తన అన్ని పాత్రల మీదా అధికారం ఉండాలి. కథలో ఎన్నో మలుపులు ఉండాలి.

ఈ రకమైన లక్షణాలన్నీ ఈ నవలలో మీకు కనపడతాయి.

అయితే ఈ రకమైన శిల్పంలో, వేర్వేరు పాత్రలు ఒకే కథ చెప్పడం వల్ల, చదివిందే మళ్ళీ చదువుతున్న భావన పాఠకుల్లో కలగవచ్చు. కానీ ముందు చెప్పినట్టు కేవలం కొంతమంది రచయితలు మాత్రమే నిరంతర అన్వేషకులుగా సాగుతారు. మిగతావారు దానిని అనుసరిస్తారు.

ఈ నవల గాని 'క్లిక్' అయితే మరి కొంతమంది దీన్ని అనుసరిస్తారని మా నమ్మకం.

రవీంద్రనాథ్ ఠాగూర్ ఒక నవలలో మూడు పాత్రల మధ్య ఈ విధంగా నవల నడిపించారు. అలాగే తమిళంలో ఒక నవల (దాని తెలుగు అనువాదం- కలంకిణి) చాలా ప్రాచుర్యం పొందింది. ఆ రచనలో విలన్ తన కథ చెబుతూ ఉంటే, 'అరే ఈ వాదన నిజమేనే' అనిపిస్తుంది.

వీరేంద్రనాథ్ రచనల్లో ఎప్పుడు గోదావరి ప్రసక్తి వచ్చినా రచయితగా ఆయన విజృంభించడం గత నవలల్లో చూశాము. ఈ నవలలో కూడా ఒక స్త్రీ విజయాన్ని గోదావరితో పోలుస్తూ ఆయన రాసిన ముగింపు ఈ నవలకే హైలెట్‌గా మేము భావిస్తున్నాము. వీరేంద్రనాథ్ మీద ఇంగ్లీషు రచనల ప్రభావమే ఎక్కువగా ఉందన్న విమర్శ ఉంది. కానీ ఆయన మీద భారతీయ రచయితల ప్రభావమే ఎక్కువగా ఉందని మా ఉద్దేశ్యం. ఈ నవల క్లైమాక్సు శరత్ దేవదాసు ఆఖరి వాక్యాల్ని గుర్తు చేస్తుంది. అలాగే ఆనంద్, ప్రమద్వరల ఆఖరి కలయిక 'బడా దీదీ' ని గుర్తుకు తెస్తుంది.

ఏది ఏమైనా పూర్తి తెలుగుతనం ఉట్టిపడే నవలలు ఈ మధ్య కాలంలో తక్కువగానే వస్తున్నవి. రచయితల దృష్టి ట్విస్టు సాహిత్యం, ఇంగ్లీష్ జోకుల తెలుగు అనువాదపు సాహిత్యం, న్యూస్ పేపర్ తిరగ రాసే ఇన్వెస్టిగేటివ్ సాహిత్యం మీద ఎక్కువగా కేంద్రీకృతమై ఉన్న సమయంలో, మళ్ళీ పాత పంథాలోనే యండమూరి నవల రాయడానికి పూనుకోవడం అభినందనీయం.

పాఠకులు ఇప్పటి వరకూ ఆయన సస్పెన్స్‌ని అభిమానించారు. మార్పు కోరే పాఠకుల దాహాన్ని ఈ "వెన్నెల్లో గోదారి" తీరుస్తుందని ఆశిస్తున్నాం.

-ప్రకాశకులు

వెన్నెల్లో గోదారి

తరళా ఫెర్టిలైజర్స్ మేనేజింగ్ డైరెక్టర్ ఇంటి పడగ్గదిలో రాత్రి రెండున్నరకి ఫోన్ మ్రోగింది.

ఎం.డి ఒక రెండు నిమిషాలు మాట్లాడి ఫోన్ పెట్టేశాడు కానీ, అవతలివారు ఫోన్‌లో చెప్పింది అతడికి అర్థం కాలేదు. ఫోన్ పెట్టేసిన తర్వాత కూడా అతడికి విషయం పూర్తిగా అర్థం కాలేదని ముఖభంగిమే చెబుతోంది. గబగబా లేచి తయారై "ఎక్కడికండీ?" అని అడుగుతున్న భార్యకి కూడా పూర్తిగా సమాధానం చెప్పకుండా కార్‌లో పోలీస్ స్టేషన్ వైపు బయలుదేరాడు.

ఆయన నిద్ర ఇప్పుడు పూర్తిగా తేలిపోయింది. ఫోన్‌లో వచ్చిన వార్త అతని మనసులో రీలులా తిరుగుతోంది.

"నేను సార్, వెంకటపతిని మాట్లాడుతున్నాను".

"ఎవరూ?"

"టూ టౌన్ పోలీస్ స్టేషన్ నుంచి ఎస్సై వెంకటపతిని అండి".

ఆయన కంగారుపడి తమాయించుకుని, "ఓ నువ్వా? ఏమిటి?" అన్నారు.

"రాత్రి ఇన్‌స్పెక్టర్ గారు వ్యభిచారుల ఇళ్ళ మీద రైడింగ్ చేశారు కదండి."

"ఎవరు, సత్యనారాయణేనా?... అవును. అటువంటి ప్రోగ్రాం ఏదో ఉందని సాయంత్రం చెప్పాడు. ఇంతకీ ఇంత అర్ధరాత్రి నాకెందుకు ఫోన్ చేయడం?"

"అందులో దొరికిన ఒక అమ్మాయి, మీరు తన తండ్రి అంటోందండీ."

అతడి చెయ్యి రిసీవర్ మీద బిగుసుకుంది. "వాట్" అని అరిచాడు నమ్మలేనట్టు. "నీకు ఏమైనా పిచ్చెక్కిందా?"

"... నిజం సార్. నిజం"

తరళ చెప్పిన కథ

నమస్తే. నా పేరు తరళ. బి.ఏ. పాస్ అయ్యాను.

పెళ్లయ్యే వరకూ నన్ను అందరూ పెంకి, అల్లరి అనేవారు. పెళ్లయి ఇద్దరు పిల్లలు పుట్టాక ఆ పేర్లు బాగోవని అహంభావి, కోపిష్టి అన్న బిరుదులు తగిలించారు. పెళ్లితో ఇంటి పేర్లు ఒకటే మారతాయని అప్పటి వరకూ అనుకునేదాన్ని. బిరుదులు కూడా మారతాయి అని తర్వాత తెలిసింది.

అయినా మీరే చెప్పండి, ఈ ప్రపంచంలో ఏ బిరుదు లేకుండా ఎవరైనా ఉన్నారా?

మీ ఇంటి పక్కావిడ ఎవరితో కలవకుండా తన పనేదో తను చేసుకుంటూ పోతే మీరంతా కలిసి ఆవిడని 'నెమ్మదస్తురాలు, పనిమంతురాలు' అంటారా? లేక 'రిజర్వుడు... ఎవరితో కలవదు' అని బిరుదు ఇస్తారా? నేనేమో రెండోదే అనుకుంటున్నాను. మీరు దీనికి వ్యతిరేకంగా ఉంటే మీకు నా నమస్కారాలు..!

మనిషి చేసే ఏ పనినైనా రెండు రకాలుగా అర్థం చేసుకోవచ్చు..!

తన శత్రువు పైకి రావడానికి ఒకరు చేయి అందించారు అనుకోండి. '...శత్రువుని క్షమించేటంత మంచిగుణం ఉన్న వాడురా' అని పాజిటివ్‌గానైనా అనుకోవచ్చు. లేదా '...శత్రువుని మంచి చేసుకోవడానికి చెయ్యందించాడు రా' అని వికటంగానైనా అనుకోవచ్చు.

కానీ జనం తప్పకుండా చీకటి వైపు చూడటానికే ప్రయత్నిస్తారు. అందుకే వాళ్ళని నేను ఎప్పుడూ పట్టించుకోను.

నేనెప్పుడూ మూర్ఖంగా వాదిస్తాననీ, నే పట్టిన దానికి మూడే కాళ్లు అంటాననీ మీరు అనుకుంటే అది మీ తప్పు. '..నేను పట్టుకున్నది కుందేలునా? లేక ముక్కాలి పీటనా?' అన్నది కూడా తెలియకుండా మీరు ఆ నిర్ణయానికి వస్తే అది మీ తప్పే కదా?

అందుకే నాకు మీ మీద గానీ, మీ తెలివితేటలు మీద గానీ, విచక్షణా జ్ఞానం మీద గానీ ఏమాత్రం గౌరవం లేదు. 'మీరు' అంటే మా పల్లెలో వాళ్ళు, మా నాన్న, మా పని వాళ్లు, నా క్లాస్ మేట్స్ వగైరాలందరూ..! మీకు నేను ఎప్పుడైతే గౌరవం ఇవ్వడం మానేశానో, (మానేశా కరెక్టా? మానేసా కరెక్టా?)

అప్పుడు మీరంతా ఏకమై నాకు ఇచ్చే బిరుదు 'మొండి'...! ముందే చెప్పానుగా, ఈ జనమంతా ఎప్పటికప్పుడు తమ చేష్టలను సమర్థించుకోవడానికి, కొన్ని పదాలు ముందే సంచిలో పెట్టుకుని ఉంటారని..!

ఆనందరావుని ప్రేమించినప్పుడు ఆ విషయం నాన్నకి చెప్తే నవ్వాడు. 'చిన్న పిల్లవి. నీకసలు ప్రేమకు అర్థం తెలుసా?' అని అడిగాడు. ఎందుకు తెలియదు? మాకు పదో క్లాసులో 'రోమియో జూలియట్' అని పాఠం ఉండేది. 'ప్రేమంటే ఒకరి కోసం మరొకరు చావటం' అని విడాకులు తీసుకున్న మా లెక్చరర్ చెప్పింది. అది గుర్తొచ్చింది.

ఆ రాత్రి గోదారిలో దూకేశాను.

అన్నట్లు గోదావరి గురించి నేను మీకేమీ చెప్పలేదు కదూ. అది మా పల్లె పక్క నుంచి పారుతూ ఉంటుంది. వంగిన కొబ్బరి చెట్లు ఏ క్షణమైనా నదిలోకి కూలిపోయేటట్టు ఉంటాయి. ఇరు వైపులా రెల్లు గడ్డి ఒత్తుగా పెరిగి ఉంటుంది. వర్షం వస్తే పల్లె అంతా తడిసిపోతుంది. అంటే నా ఉద్దేశం... బురద బురద అవుతుంది అన్న మాట.

ఇంతకీ ఏం చెబుతున్నాను? నా బాయ్ ఫ్రెండ్ విషయమై నేను గోదారిలో దూకిన సంగతి కదూ. అబ్బో 20 ఏళ్ల వెనకటి సంగతి అది.

ఆ రోజు చాలా గొడవైంది.

"నువ్వే కదా 'ప్రేమంటే తెలుసా' అని అడిగింది. అది చెప్పడం కోసమే అలా దూకాను. నేను చచ్చిపోయి ఉంటే ఈ పల్లెలో పెళ్లి కాని జూలియట్లు పది తరాల పాటు నా గురించి చెప్పుకునేవారు కదా' అని నాన్నతో నేను వాదించాను.

కొందరు నా ముందే నవ్వుకున్నారు. కొందరు భయపడి దూరంగా వెళ్లి నవ్వుకున్నారు. అంతా నాకు తెలుస్తూనే ఉంది.

పాపం నాన్నను చూస్తే మాత్రం జాలి వేసింది. ఆ పల్లెలో ఆయన మాటకు తిరుగులేదు. మా ఇంట్లో నా మాటకు తిరుగులేదు. అంత పెద్దాయనా నా బాయ్-ఫ్రెండ్ దగ్గరికి వెళ్లి చేతులు పట్టుకుని అడిగాడు(ట). నాకు ఆ విషయం తర్వాత తెలిసింది. మొత్తానికి అలా నా పెళ్లి నా రోమియోతో అలా అయిపోయింది.

'గోదారిలో దూకి మరీ అనుకున్నది సాధించింది' అని అందరూ అనుకున్నారు.

"నువ్వు సుఖంగా ఉండటమేనమ్మా కావలసింది. ఇంకెప్పుడూ ఇలాంటి పనులు చేయకు" అని నాన్న గుడ్ల నీరు కుక్కుకుంటూ చేతిలో చేయి వేయించు కున్నాడు. మా ఆయన్ని స్నేహితులు "నీ గురించి గోదారిలో దూకగలిగే భార్య లభించింది. అదృష్టవంతుడివోయ్" అని అభినందించారు.

అందరికీ తెలియని విషయం ఏమిటంటే నేను గోదారి వైపు వెళ్తూ వెళ్తూ, బయట వసారాలో పడుకుని ఉన్న మా పాలేరుగాడిని నిద్ర ఎగిరిపోయేలా రాయితో కొట్టి పరిగెత్తాననీ, దొంగ అనుకుని, వాడు నా వెనుకనే పరుగెత్తుకొచ్చి, గోదారిలో కాస్త పాదాలు తడిచేలా రెండు అడుగులు వేసిన నన్ను, నీటి ప్రవాహం నుంచి సురక్షితంగా రక్షించిన హీరోగా అందరూ అభినందిస్తూ ఉంటే, ఆ గోలలో అసలు విషయం చాలా 'కన్వీనియంట్' గా మర్చిపోయాడు అని...!

అంతకన్నా మరో గొప్ప విషయం... నాకు ఈత బాగా వచ్చు అని..!

ఈ విషయం ప్రమద్వరకి తప్ప అక్కడున్న చాలామందికి తెలియదు. అదొక్కతే, నా ఆత్మహత్యా కార్యక్రమపు తరువాయి ఎపిసోడ్ భాగాన్ని ముసి ముసిగా నవ్వుతూ పరికించింది.

అన్నట్టు మా ప్రమద్వర గురించి చెప్పలేదు కదూ. అదో పిచ్చి మాలోకం. ఎప్పుడూ ఏవో బొమ్మలు వేస్తూ ఉంటుంది. కాస్త ప్రకృతి గురించిన పిచ్చి కూడా ఉంది. పాటలు కూడా పాడుతుంది. ఎప్పుడూ 'వసంతంలో కోకిలా...' అని ఏదో పాడుతూ ఉండేది. నాకేమో అది 'సంతలో కోడిలా' అన్నట్లు వినిపిస్తూ ఉండేది.

అయినా మేమిద్దరం మంచి స్నేహితులం. నాకు ఎంత కోపం ఉన్నా ఎప్పటికప్పుడు దాన్ని క్షమిస్తూ ఉండడంతో ఇది సాధ్యమైంది. అది చాలా 'మంచి పిల్ల' అని అందరూ అంటూ ఉంటే నాకు నవ్వొస్తుంది. చిన్న గీత ప్రక్కన ఉంటేనే కదా పెద్ద గీత విలువ తెలిసేది.

దాన్ని పెద్ద గీతని చేయటానికి నేను చిన్నగీతనయ్యే పద్ధతులు కొన్ని అవలంబించే దాన్ని. తోటలో దొంగతనంగా మామిడి కాయలు కొట్టబోతే వద్దని వారించేది. తోటమాలి వస్తే కాయలు పరికిణీలో దాచుకుని పరిగెత్తేదాన్ని. మధ్యలో వాడు పట్టుకున్నా 'మీరా అమ్మాయి గారు' అని వదిలేసేవాడు అనుకోండి. అది వేరే సంగతి. ఒకవేళ తప్పించుకుంటే మాత్రం మళ్ళీ అమ్మాయిలంతా ఆ పళ్ళ

కోసం ఎగబడేవారు. 'వద్దు' అని వారించినందుకు ప్రమద్వర మంచి అమ్మాయి..! పళ్ళకి మాత్రం నేను కావాలి!

చెప్పాగా. ఈ జనం మనస్తత్వం నాకు ఎప్పుడూ అర్థం కాదు.

2

మా ఆయన పేరు ఆనందరావు. ఆయన గురించే నేను గోదారిలో దూకింది.

నేను చేసింది చాలా మంచి పని. ప్రేమ వివాహాలు చాలా వరకూ విఫలం అవుతాయని విన్నాను. మంచి మొగుడు దొరికాడు. ఆనందరావు నిజంగా మంచి మనిషి. ఒకే ఒకసారి నా చెంప బద్దలు కొట్టాడు. అంతే.

మనలో ఎంతమంది భార్యలు తమ జీవితకాలంలో ఒక్కసారైనా భర్త చేత చెంప దెబ్బ తిని ఉంటారు? మీకు ఏమైనా అంచనా ఉందా? నేను చెబుతోంది ఇప్పుడు కొత్తగా పెళ్లయిన జంటల గురించి కాదు. ఇప్పటి భర్తలు భార్యల్ని బెల్లం ముక్కల్లా చూసుకుంటున్నారు. లేదా విడాకులు తీసుకుంటున్నారు. నేను చెప్పేది 20 సంవత్సరాల సంగతి..! అప్పటి కాపురాలు అంత సవ్యంగా ఉండేవి కాదు. ఇదంతా ఎందుకు చెబుతున్నానంటే, పెళ్లయిన మొదటి 9 నెలలు గడిచాక మరి మా ఇద్దరి మధ్యా ఏ రకమైన పొరపొచ్చాలూ లేవు.

పెళ్లయిన మొదట్లో ఏ దంపతులకైనా అడ్జస్ట్ అవటం కష్టం కదా. ప్రతి కుటుంబంలోనూ ఆ ఇబ్బంది ఉంటుందని అనుకుంటున్నాను. పోతే, 'నాతో' కాబట్టి అది మరి కాస్త ఎక్కువగా ఉండేది. అయినా అది ఎంతో కాలం కాదు లెండి. పెళ్లయిన మొదటి 9 నెలలే. ఆ తరువాత పాలు నీళ్ళులా కలిసిపోయాం.

మా ప్రేమకి రెండు ఉదాహరణలు. సాహితి, సాకేత.

అన్నట్లు చెప్పడం మర్చిపోయాను. మా ఆయనక్కూడా కాస్త కవిత్వం పిచ్చి ఉంది. అందుకే ఇద్దరి కూతుళ్ళకీ ఆ పేర్లు పెట్టుకున్నారు.

ఈ తొమ్మిది నెలల్లో- ఆయన ఒక్కటంటే ఒక్కసారి, నా చెంప పగిలేలా కొట్టారని చెప్పాను కదా. అదీ ఎప్పుడో తెలుసా? మా మొదటి శోభనం రాత్రి తర్వాత. నా తెలుగుని క్షమించాలి. మా శోభనం మొదటి రోజు రాత్రి. పొద్దున ఎనిమిదింటికి.

ఇలాంటి అనుభవం ఎవరికీ జరిగి ఉండదు కదూ. అప్పుడంటే ఏడుపొచ్చింది కానీ ఇప్పుడు, ఇన్నేళ్ల తర్వాత తలుచుకుంటే నవ్వొస్తుంది. అంతే- కొట్టిన సంగతి చెప్పి ఇప్పటికీ ఆయన్ని ఏడిపిస్తూ ఉంటాను. అప్పుడు మాత్రం ఆయన మొహం ఎర్రగా కందిపోతుంది. కొంచెం సేపటి వరకూ మూడీగా ఉంటారు. తర్వాత మళ్లీ మామూలు మనిషి అయిపోతూ ఉంటారు.

అసలీ రచయితలనే వాళ్ళు ఏ కలల ప్రపంచంలో ఉండి రాస్తారో నాకు అర్థం కాదు. ముఖ్యంగా మొదటి రాత్రిని వాళ్లు వర్ణించే తీరు చూడాలి. తెల్లవారుజామున నాలుగింటికే లేచి పెళ్లికూతురు శోభనం గదిలోంచి వెళ్లి ఏ బొమ్మ పక్కలోనో సిగ్గుల మొగ్గలా పడుకుంటుందట. నేనైతే శుభ్రంగా ఆ గదిలోనే నిద్రపోయాను. నన్ను లేపే ధైర్యం మా ఇంట్లో ఎవరికీ లేదు లెండి. ఎనిమిదింటికి ఎందుకో పెద్ద చప్పుడై మెలకువ వచ్చింది. మంచానికి కట్టిన మల్లెపూలన్నీ మా ఆయన తెంపి పారేస్తున్నారు. బారెడు పొద్దెక్కి లేచినందుకు కోపం ఏమో అనుకున్నాను. 'ఏమిటండీ ఏమైంది' అని అడిగాను. అదే విసురుతో వెనక్కి తిరిగి నా చెంప ఫెడీల్మనిపించాడు.

అదే మొదటిది, చివరిది.

ఆ తర్వాత ఎప్పుడూ నేను అయిదు తర్వాత నిద్రపోలేదు. నాలో అదొక్క మంచి గుణం ఉంది. నాకు ఇష్టమైన వాళ్ళు ఏం చెప్తే అది విని, వాళ్లకు ఇష్టమైన రీతిలో మెలగటం..! కానీ ఒకందుకు బాధేసేది. ఆయన ఇలా కొట్టకుండా కాస్త మర్యాదగా చెప్పినా ఆయన మాటనే వినేదాన్ని. ఆలస్యంగా నిద్రలేచే భార్య పట్ల తన అసంతృప్తి వెల్లడి చేయటానికి, మరీ బొత్తిగా జీవితం నాశనం అయిపోయిన రీతిలో, మంచం చుట్టూ కట్టిన మల్లెపూల దారాలు తెంపేసి నానా భీభత్సం సృష్టించనవసరం లేదుగా.

అయినా అదీ ఒకందుకు మంచిదే.

మీకు పెళ్లి అయ్యిందా? అయిన పక్షంలో మీ జీవిత భాగస్వామి (అది భర్త కానీ, భార్య కానీ) చేతి దెబ్బ ఒకసారి రుచి చూడండి. కొట్టింది వాళ్ళు కాబట్టి (తప్పు ఎవరిదైనా) మిమ్మల్ని బ్రతిమాల వలసిన బాధ్యత వాళ్ళ మీదే ఉంటుంది. మనం కొంచెం బింకంగా ఉంటే, వాళ్లు బ్రతిమాలుతున్నంత సేపూ మనకి హాయిగా ఉంటుంది.

ఆయన దగ్గర్నుంచి అదే ఆశించాను. కొంచెం సేపటికి ఆయనే దిగి వచ్చారు.

చాలామంది ఇష్టపడని గుణం నాలో ఒకటి ఉంది. తప్పు చేసిన వాళ్లని క్షమించ లేకపోవడం..! ఆ తర్వాత, వాళ్లు తప్పు చేశామని ఒప్పుకున్నా సరే నేను క్షమించ లేను. ఇది నిజంగా చెడ్డ గుణం అంటారా? ఏమో నాకు అలా అనిపించదు. తప్పు చేయటమే ఒక తప్పు. దాన్ని ఒప్పుకోవటం వల్ల దాని ప్రభావం గానీ, పాపం గానీ, ఫలితం గానీ, జరిగిన నష్టం గానీ తగ్గదు కదా.

మా ఇంట్లో ఒక పనిపిల్ల ఒకరోజు అయిదు రూపాయలు కొట్టేసింది. బెదిరిస్తే తీశానని ఒప్పుకుంది. మీరు అయితే ఏం చేసేవారు? ముందు ముందు ఆ పిల్లకి డబ్బు అందకుండా జాగ్రత్త పడేవారు. లేదా దాని గుణం తెలిసింది కాబట్టి పనిలోంచి మానిపించే వారు. అంతేనా?

నేనలా చేయలేదు. ఇన్‌స్పెక్టర్ సత్యనారాయణ మా ఆయన ఫ్రెండ్. ఆయనకు చెప్పి మూడు రోజుల పాటు లాకప్పులో పెట్టించాను. ఆ తరువాత ఉద్యోగం నుంచి తొలగించాను.

ఆ తరువాత కొన్ని రోజులకి మా ఇంట్లో వంద రూపాయలు పోయాయి. తీసింది మా పెద్ద కూతురు సాహితి. ఇప్పుడు మీరు ఏం చేస్తారు. నిజం చెప్పండి. మీ గారాబు కూతురు మీకు చెప్పకుండా పర్సులో నుంచి వంద కొట్టేస్తే ఏం చేస్తారు?

కొందరైతే నా ఉద్దేశంలో తిడతారు. మరీ గారాబం చేసేవాళ్ళు అయితే 'తప్పమ్మా. అలా చేయకూడదు' అని మందలిస్తారు. మరి కోపిష్టులయితే చావబాదుతారు. నేనా మూడూ చేయలేదు.

సాహితిని నిలబెట్టాను. "చూడు, తప్పు చేస్తే నేను ఊరుకోను అని నీకు తెలుసు. నీకు బుద్ధి వచ్చిందని చెప్పినా సరే - పనిష్మెంట్ తప్పదు. నీకు నేను చేయగలిగే సాయం ఏమిటంటే - ఏ పనిష్మెంట్ కావాలో నీవే చెప్పు."

అది మాట్లాడలేదు.

"కొట్టనా" అని అడిగాను.

అది తల ఊపినట్టు కనిపించింది.

మా పెరట్లో జామ చెట్టు ఉంది. దాని కొమ్మ విరిచి, రెండు చేతుల మీద చెరొక పది దెబ్బలు కొట్టాను. చివరి దెబ్బ కొడుతూ ఉండగా ఆయన వచ్చారు. కూతుర్ని పట్టుకుని పక్కకి లాగి "నువ్వు మనిషివా? రాక్షసివా?" అని అరిచారు. అప్పటికే దాని చేతుల మీద తట్లు తేలాయి.

చేతిలో బెత్తం పక్కన పడేస్తూ, "రాక్షసిని కాదు. మనిషినే. మీ కూతుర్ని మనిషిని చేద్దామనే నా ప్రయత్నం" అన్నాను. ఆయన సాహితిని తీసుకుని అక్కడి నుంచి వెళ్ళిపోయారు.

ఆ రాత్రి ఆయన్ని నిలదీశాను. "నన్ను రాక్షసి అన్నారు. కానీ చెప్పండి. మన కూతురు ఒక దొంగ అవటం మీకు ఇష్టమేనా? పదమూడేళ్ళ వయసులో అది దొంగతనం చేసిందంటే ఎంత తలవంపు. ఈ విషయం బయట పడితే ఎలా ఉంటుందో మీరు ఆలోచించారా?" అన్నాను.

ఆయన తల తిప్పుకున్నారు.

"చూశారా? మీరు చెప్పరు. చెప్పలేరు. మీరు చేయరు. నన్ను చేయనివ్వరు".

"నువ్వు కొడితే అది మానేస్తుందా?"

"కనీసం మళ్ళీ ఇంకొకసారి చేసేటప్పుడు భయం ఉంటుంది".

"నెమ్మదిగా చెబితే అది విని ఉండేది".

"మనుష్యుల మంచితనం మీద మీకున్న నమ్మకం నాకు లేదు" అన్నాను.

"చేసిన ప్రతి నేరానికీ శిక్ష పడాలి అనుకుంటే ఈ మనుషులందరూ ఎప్పుడో నశించిపోయి ఉండేవారు" నిర్లిప్తంగా అన్నారాయన.

"చాల్లెండి సినిమా డైలాగులు" అంటూ ఉండగా, పక్క గదిలోంచి మూలుగు వినిపించింది. అక్కడికి వెళ్లాను.

సాహితి.. పక్క మీద నిద్రలో మూలుగుతోంది.

తల మీద చెయ్యి వేయ బోయి ఆగిపోయాను. ఉహూ, ఇప్పుడు ఏమాత్రం కనికరం చూపినా మధ్యాహ్నం వేసిన శిక్ష తాలూకు ఫలితం ఏమీ ఉండదు. ఒక ఆడపిల్లయి అయి ఉండి, దొంగతనంగా డబ్బు కొట్టేసినందుకు అసలు ఈ శిక్ష కూడా చాలదు.

శబ్దం చేయకుండా అక్కడ నుంచి వచ్చేయబోయాను.

సాహితి అప్పుడే కళ్ళు తెరిచింది. మేమిద్దరం ఒకరినొకరు చూసుకున్నా,

ఎవరూ మాట్లాడుకోలేదు. అది అంత బాధలో కూడా కనీసం 'అమ్మా' అనైనా అనలేదు.

దానికి అంత పొగరు ఉంటే నాకెంత ఉండాలి?

నేను కూడా మాట్లాడకుండా వచ్చేశాను.

తిరిగి బెడ్-రూమ్ లోనికి వస్తుంటే, అప్పుడు కనబడింది... హాల్లో - సోఫా పక్కన-

వంద రూపాయల నోటు.

పాలవాడికి ఇద్దామని తీసి కిటికీలో పెట్టిన సంగతి అప్పుడు గుర్తొచ్చింది!!

ఒక నిమిషంపాటు నోట మాట రాలేదు. చిత్తరువులా నిలబడిపోయాను. ఆ తరువాత సన్నగా కేక పెట్టి ఆయన దగ్గరకు పరిగెత్తాను.

100 రూపాయల నోటు అక్కడ పెట్టి మర్చిపోయిన సంగతి ఆయనకు చెప్పాను. ఆయన విస్తుపోయి నా వైపు చూశారు. ఆయన చూపు... క్షమించండి, దాన్ని వర్ణించడానికి నాకు మాటలు రావు. ఆ చూపు మాత్రం నా గుండెల్లో నుంచి బాణంలా దూసుకుపోయింది. ఇద్దరం సాహితీ గదిలోకి వచ్చాం. "అమ్మా" అంటూ కూతుర్ని ఒళ్ళోకి తీసుకున్నారాయన. "ఈ డబ్బు నువ్వు తీయలేదని ఎందుకు చెప్పలేదు?"

సాహితి జవాబు చెప్పలేదు.

నేను దగ్గరికి వెళ్లి "తీయలేదంటే, అబద్ధం చెపుతున్నావు అని కొడతాను అనుకున్నావా?" లాలిస్తున్నట్టు అడిగాను.

కాదన్నట్లు తల ఊపింది.

"మరి?"

మా పాప తలదించుకుని నెమ్మదిగా అంది. "అంతకు ముందు ఐదు రూపాయలు పోతే పాత పని పిల్ల తీసిందని ఇన్‌స్పెక్టర్ అంకుల్‌తో చెప్పి జైల్లో పెట్టించారుగా, మన దగ్గర కూడా మాన్పించేశారు".

"అవును. అయితే?"

"అది తీయలేదట. దేవుడి మీద ఒట్టేసి ఏడుస్తూ చెప్పింది. మన దగ్గర పని మానేశాక దానికి తిండి కూడా లేదట. నిజం. అలాగే ఇప్పుడు కొత్త పిల్ల

వచ్చింది. దాన్ని కూడా జైల్లో పెట్టిస్తావని... అందుకని–"

పాప మాటలు పూర్తి కాలేదు.

ఆయన ఏడుస్తూ ఉండగా నేను ఎప్పుడూ చూడలేదు. అలాంటిది ఆయన రుద్ధ కంఠంతో, "అమ్మా, సాహితీ" అంటూ కూతుర్ని కౌగిలించుకుని కంటనీరు పెట్టుకున్నారు.

ఐదు నిమిషాల క్రితమే అన్నాను– 'మనుషుల మంచితనం మీద మీకు ఉన్నంత నమ్మకం నాకు లేదు' అని. నా కూతురే నా అభిప్రాయాలు తప్పని నిరూపించింది. తన దయాగుణంతో నా నిర్ణయాల మీద దారుణంగా దెబ్బ కొట్టింది.

... వంటింట్లోకి వెళ్లి వచ్చాను.

నేను వచ్చేసరికి ఆయన, సాహితి చేతుల మీద కొబ్బరి నూనె రాస్తున్నారు.

"నేను రాస్తాను. మీరు పడుకోండి" అన్నాను క్లుప్తంగా.

ఆయనలో నాకు బాగా నచ్చే గుణం అదే. నా మనోభావాన్ని సరిగ్గా అర్థం చేసుకుంటారు.

మారు మాట్లాడకుండా లేచి గదిలోకి వెళ్లిపోయారు.

పాప పక్కన కూర్చుని, "నొప్పిగా ఉందా తల్లీ" అని అడిగాను.

అప్పుడేడ్చింది సాహితి. నా ఒళ్ళో తలపెట్టుకొని వెక్కివెక్కి ఏడ్చింది. మనసు పొరలను కదిలించటానికి చిన్న గుర్తింపు చాలు.

నేను ఏడవలేదు.

చేసిన తప్పులకు ఏడవడమే శిక్ష అయితే, 'పాపులని శిక్షించాలని' ఇప్పటి వరకూ నేను చేసిన వాదనే తప్పు. తప్పు చేసిన వాళ్ళందరూ ఒకసారి ఏడ్చి తప్పించుకుంటారు.

పాప చేతుల మీద తేలిన వాతలకు నూనె రాస్తూ ఉండిపోయాను. కొంచెంసేపటికి పాప నిద్రపోయింది. ఆ తరువాత వంటింట్లోకి వెళ్లాను. అంతకుముందే గరిటని నిప్పుల్లో పెట్టి వచ్చాను.

అరుస్తానా?

అరిస్తే నా గొప్పేమి ఉంది?

ఒకటి తర్వాత ఒకటి, వరుసగా రెండు చేతుల మీద వాతలు పెట్టుకున్నాను. చర్మం కాలేలా కాదు. మాంసం కాలేలా... పళ్ళు బిగపట్టి, బాధని పెదాల మధ్య నొక్కిపట్టి... పదో సారి పెట్టుకో బోతూ ఉంటే...

"నీకేమైనా మతి పోయిందా? ఏమిటి నువ్వు చేస్తున్నది?" ఆయన వచ్చి గరిటని విసురుగా లాక్కున్నారు. కానీ అప్పటికే నేను చెయ్యదలుచుకున్నది చేసేశాను.

తరువాత ఆ గాయాలు మానడానికి నెల రోజులు పట్టింది.

ఆ నెల రోజులూ ఆయన తిడుతూనే ఉన్నారు. చెప్పానుగా, మనం కరెక్ట్ అని నమ్మిన భావాలు, అభిప్రాయాలూ పక్కవాళ్లకు ఎంతో తెలివి తక్కువగా అనిపిస్తాయి.

3

నా జీవితంలో గొప్ప మలుపుకి ఆ రాత్రి నాంది అని నేను అనుకోలేదు.

నా భర్త కూడా 'అమాయకంగా' నిద్రపోతున్నాడు. రాత్రి రెండున్నరకి మోగింది ఫోన్..! రాత్రిళ్ళు ఆయనకి అలా ఫోనులు రావడం మామూలే. మేనేజింగ్ డైరెక్టర్ కదా. కానీ సంభాషణ పూర్తవగానే, అంత హడావుడిగా ఆయన ఎక్కడికి బయలుదేరారో మాత్రం అర్థం కాలేదు. అవతలి నుంచి ఏం చెప్పారో కానీ ఈయన మాట్లాడింది వినబడింది.

"...."

"ఎవరు?"

"..."

"ఓ నువ్వా. ఏమిటి?"

"..."

"ఎవరు సత్యనారాయణేనా? అవును అటువంటి ప్రోగ్రాం ఏదో ఉందని సాయంత్రం చెప్పాడు. ఇంతకీ అర్ధరాత్రి నాకెందుకు ఫోన్ చేయడం?"

"..."

"వాట్... నీకేమైనా పిచ్చెక్కిందా?"

ఇదీ సంభాషణ. సత్యనారాయణ అంటే బహుశా మా ఫ్యామిలీ ఫ్రెండ్ అయి ఉంటాడు. పోలీస్ స్టేషన్లో ఇన్‌స్పెక్టర్. సాయంత్రం మా ఇంటికి వచ్చింది ఆయనే. "ఏం చెల్లెమ్మా. రాత్రికి మీ ఆయన్ని నాతో తీసుకుపోనా?... రైడింగ్‌కి" అని నవ్వుతూ అడిగాడు కూడా.

మరి ఇప్పుడు ఫోన్‌లో అతడి ప్రసక్తి ఎందుకొచ్చింది?

మామూలప్పుడు అయితే పట్టించుకోక పోదును గాని, ఆయన మొహంలో ఆ తొందర, కంగారు... నాకెందుకో చాలా అసహజంగా అనిపించింది. ఏం జరిగిందో తెలుసుకోకపోతే నిద్ర పట్టేలా లేదు.

సత్యనారాయణ ఇంటికి ఫోన్ చేశాను. 'పోలీస్ స్టేషన్‌లోనే ఉన్నారు' అని వాళ్ళ ఆవిడ చెప్పింది. అక్కడికి చేస్తే ఆయనే తీశాడు.

"ఇప్పుడు మా ఇంటికి ఫోన్ చేసింది మీరేనా?" అని అడిగాను.

"ఎవరు తరళా?... ఆ... నేనే"

"ఆయన అర్జంటుగా బయల్దేరారు. ఏమిటి సంగతి"

"అబ్బే, ఏదో చిన్న వ్యవహారం. నువ్వు పడుకోమ్మా. పదినిమిషాల్లో మీ ఆయన్ని పంపించేస్తాను" పోలీసు తెలివితేటలు ఉపయోగిస్తున్నట్టూ అన్నాడు. నేనేమీ తక్కువ తినలేదు.

"ఆయన్నేమీ కంగారు పడవద్దని చెప్పండి. బయల్దేరేముందే నేను ఇక్కడ ధైర్యం చెప్పాననుకోండి. మీరు కూడా అక్కడ కాస్త ధైర్యం చెప్పండి" అన్నాను.

"తప్పకుండా. అయినా నీకెందుకు భయం చెల్లెమ్మా. ఇలాంటి కేసులు నేను లక్ష చూశానుగా. నిమిషాల్లో సెటిల్ చేస్తాను".

"కేసులా? కేసులేమిటి?"

"ఆయన బెదిరి పోతున్నారు".

"బెదురెందుకు? అయినా ఆ ఎస్.ఐ వెంకటపతి ఇంతవరకూ తీసు కొచ్చాడు. ఆ ఫోటో చింపేస్తే పోయేది కదా. అనవసరంగా నాకూ, మీ ఆయనకూ ఫోన్ చేసి అర్ధరాత్రి రప్పించాడు".

ఫోటో? ఫోటో ఏమిటి?

ఆత్రుత నొక్కిపెట్టి, కంఠం మామూలుగా పెట్టి, స్వరంలో అమాయకత్వం ధ్వనిస్తూ, "ఫోటోతో పాటు ఇంకేమైనా ఉన్నాయేమో" అని అడిగాను.

"లేవు లేవు. రాగానే నేను చేసిన మొదటి పని అదే. అంతా వెతికించాను. ఆ అమ్మాయి దగ్గర ఇంకేం దొరకలేదు".

మొట్టమొదటిసారి నా మనసులోకి ఏదో అనుమానం నీడలా ప్రవేశించింది. ఎంతో తెలివితేటలతో నేను లాగుతున్న విషయాల్లో చివరి దాని దగ్గర ఏదో మెలిక పడినట్టు అనిపించింది.

అమ్మాయి...

రైడింగ్...

ఫోటో...

"ఏమంటుంది ఆ అమ్మాయి? అమ్మాయి అంటే, ఆ రైడింగ్‌లో పట్టుబడిందేనా? ఆ ఫోటో తనది కాదంటుందా?"

చీకట్లో చివరి బాణం వదిలాను.

"ఎందుకు కాదంటుంది? మీ ఆయనే తన తండ్రి అంటుంది. అయినా ఎక్కడ సంపాదించిందో మన ఆనందరావు ఫోటో. రెండు తగిలిస్తే అదే చెబుతుంది. అంతా మా ఎస్సై చేశాడు. అనవసరంగా మీ నిద్ర డిస్టర్బ్ చేశాడు..." చెప్పుకుపోతున్నాడు ఇన్‌స్పెక్టర్ సత్యనారాయణ..!

నా చెవులు వినడం ఎప్పుడో మానేశాయి. భూమి గిర్రున తిరుగుతున్నట్టు అనిపించింది. అతడన్నట్టు మా ఆయన ఫోటో ఆ అమ్మాయికి ఎక్కడో దొరికింది కాదు.

అదే కారణం అయితే, ఫోన్ రాగానే ఆయన అంత కంగారు పడరు.

... వంద రూపాయలు దొంగతనం చేశావా అని అడుగుతున్నప్పుడు నేను నా కూతురి మొహంలోకి సరిగ్గా చూడలేదు కాబట్టి అది దొంగ కాదని అప్పుడు తెలియలేదు. ఫోన్ వింటున్నప్పుడు మా ఆయన మొహం నాకు ఇంకా జ్ఞాపకం. అది అయోమయం కాదు.

భయంతో కలిగిన కంగారు..!

మొదటిసారి చేసిన తప్పు ఈసారి చెయ్యలేదు. నేను... బాగా ఆలోచించాను.

నాకు జరిగింది మొత్తం ఇప్పుడు అర్థమైంది..!

రాత్రి జరిగిన రైడింగ్‌లో సత్యనారాయణ కొందరు అమ్మాయిలని పట్టుకొచ్చి స్టేషన్‌లో పడేసి, ఇంటికి వెళ్లి పడుకున్నాడు. అందులో ఒక అమ్మాయి,

మా ఆయన ఫోటో చూపించి, 'ఈయనే నా తండ్రి' అనేసరికి వెంకటపతి కంగారు పడి, అటు ఇన్‌స్పెక్టర్‌కీ, ఇటు మా ఆయనకీ వరుసగా ఫోన్లు చేశాడు. ఈయన హడావుడిగా పరిగెత్తారు.

నా మెదడు మొద్దు బారుతున్నట్టు తోచింది. ఫోన్ పెట్టేస్తున్నప్పుడు ఆయన ముఖ భంగిమ ఒక ఫోటోలా నా మనసులో ముద్రితం అయిపోయింది..!

ఇక ఆ ఇంట్లో ఒక్క క్షణం ఉండలేక పోయాను.

అక్కడ పోలీస్ స్టేషన్లో జరుగుతున్నది ఏమిటో తెలుసుకోవాలి..!

ఆయనకీ, ఆ అమ్మాయికీ జరుగుతున్న సంభాషణ వినాలి..!

మేడ దిగి క్రిందకు వచ్చాను. ఆయన కారు తీసుకెళ్లారు. సాహితి సాకేతల సింగిల్ డోర్ స్టాండర్డ్ కారు ఉంది. దాంట్లో బయలు దేరాను. భర్త వెనుకే ఐదు నిమిషాలు అటు ఇటుగా బయలు దేరిన నా గురించి వాచ్మెన్ ఏమనుకున్నాడో?

ఇన్‌స్పెక్టర్ మాట్లాడిన ఒక వాక్యం నన్ను వెంటాడుతోంది. పోలీసుల దగ్గర సాక్షుల స్థితి తెలిపే వాక్యం అది..! ఆలోచించే కొద్దీ కొత్త అర్థాలు స్ఫురించే వాక్యం అది..! నా భర్త నిజాయితీకి సంబంధించిన సాక్ష్యం అది..!

పోలీసు స్టేషన్ దగ్గర పడుతుంటే నా అనుమానం నిజమైన సూచనలు కనపడ్డాయి. రేపు పొద్దున్న కోర్టులో హాజరు పరచవలసిన అమ్మాయిని ఇన్‌స్పెక్టర్ ఆయనకి అప్ప చెప్తున్నారు..! ఆయన ఆ అమ్మాయిని తీసుకొచ్చి కారు ఎక్కించాడు. ఆయన డ్రయివు చేస్తున్నారు. ఆ నిర్మానుష్యమైన వీధుల్లో రాత్రి మూడింటికి వారిద్దరి కారు ఎక్కడికో వెళుతోంది.

కాస్త దూరంలో నేను అనుసరిస్తున్నాను.

ఇన్‌స్పెక్టర్ వాక్యానికి అర్థం నా మనసులో ఇప్పుడు పూర్తిగా ఒక రూపు దిద్దుకుంది.

"ఫోటోతో పాటు వేరే సాక్ష్యాలు ఇంకేమీ లేవు. అనవసరంగా మా ఎస్.ఐ ఇంతవరకూ తీసుకొచ్చాడు. అప్పుడే ఆ ఫోటో చింపేస్తే సరిపోయేది కదా"

ఆయన తన కూతుర్ని ఎక్కడికి తీసుకు వెళుతున్నాడు?

ఫోటో చింపేసినట్టు ఇప్పుడు ఆ అమ్మాయిని కూడా...

నా భర్త గురించి ఆ విధంగా ఆలోచించ లేకపోయాను.

వ్యభిచార గృహంలో ఆ అమ్మాయి తల్లి ఉందా?

నా సవతి...?

అక్కడికి వెళ్తున్నారా ఇద్దరూ?

అయితే ఆ అపూర్వ సంగమంలో నేనూ ఉండాలి. అటో ఇటో తేల్చుకోవడానికి..!

ఈ పోలీసులు ఏ ప్రాంతంలో రైడింగ్ చేశారో తెలియదు. అందువల్ల ఆయన తన భార్య (మొదటి భార్య అనాలా? రెండో భార్య అనాలా?) ని కలుసుకోవడానికి ఎటువైపు వెళ్తున్నారో నాకు తెలియదు.

ఆయన కారు వెనకే నా కారు పోనిస్తున్నాను. ఆయన బహుశా కూతురితో మాట్లాడుతూ డ్రైవింగ్ చేస్తూ ఉండి ఉండవచ్చు. అందువల్ల నెమ్మదిగా పోనిస్తున్నారు. డ్రైవింగ్ సరిగ్గా రాని నాకు అదే లాభించింది.

ఇంతలో కారు అకస్మాత్తుగా కుడివైపు తిరిగి ఒక స్టార్ హోటల్‌లో ప్రవేశించింది. నా ఆశ్చర్యానికి అంతు లేకుండా పోయింది. ఒక వేశ్యా గృహంలో అమ్మాయితో కలిసి ఈయన ఇంత ఖరీదైన హోటల్లోకి ప్రవేశించడం..! నేను కారుని బయటే ఆపి, వాళ్లు వెళ్ళాక, అప్పుడు లోపలికి అడుగు పెట్టాను.

ఆయన కౌంటర్ దగ్గర రాస్తున్నారు.

అంటే... గది 'అద్దె' కు తీసుకుంటున్నారు అన్నమాట.

కన్న కూతుర్ని అంత ఖరీదైన హోటల్లో ఉంచడం అభినందనీయమే అయినా, ఇంటికి తీసుకురాకపోవడం మరింత అభినందనీయం.

ఇద్దరూ కలిసి లిఫ్ట్‌లో పైకి వెళ్లారు. వాళ్లు కదిలారని నిశ్చయించుకున్నాక నేను రిసెప్షన్ దగ్గరికి వెళ్లాను.

"ఇప్పుడే మా అమ్మాయి వాళ్ళు చెకిన్ చేశారు. ఎంత ఆ రూమ్ నెంబరు?"

"1021" నా వైపు చిత్రంగా చూస్తూ అన్నాడు. అలా చూస్తాడని నాకు తెలుసు. చేతిలో ఏ సామాను లేకుండా తండ్రి, కూతురూ గది తీసుకున్న రెండు నిముషాలకు తల్లి వచ్చి వాకబు చేయడం అతనికి ఆశ్చర్యం కలిగించడంలో ఆశ్చర్యం ఏముంది? అయినా అతడు తన భావాలు పైకి చూపించకుండా గది నెంబరు చెప్పాడు. పెద్ద హోటళ్లలో ఉండే తరహాయే ఇది. ఒక మొగాడు, ఇద్దరు భార్యలు వచ్చినా ఇలా భావరహితంగానే ప్రవర్తిస్తారు.

నా మనసు చాలా ప్రశాంతంగా ఉంది. ఏదైనా ఒక పెద్ద గొడవ జరగబోయే ముందు నా మనసెప్పుడూ ఇలాగే ప్రశాంతంగా ఉంటుంది.

లిఫ్ట్‌లో పైకి వెళ్లాను.

విశాలమైన వరండా, వరుసగా ఇరు వైపులా గదులు.

1021 నెంబరు దగ్గర నిలబడ్డాను.

ఈ స్టార్ హోటళ్ళతో వచ్చిన చిక్కేమిటంటే, తలుపు లోపల ఆటోమేటిగ్గా తాళం పడుతుంది. బయటి వాళ్లకి లోపల వారు గడియ వేసుకున్నదీ లేనిదీ తెలియదు.

ఏం చెయ్యాలా అని కొద్దిసేపు ఆలోచించాను.

తలుపు కొట్టవచ్చు. దానివల్ల లాభం ఏముంది. ఆయన తలుపు తీస్తాడు. ముందు ఆశ్చర్యపోతాడు. కానీ తరళా ఫెర్టిలైజర్స్ మేనేజింగ్ డైరెక్టర్ కదా. క్షణాల్లో సర్దుకోవటం తెలుసు. "...ఎవరో అమ్మాయి, నేను తండ్రినని బ్లాక్ మెయిల్ చేస్తోంది. పోలీస్ స్టేషన్లో అయితే పేపర్ వాళ్ళు ఎవరైనా చూస్తే రేపు ఇదంతా పబ్లిక్ అవుతుందని ఇక్కడికి తీసుకు వచ్చాను. నెమ్మదిగా అసలు విషయం కనుక్కుందామని..." అని తేల్చేస్తాడు.

అసలే పోలీసులు, రైడింగ్, పోలీస్ స్టేషన్, ఇప్పుడీ స్టార్ హోటల్... వీటితో బెదిరిపోయిన ఈ అమ్మాయి తన గురించి ఏం మాట్లాడగలదు?

కాబట్టి అది కాదు నేను చేయవలసింది.

"ఏం చేయాలా" అని ఆలోచనలో ఉండగా, తలుపు చప్పుడయ్యింది. అక్కడి నుంచి చీకట్లోకి వేగంగా తప్పుకున్నాను. కానీ దురదృష్టవశాత్తు అక్కడ కూడా లైట్ ఉంది.

గబగబా మెట్లు దిగాను. పది మెట్లు దిగి, వంపులో నిలబడ్డాను. ఆయన కూడా లిఫ్ట్ కోసం ఎదురు చూడకుండా మెట్లు దిగితే నేను పట్టుబడటం ఖాయం.

నా గుండె వేగంగా కొట్టుకోసాగింది.

ఆయన లిఫ్ట్ బెల్ కొట్టి అక్కడే నిలబడ్డారు. నాకు స్పష్టంగా కనిపిస్తున్నారు. పదేళ్ల వృద్ధాప్యం ఒక్కసారిగా మీద పడినట్లు ఉంది ఆయన మొహం..! జేబులోంచి కర్చీఫ్ తీసి మాటిమాటికీ మొహం తుడుచుకుంటున్నారు. అప్పటికప్పుడు ఆయనకు ఎదురు పడాలన్న కోర్కెను బలవంతం మీద ఆపుకున్నాను. ఇప్పుడు కాదు, దానికి ఇంకా సమయం ఉంది. ప్రస్తుతం నేను నా సవతి గురించి తెలుసుకోవాలి.

ఈ లోపులో లిఫ్ట్ వచ్చింది. ఆయన అందులో ప్రవేశించి క్రిందికి వెళ్ళిపోయారు. నేను వెంటనే గదిలోకి వెళ్లలేదు. ఆయన ఎందుకోసం క్రిందికి వెళ్లారో, మళ్లీ వస్తారో లేదో తెలియదు. అందు వల్ల కిటికీ లోంచి క్రిందికి చూశాను. ఆయన కింద కారు దగ్గరకి నడవడం కనిపించింది. ఆ కారు కదిలాక, వరండాలోకి వెళ్లి 1021 రూమ్ ముందర నిలబడి బెల్ కొట్టాను.

నిమిషం తర్వాత తలుపు తెరుచుకుంది.

ఎదురుగా పదహారేళ్ల అమ్మాయి నిలుచుని ఉంది.

❖ ❖ ❖

కొంచెం సేపు ఎవ్వరం మాట్లాడ లేదు. ఒకరి మొహం ఒకరు చూసుకుంటూ నిలబడ్డాం. నన్ను ఆ సమయంలో అక్కడ అంత అర్ధరాత్రి ఊహించకపోవటంతో ఆ అమ్మాయి మోహంలో భయం స్పష్టంగా కనిపించింది.

"ఎ...ఎవరు కావాలి?" అంది.

"పోలీస్ స్టేషన్ నుంచి వస్తున్నాను" అన్నాను.

ఆ అమ్మాయి మొహంలో ఈసారి మరింత ప్రస్ఫుటంగా భయం కనిపించింది. చేతులు వణుకుతున్నాయి. ఇంకో క్షణం ఆగితే ఏడ్చేసేట్టు ఉంది. నాకు జాలి వేసింది.

"కంగారు పడకు. నువ్వెలా ఉన్నావో చూసి రమ్మని మా ఇన్‌స్పెక్టర్ గారు పంపారు" అన్నాను.

ఆ అమ్మాయి మాట్లాడలేదు.

"ఆయన రేపు పొద్దున్న వస్తానన్నారా?"

వస్తానన్నారన్నట్టు తల ఊపింది. మరో నాలుగైదు ప్రశ్నలు వేశాను. దేనికీ స్పష్టంగా సమాధానం చెప్పలేదు. ఈలోపు ఫోన్ మ్రోగింది. ఆ అమ్మాయి కన్నా ముందే నేను వెళ్లి ఫోన్ అందుకున్నాను.

"హలో..." ఆయన కంఠం.

రిసీవర్ ఆమెకి అందిస్తూ "నేను ఇక్కడ ఉన్నట్టు చెప్పకు" అన్నాను.

ఆ అమ్మాయి బెదురుతూ తల ఊపింది. ఫోన్‌లో ఆయన కంఠం స్పష్టంగా వినిపిస్తోంది. "ఏమీ భయం లేదు. హాయిగా నిద్రపో. రేపు పొద్దున్న నేను వస్తాను. అప్పుడు అన్ని విషయాలూ మాట్లాడుకుందాం"

"అలాగే" అని ఫోన్ పెట్టేసింది.

"ఊc. ఇప్పుడు చెప్పు. ఎవరు నువ్వు? నీ పేరేమిటి?"

"శ్రీ... శ్రీదేవి".

"మీ అమ్మ పేరు?"

"ఇందిర"

"ఆనందరావు నీకు ఏమవుతారు?"

ఆ అమ్మాయి మొహంలో ఆశ్చర్యం కనిపించింది. 'ఇది కూడా నీకు తెలియదా' అని ఆశ్చర్యమో, 'అదంతా పోలీస్ స్టేషన్‌లో చెప్పాను కదా' అన్న ఆశ్చర్యమో.

"మా నాన్నగారు" అంది.

నా మొహంలో మారే భావాలు కనిపించకుండా జాగ్రత్తపడి "అన్నలు, చెల్లెళ్ళు ఎవరైనా ఉన్నారా?" అని అడిగాను.

"ఎవరూ లేరు".

"నువ్వు ఒక్కత్తివే కూతురివా?"

"అవును"

"ఎక్కడుంటారు మీరు?"

"ఈ ఊరు కాదు. విజయనగరం"

"మీ నాన్నగారు ఏం చేస్తూ ఉంటారు?"

"తరళ ఫెర్టిలైజర్స్‌లో ఇన్‌స్పెక్టర్. ఎప్పుడూ ఊళ్ళు తిరుగుతూ ఉంటారు."

"ఓహో. అలాగా. మీ అమ్మగారు ఏం పని చేస్తూ ఉంటారు?"

"స్కూల్లో టీచరు."

"ఈ ఊరు ఎలా వచ్చావు? బ్రోతల్ కంపెనీలో ఎలా చేరావు?"

ఆ అమ్మాయి ఏడవటం మొదలు పెట్టింది. చాలాసేపటి వరకూ ఏడుస్తూనే ఉంది. నా పరిస్థితీ అలాగే ఉంది కానీ... కోపంతోనూ, ఎవరి మీదో తెలియని కసితోనూ దేహం కుతకుతా ఉడికిపోతూ ఉంది.

"నేను, మా అమ్మ, నాన్నగారు కాశ్మీర్ వెళ్ళాం" చెప్పటం ప్రారంభించింది.

"ఎప్పుడు?" తుపాకి గుండులా వచ్చింది నా నోటి నుంచి ప్రశ్న.

"మొన్న మార్చిలో..."

ఏదో మీటింగ్ ఉందని ఆయన మార్చి *10* నుండి *20* వరకూ కోయంబత్తూరు వెళ్లారు. ఇందుకే అన్నమాట.

"నెలకు ఎన్ని రోజులు ఉంటారు విజయనగరంలో?"

"ఎప్పుడూ క్యాంపులు తిరుగుతూ ఉంటారు. ఇంట్లో రెండు మూడు రోజులే ఉంటారు. అందుకే నాన్నకీ అమ్మకీ గొడవ అవుతూ ఉంటుంది."

"ఏమని?"

"నాన్నగారిని ఆ ఉద్యోగం మానేసి ఇంకేదైనా చూసుకోమంటుంది అమ్మ. నాన్నగారు వినరు. మొన్న కాశ్మీరులో ఇంకా పెద్ద గొడవైంది. మమ్మల్ని విజయనగరంలో దింపేసి వచ్చేశారు. అప్పటి నుంచి మళ్లీ రాలేదు. అమ్మేమో భోజనం కూడా మానేసింది. మొన్న ఒక రోజు కిరసనాయిల్ కూడా మీద పోసుకుంది. నాకేమో చాలా భయం వేసింది" అంటూ మళ్ళీ వెక్కి వెక్కి ఏడవటం ప్రారంభించింది.

"నీ చిన్నప్పటి నుంచీ మీ నాన్నగారు ఇంతేనా? అంటే ఇలా క్యాంపుల్లోనే తిరుగుతూ ఉండేవారా?"

ఆ అమ్మాయి తల ఊపింది.

"ఇంట్లో మీ ఇద్దరే ఉండేవారా?"

అవునన్నట్టూ తల ఊపింది.

"మరి మీ అమ్మ కిరసనాయిల్‌తో కాల్చుకోబోతే ఏం చేశావు? "

"నాన్నను బ్రతిమాలి తీసుకొస్తానని చెప్పాను. పోలీసు గారూ! మీరే చెప్పండి. ఒక్కళ్ళే ఎన్నేళ్లు ఇలా ఉండటం? నాన్నకేమో ఆ కంపెనీలో ఉద్యోగం మానేయటం ఇష్టం లేదు. అందుకని నేనే మా నాన్నగారు పనిచేసే ఆ కంపెనీ ప్రొప్రైటర్‌ని కలుసుకుని 'నాన్నగారిని వేరే డిపార్ట్‌మెంట్‌కి మార్చండి. లేకపోతే మా అమ్మ చచ్చిపోతుంది' అని చెబుదామనుకున్నాను".

"ఆ ప్రొప్రైటర్ దుర్మార్గుడూ, వంచకుడు అయితే?" పళ్ళు బిగపట్టి అన్నాను.

"అంత ఆలోచించలేదు. నాన్నగారిని తీసుకు వెళ్దామని వచ్చాను" అని ఆగి నెమ్మదిగా, "అమ్మ చాలా మంచిది. నాన్నగారిని వదిలి ఉండలేక దెబ్బలాడిందే తప్ప ఇప్పుడు ఎంతో బాధ పడుతోంది. నాన్న ఎప్పుడూ ఇంట్లో

లేకపోతే మాకు ఒంటరిగా ఉంటుంది. అయినా మరీ ఇంత కోపమా? నాలుగు నెలల నుంచి ఒక్కసారి కూడా రాలేదు. అందుకే నేను వచ్చాను"

"ఈ ఊరు ఎప్పుడు వచ్చావు?"

"సాయంత్రం రైలులో వచ్చాను. ఎక్కడికెళ్ళాలో తెలియలేదు. అంతలో ఎవరో కనపడి తనకి ఈ అడ్రస్ తెలుసునని తీసుకెళ్ళి..." ఆ పై పూర్తి చేయలేదు. మిగతాది అర్థమైంది. ఈ అమ్మాయి అదృష్టవంతురాలు. ఈ రాత్రి గాని రైడింగ్ జరగక పోయి ఉంటే... ఈ పువ్వు నిర్దాక్షిణ్యంగా నలిపి వేయబడి ఉండేది.

"పైకి మంచి వాడి లాగానే కనపడ్డాడు. బ్రోకర్ అనుకోలేదు" అంది.

"పైకి మంచివాళ్ళుగా కనపడే వాళ్లంతా మంచివాళ్లు కాదమ్మా. నీకు ఇంకా చాలా అనుభవం కావాలి. జ్ఞానం రావాలి. ఇంత వయసున్న నాకే ఆ అనుభవం లేదు" అంటూ లేచి నిలబడ్డాను.

"ఇక నువ్వు పడుకో. మీ నాన్నగారు రేపు పొద్దున్నే వస్తారు. అంతేకాదు. భవిష్యత్తులో ఈ ఇన్‌స్పెక్షన్‌లు అవీ ఉండవు కూడా. ఎక్కడికీ కదలకుండా ఇక మీతోనే ఉంటారు.."

"అంటే, మీరు ఇన్‌స్పెక్టర్‌గారితో చెప్పి నాన్నగారి సెక్షన్ మార్పిస్తారా?"

"సెక్షన్ కాదు. కంపెనీయే మార్పిస్తాను" కసిగా అని అక్కడినుంచివచ్చేశాను.

లిఫ్ట్‌లో దిగుతున్నంత సేపూ నా మనసు నా స్వాధీనంలో లేదు.

ఒక ఎరువుల కంపెనీ మేనేజింగ్ డైరెక్టర్‌గా ఆయన ఎక్కువ టూర్లు చేయడం గానీ, క్యాంపులకు వెళ్లడం గానీ అవసరం లేదు. కానీ ఆయన నెలకు ఒకసారి ఏదో ఒక పని మీద ఊరు ఎందుకు వెళ్తున్నారో ఇప్పుడు అర్థం అవుతోంది..!

కోయంబత్తూర్ అని చెప్పి భార్యా బిడ్డలతో కాశ్మీర్ వెళ్లడం, వచ్చాక, 'కోయంబత్తూర్ నుంచి తెచ్చినవి' అని సాహితి, సాకేతలకు బట్టలు ఇవ్వటం, ఆ తర్వాత మా ముగ్గురిని కూర్చోబెట్టి 'అక్కడి విశేషాలు' చెప్పటం... అదే నాకు అసహ్యంగా ఉంది.

ఒక మనిషి మీద కోపం వచ్చినా, ఇష్టం లేకపోయినా భరించవచ్చు. కానీ అసహ్యం వేస్తే కష్టం. ఆయనే గాని నేను 'ఫలానా ఆవిడని ఉంచుకున్నాను'

అని నాకు చెప్పి ఉంటే పరిస్థితి వేరే రకంగా ఉండేది. నేను ఆయన్నించి విడిపోయిన మరుక్షణం తరళ ఫెర్టిలైజర్స్ ఆయనకి ఉండదు.

అందుకోసమే ఆయన నాతో ఉన్నారా?

అసలు ఆ ఊహే భరించలేక పోయాను.

మాది చాలా 'అన్యోన్యమైన కాపురం' అని ఇంతకాలం అనుకుంటూ వచ్చాను. ఆయన నన్ను చాలా బాగా చూసుకుంటారు. కానీ నాతో బాటే ఇంకా ఎందర్ని 'బాగా' చూసుకుంటున్నాడో..? ఈ అమ్మాయి వయసు చూస్తుంటే, చాలా చిన్నపిల్లలా కనబడుతోంది. ఈ లెక్కన మా వివాహమైన ఏ ఆరేడు సంవత్సరాలకో ఆ విజయనగరం అమ్మాయితో పరిచయం ఏర్పడి ఉండాలి. ఆమెకు తను అవివాహితుడు అని ఈయన చెప్పి ఉండాలి.

ఎంత దారుణం!

ఇలాంటి ఆయనతోనా నేను ఇన్నాళ్లు కాపురం చేసింది...?

లిఫ్ట్ ఆగింది. రాత్రి మూడు దాటింది.

రిసెప్షన్ అంతా నిర్మానుష్యంగా ఉంది.

రిసెప్షనిస్టు పక్కనున్న మరో మనిషితో మాట్లాడుతున్నాడు. నేను రావడం వాళ్ళు చూడలేదు అనుకుంటాను.

"ముందు తండ్రీ కూతురూ వచ్చారు. తర్వాత తల్లి వచ్చింది. కొంచెంసేపటికి కొడుకు వచ్చాడు. గమ్మత్తుగా లేదూ? అరగంటలో ఒకరి తర్వాత ఒకరు రావడం..." అంటున్నాడు.

ఆ మాటలు పిడుగుపాటులా వినిపించాయి.

కొ... డు...కు..!

ఈ కొడుకు ఎవరు?

ఆ అమ్మాయి చెప్పిన మాటలు నాకు బాగా గుర్తున్నాయి. "మా అమ్మకి నేనొక్కదాన్నే... నేను మా అమ్మ ఇద్దరమే ఉంటాం".

మళ్లీ ఈ అబ్బాయి ఎవరో?

రిసెప్షన్ దగ్గరకు వచ్చి ఆ ప్రశ్నే అడిగాను.

"ఇప్పుడే వెళ్లారండీ మీ అబ్బాయి. ఎనీ ప్రాబ్లం?" అన్నాడు రిసెప్షనిస్ట్ మర్యాద నిండిన కంఠంతో.

నేను ఆగలేదు. వాళ్లు ఏమనుకుంటారని కూడా ఆలోచించలేదు. బయటకి పరిగెత్తాను.

విశాలమైన రిసెప్షన్ చివరి వరకూ పరిగెత్తి, అదే వేగంతో మెట్లు దిగాను. అదే సమయానికి ఆ అబ్బాయి తన జీపు రివర్స్ చేసుకుని కారిడార్ గుండా బయటికి తిప్పుతున్నాడు. అతడి మొహం మీద లైట్ల వెలుతురు స్పష్టంగా పడుతోంది.

నా గొంతులో నుంచి సన్నటి కేక... భయంగా, నమ్మశక్యం కానట్టుగా... కీచుగా ధ్వనించింది.

ఏ కోర్టు గానీ, ఏ నిపుణుడు గానీ తేల్చి చెప్పనవసరం లేదు. పాతిక సంవత్సరాల క్రితం మా ఆయన ఎలా ఉండేవారో... ఆయన రక్తం పంచుకు పుట్టినట్టు అచ్చుగుద్దినట్టు ఉన్నాడు అతడు.

4

"ఏం మేడం, బ్రతకాలని లేదా?" జీపు లోంచి తల బయటకు పెట్టి ఆ యువకుడు అడిగాడు.

నేను అతడి మాటలు పట్టించుకో లేదు. అతడి మొహం వైపే చూస్తున్నాను. మొత్తం అంతా ఆయన పోలికే.

జీప్ రాడ్ పట్టుకున్నాను. "లిఫ్ట్ కావాలా మేడం?" అని అడుగుతున్నాడు.

"బాబూ! మీ నాన్నగారి పేరు ఏమిటి?"

అర్ధరాత్రి దాటి మూడు గంటల సమయంలో, ఒక హోటల్ ఆవరణలో వెళ్తున్న జీపునాపి అలాంటి ప్రశ్న వేసినందుకు నన్ను పిచ్చిదాన్ని అని అతను అనుకుని ఉండవచ్చు గాక. కానీ నేను దేన్నీ లెక్క చేసే స్థితిలో లేను ఇప్పుడు.

"మీ నాన్నగారి పేరు ఏమిటి నాయనా?" అని అడిగాను.

అతడు నా వైపు చిత్రంగా చూస్తూ "మా నాన్నగారు మీకు తెలుసా?" అని అడిగాడు. నాకు ఏం సమాధానం చెప్పాలో తెలియలేదు.

"నిన్ను ఎక్కడో చూసినట్టు వుంటేనూ?."

"అసంభవం" ఇంగ్లీషులో అన్నాడు. కానీ అంతలోనే సర్దుకుంటూ "మీరు అమెరికాలో ఉన్నారా?" అని అడిగాడు.

"అంటే?"

"నేను నెల రోజుల క్రితమే అమెరికా నుంచి వచ్చాను."

"మీ నాన్నగారు?"

"నా చిన్నప్పుడే పోయారు. నేను, అమ్మ అంకుల్ దగ్గరే ఉంటున్నాం."

అతడు బహుశా నా వయసుకి గౌరవం ఇస్తూ చెప్తున్నాడు. లేకపోతే ఇంత ఓపిగ్గా సమాధానాలు ఇవ్వవలసిన అవసరం అతడికి లేదు.

"నీ చెల్లి?"

అతడు మొహం చిట్లించి, నన్ను ఒక పిచ్చి దానిలా చూశాడు. "చెల్లి ఎవరు?"

"పై రూమ్ లో ఉంది. శ్రీదేవి"

అతడి దృష్టి గూర్ఖా మీద పడింది. వాడిని పిలవబోతుంటే, "నేను పిచ్చిదాన్ని కాదు" అన్నాను.

"మీరు ఏం మాట్లాడుతున్నారో నాకు అర్థం కాలేదు. శ్రీదేవి గానీ, భానుప్రియ గానీ ఎవరూ నాకు తెలీదు. నేను ఈ హోటల్లో 10 రోజుల నుంచీ ఉంటున్నాను. రాత్రి రావలసిన ఫ్లైట్ ఆలస్యం అయింది. అందుకే విమానాశ్రయానికి వెళుతున్నాను. అందులోనే అమ్మ అమెరికా నుంచి వస్తోంది. నా పేరు గోపీచంద్. అమ్మ పేరు భాగ్యేశ్వరీ దేవి. మా నాన్నగారు చిన్నప్పుడే పోయారు. అమ్మకి నేనొక్కడినే సంతానం" నన్ను వదిలించుకోవడానికా అన్నట్టు గడగడా చెప్పాడు. ఆ తర్వాత మరి నేను మాట్లాడడానికి వీలు లేకుండా, గేరు మార్చి జీపు ముందుకు పోనివ్వ బోయాడు.

"మీ నాన్నగారి పేరు?"

"ఆనందరావు."

ముందుకు తూలి పోకుండా అతి కష్టం మీద నిభాయించుకుంటూ ఆఖరి ప్రశ్న అడిగాను. "మీ ఇంటి పేరు? అదే మీ నాన్న గారి ఇంటి పేరు?"

"అయినంపూడి" జీపు శబ్దంలో అతడి మాటలు కలిసిపోయాయి.

అయినంపూడి ఆనందరావు..! భూమి విచ్చుకున్నట్లు అనిపించింది. ప్రపంచం అంతా గిర్రున తిరిగిపోతోంది. క్రింద పడకుండా పట్టుకున్నాను.

మా ఆయన పూర్తి పేరు అది.

❖　　　❖　　　❖

కారు ఎలా నడుపుతున్నానో నాకే తెలియదు. గుండెల్లో అగ్నిపర్వతాలు బ్రద్దలు అవుతున్నాయి.

గోపీచంద్ ఆయన కొడుకు..! ఎవరు కాదన్నా ఇది రక్తం (పోలిక) చెప్పే నిజం...!

నా తల పగిలిపోతోంది. కూతురి విషయం తెలిసిన అరగంటలోనే మరింత నాటకీయంగా కొడుకు విషయం తెలిసినా దాన్ని నేను నమ్మలేక పోదును. అంతా కల అనుకుందామంటే... పోలిక?

ఒకపక్క శ్రీదేవి, మరొకపక్క గోపీచంద్..! నా ఇద్దరి సవతులకు పుట్టిన ఇద్దరు బిడ్డలు.

అందులో ఒక సవతి, వాళ్ళ ఆయన చనిపోయాడనుకుని కొడుకుని తీసుకుని అమెరికా వెళ్ళిపోయింది..!

మరొక ఆమె తన భర్త కంపెనీ పన్ల మీద టూర్లు తిరుగుతున్నాడు అనుకుని సంతృప్తి పడుతోంది..!

ఇదంతా నిజమా? కలా?

కలే... అవును. కలే..!

నాకు బిగ్గరగా నవ్వొచ్చింది. కలలో ఎంత భయపడ్డాను..! నిన్న రాత్రి ఆయన ఆయన తాగిన పాల గ్లాసు ఫోన్ ప్రక్కనే పెట్టి అలాగే నిద్రపోయాను.. ఆ నిద్రలో ఈ కల. ఆయనకి ఫోన్ రావడం, నేను బయలుదేరడం, ఒక కూతురు, ఆపై ఒక కొడుకు వెంట వెంటనే తగలటం... భలే కల. నేను నవ్వుతూనే కారు నడుపుతున్నాను. అంతలో ఒక కుక్క అడ్డుగా రావటంతో బ్రేక్ వేసి ముందుకు తూలాను. కల చెదిరినట్లు అనిపించింది. అయినా కూడా నేను కార్లోనే ఉన్నాను.

పాల వ్యాను నా పక్క నుంచే వెళ్ళింది.

కాబట్టి ఇది కల కాదు. 'కల' అయితే బాగుండు అనుకున్న నా ఆలోచన.

శ్రీదేవి... గోపీచంద్.

ఇందిర... భాగ్యేశ్వరి.

ఇంతకాలం నేను ప్రత్యక్ష దైవం అని నమ్మిన చెట్టు తాలూకు కొమ్మలూ, ఫలాలు..!

అదే నిజమైతే ఆ వృక్షాన్ని మొదలు అంతా నరికేసి, నేను ఆహుతి అవ్వడం ఖాయం. నేను ఎలాంటి దానినో మీకు ముందే చెప్పాను. ఇదే సంఘటన మీకు ఎదురైతే బహుశా మీరు ఊరుకుంటారేమో. 'ఆయనకేం మగమహారాజు' అనో, 'అమ్మో! ఆయనకు ఏమైనా అయితే నా మంగళసూత్రం ఏమవుతుందో' అని ఆత్మవంచన చేసుకుంటారేమో కదూ. నేను చేసుకోను.

ఒక మగవాడు తాను బ్రతికి ఉండి చనిపోయినట్టు నాటకం ఆడి ఒక స్త్రీని పరాయి దేశాలకు పంపిస్తే...

ఒక పురుషుడు తను వివాహితుడు అయ్యుండి వివాహం కాలేదని అబద్ధం చెప్పి మరో స్త్రీని పెళ్లాడితే...

అతడు నా భర్తే అయినా అతడిని వదిలిపెట్టను.

చంపేస్తాను.

5

నేను వెళ్లేసరికి ఇల్లంతా లైట్లు వేసి ఉన్నాయి. కారు శబ్దం విని ఆయన కంగారుగా పోర్టికోలోకి వస్తూ "ఎక్కడికి వెళ్లావు! మేమంతా ఎంత గాబరా పడుతున్నామో తెలుసా?" అన్నారు.

ఆయన వైపు కన్నార్పకుండా చూశాను. నా భర్త ఇంతటి గొప్ప నటుడు అనుకోలేదు. శ్రీరాముడు నెమలి పింఛం ధరించినట్టు ఉన్నాడు. మాట్లాడకుండా లోపలికి నడిచాను. సాహితి కూడా మెలకువగానే ఉన్నది కానీ ఏమీ అడగలేదు.

మేమిద్దరం మా గది లోకి వెళ్ళాము.

"ఎక్కడికి వెళ్లావు?" మళ్లీ అడిగారు ఆయన.

"నా బాయ్ ఫ్రెండ్ దగ్గరికి."

ఆయన నవ్వడానికి శుష్క ప్రయత్నం చేసి, “మరేమిటి ఇంత తొందరగా వచ్చేశావు?” అని అడిగారు.

“హోటల్లో గది తీసుకోవటానికి ఇద్దరం వెళ్లాం. అక్కడ పాత స్నేహితురాలు కనబడింది. ఆమె సాయం చేసింది. ఇప్పటి వరకూ అక్కడే ఉన్నాను. ఆవిడ పేరు ఏమిటి అని అడగరేం?”

“ఏమిటి?”

“ఇందిర. ఏ ఊరు నుంచి వచ్చిందని అడగరేం?”

“చెప్పు” అన్నారు. నేను స్నేహితురాలు అనేసరికి ఆత్రుత తగ్గిపోయింది.

“విజయనగరం” ఆయన మొహంలో భావాలు గమనిస్తూ అన్నాను. అయితే ఆయనలో ఏ మార్పు లేదు. నా ఒళ్ళు భగ భగా మండుతోంది. “ఇందిర కూతురు శ్రీదేవి కూడా వచ్చింది” అన్నాను కొసమెరుపుగా.

అయినా కూడా ఆయన మొహంలో ఏ మార్పూ లేదు.

“ఇంతకీ నేను వెళ్ళింది ఏ హోటల్‌కి అని అడగరేం?”

“ఏ హోటల్‌కి?”

“బంజారా”

అప్పుడు కనిపించింది ఆయన మొహంలో మార్పు. లోపల నుంచి ఏదో తన్నుకు వచ్చినట్టు ఒక్కసారిగా ఆయన మొహం మారిపోయింది.

“నువ్వు... నువ్వు బంజారాకి వచ్చావా?” అని అడిగారు.

“వెళ్ళావా అని అడగకుండా ‘వచ్చావా’ అని అడుగుతారు ఏమిటి? మీరు కూడా అక్కడికి వచ్చారా?” ఓరగా చూస్తూ అన్నాను.

ఆయన సమాధానం చెప్పలేదు. లేచి పచార్లు చేయటం మొదలుపెట్టారు. ఆయన మొహం కందగడ్డలా ఎర్రగా మారింది.

“ఇంకో అరగంటలో భాగ్యేశ్వరి దేవి కూడా మన దేశం వస్తోంది” తూచి తూచి నెమ్మదిగా అన్నాను. ఆయన పచార్లు ఆగిపోయాయి.

“భాగ్యేశ్వరా?” అన్నారు మొహం చిట్లించి.

“ఏం? ఆవిడ కూడా మీకు తెలుసా? వాళ్ళ ఆయన పేరు కూడా ఆనందరావే అట. పాపం. పెళ్లి అవగానే ఆయన పోయారట. వాళ్ళ అబ్బాయి పేరు గోపీచంద్.”

ఆయన అంత వేగంగా కదలగలరని నేను కలలో కూడా అనుకోలేదు. ఊహించని వేగంతో వచ్చి నా రెక్క పట్టుకుని "ఏమన్నావ్? గోపీచందా?" అని అరిచారు. ఆయన కంఠం కీచుగా ధ్వనించింది.

సరిగ్గా ఎక్కడ దొరకాలి అనుకున్నానో అక్కడ దొరికారు.

"ఏం? మీకు గోపీచంద్ తెలుసా?"

"ఎక్కడున్నాడు? గోపి ఎక్కడ ఉన్నాడు?" ఆయన ఆవేశంగా అడిగారు.

"వాళ్ళ అమ్మగారు ఈరోజు అమెరికా నుంచి ఈ తెల్లవారుజామున వస్తున్నారు. అందుకు ఎయిర్ పోర్టుకు వెళ్తున్నాడు. గమ్మత్తేమిటంటే వాళ్ళ ఇంటి పేరు కూడా మన ఇంటి పేరే...?"

ఆయన నా మాటలు వినటం లేదు. మళ్లీ షర్టు వేసుకున్నారు. ఎక్కడికని అడిగాను.

"ఎయిర్ పోర్ట్‌కి"

"నేనూ వస్తాను"

"ఏమిటీ?" అన్నారు అర్థం కానట్టు.

నాలో అప్పటి వరకూ అణిగి ఉన్న ఆక్రోశం, రోషం కట్టలు తెంచుకున్నాయి.

"నేనూ ఎయిర్ పోర్టుకి వస్తాను అంటున్నాను. ఏం! తప్పా? మీ మొదటి భార్యని చూసే హక్కు నాకు లేదా? మీరు పోయారు అనుకుంటోందట. బ్రతికి ఉన్నట్టు మీ అబ్బాయికి నేనూ చెప్పలేదు. కాస్త ఎర్ర రంగు దొరికితే వెంటనే చూపుడు వేలితో అక్కడే ఆవిడ నుదిటి మీద దిద్దుదురు గాని. నేనూ ఆ దృశ్యాన్ని చూద్దామనే వస్తున్నాను. అట్నుంచి అటే మీ కూతుర్ని తీసుకుని విజయనగరం కూడా వెళ్దాం. పాపం అక్కడున్నావిడకి మీ మొదటి ఇద్దరి భార్యల సంగతి తెలిసి ఉండదు. ముగ్గురు భార్యలు... నలుగురు పిల్లలు... అంతా కలిసి హాయిగా ఉండొచ్చు. మీ పెద్ద కొడుకు చాలా స్మార్ట్‌గా ఉన్నాడు. అచ్చు గుద్దినట్లు మీ పోలికే. మరి మీ గుణాలు వచ్చినయ్యో లేదో తెలీదు. రాకూడదని మాత్రం భగవంతుణ్ణి ప్రార్థిస్తున్నాను. మనమిక బయలు దేరదామా? భాగ్యేశ్వరి, ఇందిరా ఎదురుచూస్తూ ఉంటారు..."

ఆయన మాట్లాడలేదు.

దగ్గరకి వచ్చి లాగి బలంగా చెంప మీద కొట్టబోయి, ఆపుకుని తిరిగి వెళ్ళిపోయారు.

కారు వేగంగా వెళుతోంది. ఆయన మౌనంగా డ్రైవ్ చేస్తున్నారు. నా ఆవేశం ఇంకా తగ్గలేదు. ఆయన్ని దులిపేద్దాం అనుకున్నాను. కానీ ఎందుకో అలా జరగలేదు. నా బలహీనత మీద నాకే కోపం వచ్చింది. పెళ్లి అవక ముందు చాలా అహంభావం ఉండేది. వయసుతో పాటు తగ్గిపోయింది. ఒకప్పుడు అయితే, అప్పటికప్పుడు లాయర్ మా ఇంటికి వచ్చి విడాకుల నోటీసు తయారు చేస్తూ ఉండేవాడు.

కేవలం ఆర్థిక బలహీనతల వల్లనే స్త్రీ పురుషుడి మీద ఆధారపడుతుందని చాలామంది అంటారు. కానీ అది అన్ని విషయాల్లోనూ నిజం కాదు. తరళా ఫైనాన్స్‌కి సంబంధించిన అన్ని కంపెనీలూ నావే. అయినా నేను వెంటనే ఏ చర్యా తీసుకోలేక పోయాను. ఈయన నుంచి రాత్రికి రాత్రి వేరు కాలేకపోయాను.

భర్తలో దుర్గుణాలను సహించడం భార్యకి దేవుడిచ్చిన వరమా? శాపమా?

నేను మాత్రం అందరి ఆడవాళ్ళ లాంటి దాన్ని కాదని నా నమ్మకం. అరగంట వ్యవధిలో భర్త తాలూకు ఇద్దరు భార్యల సంగతి, వాళ్ళ సంతతి సంగతి, ముఖ్యంగా... ముగ్గురి దగ్గరా ఒకళ్ళకి తెలియకుండా ఒకరితో ఆడుతున్న భర్త నాటకం సంగతి బయట పడితే, నాలా ఇంత నిబ్బరంగా మాత్రం చాలా మంది ఉండలేరు.

కారు బేగంపేట విమానాశ్రయం దగ్గర ఆగింది. అంతా నిర్మానుష్యంగా ఉంది. ఇద్దరం గేటు దగ్గరికి వెళ్ళాము. అక్కడ ఎవరూ లేరు. ప్రయాణికుల కోసం ఎదురుచూసే వారు కూడా ఎవరూ లేరు.

ఇంతలో ఒక సెక్యూరిటీ మనిషి మా దగ్గరకు వచ్చి "ఏం కావాలి?" అని అడిగాడు.

"అమెరికా నుంచి ఏదైనా ఫ్లైట్ వస్తుందా?" అని అడిగారు ఆయన ఇంగ్లీషులో.

"అమెరికా నుంచి విమానాలు హైదరాబాదు రావు" వ్యంగ్యంగా అన్నాడా అధికారి.

"ఐ....మీన్ బొంబాయి నుంచి గాని, ఢిల్లీ నుంచి గాని ఏదైనా ఫ్లైట్ ఆలస్యం అయిందా?"

"లేదు" ముక్తసరిగా, ఇక వెళ్ళండి అన్నట్టు అన్నాడు.

ఆయన నా వైపు చూశారు. నేను తెల్లబోయాను. ఆ యువకుడి మాటలు ఇంకా నా చెవుల్లో మార్మోగుతున్నాయి.

"ఏమని చెప్పాడు అతడు?" కార్లో వెళ్తూ ఉంటే ఆయన అడిగారు. నేను జవాబు చెప్పలేదు. తప్పు చేసింది ఆయన. తప్పు చేసినట్టు అవమానంతో తలదించుకుని సంజాయిషీ చెప్పాల్సింది ఆయన. నన్ను ప్రశ్నలు అడిగే హక్కు ఆయనకు లేదు.

"ఎక్కడికి వెళ్తున్నాము మనం?" అడిగాను.

"బంజారాకి"

"చిన్న కూతుర్ని చూడడానికా?" అందాం అనుకుని ఊరుకున్నాను.

సూటిపోటి మాటలు అనటం, ఏడవటం, సాధించటం... చివరికి మనసుకు సర్ది చెప్పుకుని కలిసి సంసారం చేయడం... ఇవన్నీ మామూలు గృహిణులు చేసే పని. తరళ చేయదు. నేనేం చేయాలో అప్పటికే నిశ్చయించు కున్నాను. ఈయన నా భర్త అయినా సరే, భాగ్యేశ్వరిని కలుసుకుంటాను. ఆవిడ ఏ పరిస్థితుల్లో ఈయన చనిపోయాడని అనుకుందో తెలుసుకుంటాను. అక్కడ తప్పించుకున్నా, ఇందిర విషయంలో తప్పించుకోలేడు. చీటింగ్‌కి శిక్ష ఏమిటో ప్రబంధ్‌ని అడగాలి.

ఆయన కారు నడుపుతూ... "గోపీ నిన్ను హోటల్‌లోనే కలిశాడు కదూ" అడిగారు.

"అవును. ఈ హోటల్లోనే తనూ దిగాడు" అన్నాను. అతడిని కలుసుకోవాలని నాకూ తొందరగా ఉంది. ఎయిర్‌పోర్టుకే అని చెప్పాడు. నాకు బాగా జ్ఞాపకం. ఎందుకు అలా చెప్పాడో తెలుసుకోవాలి..! ఈయన వ్యవహారం చూస్తుంటే ఈ గోపి అనే పేరు సుపరిచితంలా ఉంది.

కారు హోటల్ ముందు ఆగింది.

ఇద్దరం దిగి లోపలికి వెళ్ళాము. ఆయన రిసెప్షన్ దగ్గరికి వెళ్లి "గోపీచంద్ రూమ్ ఎంత?" అని అడిగారు.

వెనుక బోర్డు పరిశీలించి చూసి, "గోపీచందా? అటువంటి పేరు గల వారు ఎవరూ లేరే" అన్నాడు రిసెప్షనిస్టు.

ఆయన మొహం వాడిపోయింది. "మరొకసారి చూడండి" అన్నారు.

అతడు మళ్ళీ చూసి "లేదు సర్" అన్నాడు.

మేము వెనుదిరగబోతుంటే అన్నాను "ఒక్కసారి పైకి వెళ్దాం"

"ఎందుకు?"

"మీకు అంతా తెలుసు. మళ్లీ 'ఎందుకు' అని తెలియనట్టు అడుగుతున్నారు. ఆ అమ్మాయి ఇక్కడ ఎందుకు? మనతో పాటు తీసుకువెళ్దాం అనుకుంటున్నాను."

ఆయన మాట్లాడలేదు. మౌనంగా లిఫ్ట్ వైపు నడిచారు. ఆయన మౌనం మరింత బాధ పెట్టింది. లిఫ్ట్‌లో ఇద్దరమే ఉన్నాము. "మీకు చీమ కుట్టినట్టైనా లేదా?" అన్నాను.

"దేనికి తరళా?"

"దేనికి అని అడుగుతున్నారా? మీరు అసలు మనుషులేనా? రెండు వేరువేరు ఊళ్ళలో రెండు కాపురాలు పెట్టడానికి, అసలు ఇంకో పెళ్ళామే లేదని చెప్పటానికీ మీకు సిగ్గు లేదూ?"

"నువ్వు అనుకున్నట్టు నాకు రెండో సంసారం ఏదీ లేదు."

"మరి పైనున్న అమ్మాయి ఎవరో! మూడో భార్య కూతురు కాదా?"

ఆయన మాట్లాడలేదు.

"ఆ సంగతి అలా ఉంచండి. భాగ్యేశ్వరికి మీరు బ్రతికి ఉన్నట్టు తెలుసా?"

"నాకే భాగ్యేశ్వరీ తెలీదు తరళా. నన్ను నమ్ము."

"తెలియకుండానే మీ ముక్కు నుంచి పడ్డట్టు ఊడిపడ్డాడా మీ కొడుకు?"

మౌనం.

"నాకు సమాధానం కావాలి"

"నన్ను విసిగించకు తరళా. నా మనసేం బాగోలేదు"

"ఎందుకు బాగుంటుంది? ముగ్గురు ఆడవాళ్లు కలవబోయే సమయం దగ్గర పడుతుంటే అసలు బాగుండదు"

"నువ్వేం మాట్లాడుతున్నావో నాకు అర్థం కావటం లేదు"

"అంటే మీకే ఇతర స్త్రీతోనూ సంబంధం లేదా?"

లిఫ్ట్ ఆగింది. ఆయన బయటకు అడుగుపెట్టి రమ్మన్నట్టు చూశారు. నేను కదల్లేదు. "నా తల మీద చెయ్యి పెట్టి చెప్పండి. నేను తప్ప మీకు ఇంక ఎవరితోనూ పరిచయం లేదని చెప్పండి"

ఆయన నా దగ్గరకి వచ్చి, నన్ను బయటకు లాగారు. వెనుక లిఫ్ట్ తలుపులు మూసుకు పోయాయి. ఆయన చేతుల్లో గింజుకుంటూ "నాకు సమాధానం కావాలి. సమాధానం కావాలి" అని హిస్టీరిక్‌గా అరవసాగాను.

"ఇది పబ్లిక్ ప్లేస్ తరళా. గొడవ చేయకు"

"పబ్లిక్కా? అవును. మీరు ప్రైవేటుగా చేసిన వ్యవహారాలు పబ్లిక్‌లోకి రావటం మీకు ఇష్టం లేదు కదూ"

"నోర్ముయ్. నేనేం చేయలేదు"

"లేదా. ఒట్టేసి చెప్పండి మీకేం సంబంధం లేదని చెప్పండి."

ఆయన నా దగ్గరకి వచ్చి తల మీద చెయ్యి వేయబోయి ఆగారు. ఆయన ఆగటం చూసి తల ఎత్తాను. ఆయన కళ్ళు దించుకుని "లేదు" అన్నారు. ఆయన కంఠం నూతి లోంచి వచ్చినట్టుంది.

"లేదట లేదు"

పిచ్చెక్కినట్టు అరిచాను. నా అరుపుకి ఆ కారిడార్ ప్రతిధ్వనించింది.

"ఒకరితో కాదు. ఇద్దరితో కాదు... ముగ్గురితో.." ఆయన నా మాటలు వినకుండా కూతురి గదిలోకి వెళ్లారు. నాకు ఆ పదో అంతస్తు మీద నుంచి దూకేద్దాం అనిపించింది. కళ్ళు తిరిగి పడిపోకుండా స్తంభాన్ని పట్టుకున్నాను.

ఇంతలో ఆయన గదిలోంచి బయటకు వచ్చారు. ఆయన మొహం పాలిపోయింది. నన్ను పట్టుకుని కిందకు ఎలా తీసుకొచ్చారో, రిసెప్షన్ వరకూ ఎలా నడిచానో నాకే తెలీదు.

"మూడు నాలుగు గంటల క్రితం నా కూతుర్ని ఇక్కడ రూమ్ తీసుకుని వదిలి వెళ్లాను. ఏమైంది?" అని అడిగారు.

నేను మాటిమాటికి రావడం, వెళ్లడం ఈ నాటకం అంతా చూస్తూనే ఉన్నాడు ఆ రిసెప్షనిస్టు. వెనుక బోర్డు వైపు కూడా చూడకుండానే "మిస్ దేవిక?" అని అడిగాడు.

"ఎస్..."

"అరగంట క్రితమే ఖాళీ చేసి వెళ్ళిపోయారు సర్" అన్నాడు. ఆయన పిడికిళ్లు బిగుసుకున్నాయి. ఖా...ళీ... చే...సిం...దా...? అంటూ అయోమయంగా నా వైపు చూశారు.

నా చుట్టూ ఏం జరుగుతుందో నాకు అర్థం కావటం లేదు. ఒక పెద్ద మలుపు... మా ఆయన ఊహించనిది జరుగుతూ ఉందనీ, గతంలో చేసిన దానికి ఆయన మానసికంగా ఫలితం అనుభవిస్తున్నారని మాత్రం తెలుస్తోంది.

మరి ఏ పాపమూ చేయని నాకెందుకీ శిక్ష?

నేను హోటల్ నుంచి ఇంటికి వెళ్లి, ఆ తర్వాత ఆయనతో కలిసి ఎయిర్‌పోర్టుకు వెళ్లి, తిరిగి ఇక్కడికి వచ్చే లోపల శ్రీదేవి మాయమైంది. అంటే ఈయనకి ఈ విషయంలో ఎవరో తోడ్పడి ఉంటారు.

ఇంకెవరు? ఇన్‌స్పెక్టర్ సత్యనారాయణ అయి ఉంటాడు. వీళ్లంతా కలిసికట్టుగా ఈ కేసు మాఫీ చేయడానికి ప్రయత్నిస్తున్నారన్న విషయం అర్థరాత్రి మా ఇంటికి ఫోన్ వచ్చినప్పుడే అర్థమైంది.

మొదట ఫోన్ రాగానే, పోలీస్ స్టేషన్‌కి వెళ్లి అక్కడి నుంచి తన కూతుర్ని తీసుకెళ్లి హోటల్లో పెట్టారు. తర్వాత ఇంటికి వెళ్లారు. అప్పటికి నేను ఇంట్లో లేకపోవడంతో కంగారు పడి ఉంటారు.

తార్కికంగా ఆలోచిస్తే, జరిగిందేమిటో ఇప్పుడు నాకు క్రమక్రమంగా బోధ పడుతోంది.

అర్ధరాత్రి ఆయన ఇంటికి వచ్చేసరికి నేను లేకపోవడంతో పోలీస్ స్టేషన్‌కి ఫోన్ చేసి ఉంటారు. నేను తనకి ఫోన్ చేసి అసలు విషయం అంతా కూపీ లాగిన సంగతి అక్కడ సత్యనారాయణ ఆయనకు చెప్పి ఉంటాడు. ఈయన బెంబేలెత్తి పోయి ఉంటాడు. మా ఇంటి ముందు గూర్ఖా, నేను కారు తీసుకుని బయలుదేరిన సంగతి చెప్పి ఉంటాడు.

నేను హోటల్‌కి బయలుదేరిన సంగతి ఆ విధంగా తెలిసిపోయి ఉంటుంది..!

నేను ఇంటికి రాగానే నిలదీస్తానని ఆయన ఊహించి ఉంటారు. ఇన్‌స్పెక్టర్ సహాయంతో ముందు శ్రీదేవిని మాయం చేసి, ఆ సాక్ష్యం దొరక్కుండా తప్పించుకున్నాడు.

కానీ గోపీచంద్ నన్ను కలుస్తాడని వీళ్ళు కలలో కూడా ఊహించి ఉండరు.

అందుకే శ్రీదేవి పేరు చెప్పినప్పుడు ఈయన మొహం నిబ్బరంగా ఉంది. గోపీచంద్, భాగ్యేశ్వరిల పేర్లు చెప్పగానే కంగారు పడ్డారు.

ఇప్పుడు ఇక నాకర్థం కాని విషయం ఒకటే.

విమానాశ్రయానికి అని చెప్పిన గోపీచంద్ ఎలా మాయమయ్యాడు.?

ఆ కుర్రవాడు కనబడితే, ఈయన బండారం అంతా అక్కడే బయటపడి ఉండిపోవును.

కానీ నేరస్థులని అంత తొందరగా బయట పడేస్తే, ఆ దేవుడికి జగన్నాటక సూత్రధారి అని పేరు ఎందుకు ఉంటుంది?

ఇక నేను ఏమీ ఆలోచించలేను. ఆ హోటల్లో వాళ్ళ ముందు ఈయనతో గొడవ అనవసరం. నేను చేయవలసినది ఏమిటో ముందే నిర్ణయించుకున్నాను. అందుకని బయటకు నడవబోయాను.

ఆయన నాతోపాటు రాలేదు. రిసెప్షనిస్టునే, "అమ్మాయిని ఎవరైనా తీసుకెళ్ళారా? ఒక్కతే వెళ్ళిపోయిందా?" అని అడిగారు.

"ఖాళీ చేస్తున్నట్టు చెప్పమన్నారండీ! ఇప్పుడే కదా తీసుకున్నారు అన్నాను కూడా. కానీ..." అతడు ఇంకా చెప్తూనే ఉన్నాడు. నా దృష్టి ఆమె గది తాలూకు బిల్ మీద పడింది.

విద్యుద్ఘాతం తగిలినట్టు అయింది.

'దేవిక' అని ఉంది దాని మీద.

సొంత కూతురి పేరు కూడా మార్చి ఆయన హోటల్లో రూమ్ తీసుకున్నారు.

రేపు పొద్దున్న ఏదైనా గొడవ జరిగితే, 'శ్రీదేవి అన్న పేరే వినలేదు' అనటానికి.

ఇంతకన్నా నికృష్టత వేరే ఉంటుందా?

ఈయన నా భర్త!

ఈయనతోనే నేను పాతిక సంవత్సరాలు కాపురం చేసింది.

ఇప్పుడు విడాకులు తీసుకోవాలని అనుకుంటున్నది.

ప్రబంధ్ సాయంతో.

6

మేము ఇంటికి వెళ్లేసరికి పాలు వచ్చే వేళయింది. ఆయన చాలా గంభీరంగా ఉన్నారు. తేలు కుట్టిన ఘరానా దొంగ పోలీసులకు దొరికాక ఈ విధమైన గాంభీర్యాన్నే చూపిస్తాడు.

సాహితీ, సాకేతలు బిక్క మొహం వేసుకుని ఉన్నారు. వాళ్లకి ఊహ తెలిసిన తర్వాత మేము అలా ప్రవర్తించడం ఇదే మొదటిసారి. ఏ మాటకు ఆ మాటే చెప్పుకోవాలి. నేను ఎప్పుడైనా దెబ్బలాడినా, కోపం వచ్చి అలిగినా, ఆయనే బ్రతిమాలి మంచి చేసుకునేవారు. ఇప్పుడు అర్థం అవుతోంది. ఆ మంచితనం వెనుక ఏముందో.

నా ఆస్తి!

కావలసిన సుఖాలు బయట దొరుకుతున్నప్పుడు ఇంట్లో భర్త ఎంత నమ్రతగానైనా ప్రవర్తిస్తాడు.

మా పెళ్లయిన కొత్తలో ఈయన బాగా తాగేవారు. పేకాడి, రాత్రి ఏ రెండింటికో చేరుకునేవారు. దాదాపు సంవత్సరం నరకం అనుభవించాను. ఆ రోజులు తలుచుకుంటేనే భయం వేస్తుంది. "పేకాట మానేయండి. ఆస్తి వ్యవహారాలు చూసుకోండి" అని ఈయన చేతులు పట్టుకుని బ్రతిమాలేదాన్ని. వినేవారు కాదు. "మీరు చేసిన ద్రోహానికి ఇంతకంటే నరకం అనుభవించాలి" అనేవారు. ఏమిటి మేము చేసిన ద్రోహం? గాలికి తిరిగే వాడిని తీసుకొచ్చి ఇంత ఆస్తినీ, కూతుర్నీ అప్పచెప్పటమేనా? అర్హత లేని వాడిని అందలం ఎక్కించడమేనా?

మీకు అనిపిస్తూ ఉండవచ్చు. ఏమిటి ఈవిడ భర్త గురించి ఇలా చెబుతోంది అని..! నిజమే. ఇన్నాళ్ళూ నేను ఒక్క మాట అనలేదు. పెళ్లయిన కొత్తలో ఆయన పెట్టిన బాధలకి ఒక్కసారి కూడా నోరు విప్పలేదు. ఆఖరికి... ఆఖరికి.. నాన్న చనిపోయినప్పుడు కూడా నాలో నేనే కుమిలి పోయాను తప్ప ఈయన్ని ఏమీ అనలేదు.

కేవలం ఈయనను ప్రేమించిన నేరానికి, ప్రపంచాన్ని ఎదిరించి నాన్నని ఒప్పించి ఈయనను చేసుకున్న పాపానికి, ఈయన ఎలాంటి వారైనా ఏ పని చేసినా భరించవలసి వచ్చింది.

ప్రేమ కన్నా ఘోరమైన తప్పు మరొకటి ఉండదని నా ఉద్దేశం. ఆ తప్పే నేనూ చేశాను. ఈయన కోసం అర్ధరాత్రి గోదావరిలో దూకేటంతగా ప్రేమించడం.

అంతేకాదు. ఇంకో ఉదాహరణ కూడా చెబుతాను.

పెళ్లయిన కొత్తలో, ఇంటిని అసలు పట్టించుకోకుండా ఈయన తిరిగేవారు. నా సహనానికి కూడా ఒక హద్దు ఉంది. ఒక రోజు నిలదీశాను. అప్పటికి మా వివాహమై ఆరు నెలలు గడిచాయి. నాకు ఆరో నెల. ఒక అచ్చట ముచ్చట లేదు. ఇంట్లో నిండు గర్భిణీ ఉందని కూడా లెక్కలేదు. మామూలుగా తాగుడికీ, ఆ తర్వాత పేకాటకీ బయలు దేరారు. "మీరు అర్ధరాత్రి ఇంటికి వస్తే ఏం చేయాలి నేను? అసలు ఇంట్లో భార్య అనేది ఒకర్తి ఉందనైనా మీకు గుర్తుందా?" అడిగాను ఏడుస్తూ.

"గుర్తు ఉండకుండా ఉండాలనే" అన్నారు.

నాకు ఒళ్ళు మండిపోయింది. "మీరు క్లబ్బుల్లోనే కాపురం చేస్తే ఇంట్లో నేనేం చేయాలి?" అని అడిగాను.

"కావాల్సింది ఎలాగైనా సాధించడం నీకు అలవాటేగా. గోడ మీద నా పేరు రాసుకొని చూస్తూ సంతృప్తి పడు" అనేసి వెళ్లిపోయారు. నిశ్చేష్టురాలిని అయ్యాను. నేను తనను ఎంతగా ప్రేమిస్తున్నానో ఆయనకు ఎలా చెప్పటం?

ఆయన ఆరోజు ఇంటికి వచ్చేసరికి రాత్రి రెండు అయింది. తూలుతూ వచ్చారు. నేనేం చేశానో తెలుసా? గోడల మీద ఆయన చెప్పినట్టు పేర్లు రాశాను. బాత్రూంలో మొదలుపెట్టి బెడ్ రూమ్, డ్రాయింగ్ రూమ్, వంటిల్లు మొత్తం ఇంటి గోడల నిండా ఆయన పేరు రాశాను. ఒకటి కాదు. రెండు కాదు. వందలు... వేలు.

ఇదంతా మీకు పిచ్చి గానూ, వెర్రి గానూ కనిపిస్తే అది మీ లోపమే. ఇంత గాఢంగా ప్రేమించడం చేతకాకపోతే మీరు ప్రేమించడానికి అనర్హులు..! మిమ్మల్ని ఇంత గాఢంగా ప్రేమించే వాళ్ళు లేకపోతే మీరు జీవించటానికి అనర్హులు..!

అంత గాఢంగా ఆయన్ని ప్రేమించాను. ఈ క్షణం వరకూ ప్రేమిస్తూ వచ్చాను.

నిండు కడుపుతో, రాత్రి రెండింటికి ఆరుబయట చలిలో మెట్ల మీద కూర్చుని, ఆఖరి పేరు పూర్తి చేస్తున్న నన్ను చూసి ఆయన చలించిపోయిన మాట నిజమే. 'ఈ పిచ్చి నీకు ఎప్పుడు పోతుంది తరళా!' అని ఆ క్షణం నిజాయితీగానే అన్నారు. కానీ అది ఒక క్షణం మాత్రమే. తర్వాత మామూలే.

ఇప్పుడు చెప్పండి. ఇంతగా ప్రేమించే భార్య ఉండగా ఇంతమంది ఆడవాళ్ళని మోసం చేయడం... చాటుగా కాపురాలు పెట్టడం... దీనికి ఏ శిక్ష విధించాలి?

ప్రబంధ్ తప్ప ఇంకెవరూ నాకు సహాయం చేయలేరు.

అన్నట్టు ప్రబంధ్ గురించి మీకు చెప్పలేదు కదూ.

ప్రబంధ్ నా కొడుకు. నా కడుపున పుట్టిన వాడు.

మీకు అనుమానం రావచ్చు. ముందు ఇద్దరు కూతుళ్ళే అంది. తర్వాత మళ్లీ 'కొడుకు' అంటుంది ఏమిటి అని? మా వివాహమైన 9 నెలలకు పుట్టాడు ప్రబంధ్. ఒక రకంగా చెప్పాలంటే వాడు పుట్టాకే ఈయన మారారు. ఎవరి పిచ్చి వారికి ఆనందం అంటారు. ప్రబంధ్ మీద ఒక్క పైసా కూడా "నాది" ఖర్చు పెట్టనివ్వలేదు ఆయన. తరళా ఫైనాన్స్ విషయాలన్నీ చూస్తున్నందుకు జీతం తీసుకునేవారు. దాంతోనే వాడిని చదివించారు. హాస్టల్లో చేర్పించారు. చివరికి 'లా' చదివించారు. నేనేమైనా అంటే "నీ డబ్బుతో పెంచితే వాడూ అడ్డగాడిదలా తయారవుతాడు. నీ పిచ్చి వాడికి కూడా అంటకుండా ఉండాలంటే వాడు దూరంగా ఉండటమే మంచిది" అనేవారు. చెప్పానుగా ఒక్కొక్కరికీ ఒక్కో పిచ్చి అని. ఆయన డబ్బుతోనే వాడిని చదివించారు. కేవలం వాడి కోసమే బ్రతుకుతున్నట్టు ప్రవర్తించేవారు. తాగుడు మానేశారు. క్లబ్బులు బంద్.

అంతకన్నా నాకు కావాల్సింది ఏముంది? నా మొండితనాన్నీ, ప్రేమనీ ఆయన 'పిచ్చి' గా అర్థం చేసుకోవడం నా దురదృష్టం. ఏది ఏమైనా ప్రబంధ్ పుట్టాక మా జీవితాలు ఒక గాడిలో పడ్డాయి. ఆయన మామూలు మనిషి అయ్యారు. కొడుకుని దూరంగా ఉంచడం నాకు కొద్దిగా బాధగా ఉన్నా ఈ ఆనందంలో దాన్ని పట్టించుకోలేదు. ఆ తర్వాత మళ్లీ మరో ఏడు ఎనిమిది సంవత్సరాల వరకూ నాకు కడుపు పండలేదు. ఆ తర్వాత సాహితీ, సాకేత.

ప్రబంధ్ ఎప్పుడూ ఫస్ట్ ర్యాంకే. సెలవులకు ఇంటికి వస్తూ ఉండేవాడు. ఒక అతిథిగా ఇంటికి వస్తున్నా వాడికి నేనంటే చాలా ప్రేమ. ఈ విధంగా మా

కుటుంబం నెమ్మది నెమ్మదిగా సర్దుకుంది. ఈ రోజు మా సంసార నౌక పూర్తిగా తిరగబడి పోయే వరకూ, మాది చాలా అన్యోన్యమైన దాంపత్యం అనే చెప్పాలి. పోతే మొదటి సంవత్సరం మాత్రం ఒక దురదృష్టకరమైన కల. అంతే.

వచ్చేనెల ప్రబంధ్ పెళ్లి. లా పాస్ అవ్వగానే వాడికి ఉద్యోగం కూడా వచ్చింది. ఏదో ప్రమదా ఇండస్ట్రీస్‌లో లా ఆఫీసర్‌గా. నేను తీసుకోబోయే నిర్ణయం నాకు తెలుసు. సాకేత గానీ, సాహితీ గానీ ఈ విషయమై ఏ సలహా ఇవ్వలేరు. వాళ్లు మరీ చిన్నపిల్లలు. ఒక్క ప్రబంధ్‌నే అడగాలి. నా వైపు ఉంటాడో, వాళ్ల నాన్నగారి వైపు ఉంటాడో.

ఇప్పుడు నా సమస్య ఏమిటంటే ఈ వ్యవహారం ఈ రోజే తేల్చేయాలా? ప్రబంధ్ పెళ్లి అయ్యే వరకూ ఆగాలా అని.

పెళ్లికి నెలరోజులు ముందు పెళ్లికొడుకు తల్లి, తండ్రి విడిపోయారు అంటే అది చాలా లజ్జాకరమైన విషయం. వాడు చాలా బాధ పడవచ్చు. పెళ్లయ్యే వరకూ ఈ విషయాన్ని దాచి పెట్టి ఆ తర్వాత వెల్లడి చేసినా, అది వాడికి అంతే అవమానం కావచ్చు.

ఏం చేయాలో నిర్ణయించవలసినవాడు వాడే.

ఒక్కటి మాత్రం నిజం.

పెళ్లయిన కొత్తలో ఆయన నన్ను కాదన్నా సహించాను.

నా కొడుకుని దూరంగా పెంచినా ఒప్పుకున్నాను.

నేను ఆయన్ని ఎంతగా ప్రేమించానో, ఆయన అందులో వెయ్యవ వంతయినా నన్ను ప్రేమించకపోయినా ఆయనతో కలిసి ఇన్నేళ్ళూ జీవించాను.

కానీ ఆయన మరో ఇద్దరు స్త్రీలని మోసం చేశారంటే మాత్రం సహించలేను.

విడి పోతాను, ఆస్తితో సహా.

సాహితీ, సాకేతలను ఆయన పెంచుతారో, నాకు వదిలి పెడతారో ఆయన ఇష్టం.

ఆనందరావు చెప్పిన కథ

ఊహించలేదు. నా జీవితంలో ఇంత విషమ పరిస్థితి వస్తుందని, నన్ను ఇంత ఇరకాటంలో పడేస్తుందని నేను కలలో కూడా ఊహించలేదు.

అసలు అర్ధరాత్రి పోలీస్ స్టేషన్ నుంచి ఫోన్ రావడమే నాకు అర్థం కాని పరిస్థితి.

ఎవరో అమ్మాయి నా ఫోటో పట్టుకుని, ఫలానా ఆనందరావే నా తండ్రి అని చెప్తే, బెదిరిపోయి అర్ధరాత్రి వెళ్లే అవసరం నాలాంటి వాడికి లేదు. కేవలం కుతూహలంతోనే వెళ్లాను. నాకు చెడ్డ పేరు తీసుకురావడానికి నా ప్రత్యర్థులు ఎవరైనా ఈ విధంగా ఆ అమ్మాయిని ప్లాంట్ చేశారేమో అనుకున్నాను. కానీ పోలీస్ స్టేషన్‌లో ఆ అమ్మాయిని చూశాక నా అభిప్రాయం మార్చుకున్నాను.

చాలా అమాయకంగా, సంసార పక్షంగా ఉంది ఆ అమ్మాయి..!

నన్ను చూసి ఏడవటం మొదలుపెట్టింది. మామూలు స్థితికి తీసుకు రావడానికి నాకు అరగంట పట్టింది. ఆ అమ్మాయి దగ్గర ఉన్నది నా ఫోటోనే. కానీ పాతిక సంవత్సరాల క్రితంది.

నన్ను చూడగానే ఆ అమ్మాయి కళ్ళలో వెలుగు కనపడింది. సొంత తండ్రినే చూసినంత ఆనందం.

ఆ అమ్మాయి తేరుకున్నాక అడిగాను. “నీ పేరేమిటి?” అని.

“దేవిక” అంది.

“మీ ఊరు?”

“వరంగల్”

ఇన్‌స్పెక్టర్ సత్యనారాయణ మా సంభాషణ ఆసక్తిగా వింటున్నాడు.

“మీ తల్లి పేరు?”

“ప్రమద్వర”

నాలో ఏదో అనుమానం అగ్నిపర్వతంలా బద్దలైంది. “ఏ ప్రమద్వర?”

“అయినంపూడి ప్రమద్వర” అంది. ఆ అమ్మాయి మాటల్లో నా పట్ల వెటకారం ధ్వనించిందేమో నేను గుర్తించలేదు. అప్పటికే నా చుట్టూ ప్రపంచం గిర్రున తిరుగుతున్నట్లు అనిపించింది.

ప్ర...మ...ద్వ...ర..!

ఈ అమ్మాయి ప్రమద్వర కూతురు..!

ఆమె చేతిలో నా ఫోటో..!

"ఈ ఫోటో ఎవరిచ్చారు?"

"అమ్మ ఇచ్చింది"

"మీ నాన్నగారి పేరు ఏమిటి అన్నావ్?"

ఆ అమ్మాయి నా వంక అదోలా చూసి మొహం తిప్పేసుకుంది. ఆ తిప్పుకోవడంలో "ఎన్నిసార్లు చెప్పను? నువ్వే నా తండ్రివి" అన్న సమాధానం ఉంది.

లేచి గదిలో ఇటు అటు పచార్లు చేయసాగాను. ముందు నా రక్తపుపోటు తగ్గితే తప్ప ఇంకో ప్రశ్న వేసే స్థితిలో లేను. కాస్త సర్దుకున్నాక...

ఇన్నాళ్ళూ నా జీవితంలో దేని కోసం అయితే ఎదురు చూశానో... ఏ ఆచూకీ కోసం తపించి పోయానో ఆ ప్రశ్న వేశాను.

"అన్నయ్య ఎక్కడ?"

ఆ అమ్మాయి తలెత్తింది.

ఆ మాత్రం ఆలస్యం కూడా భరించలేకపోయాను. విసురుగా దగ్గరకు వెళ్లాను.

అన్నయ్యెక్కడ? అన్నయ్యెక్కడ? నీ అన్నయ్య ఎక్కడ?

ఒకే ప్రశ్న వేయి ప్రశ్నలుగా ఆమెను నా చూపులోంచి చుట్టుముట్టింది.

"అన్నయ్య ఎవరు?" అంది. నేను ఊహించని సమాధానం అది. కానీ ఆ సమాధానంలో నిజాయితీకి షాక్ అయ్యాను.

"గోపీచంద్... మీ అన్నయ్య" అన్నాను.

"నాకు అన్నయ్యలెవరూ లేరు"

"లేరా....?" రెట్టించాను.

"లేరు"

"అమ్మ ఎక్కడుంది?"

ఆమె సమాధానం చెప్పలేదు.

"మీ అమ్మ... ప్రమద్వర... అమ్మ ఎక్కడుంది?"

"అమ్మ చచ్చిపోయింది" తలదించుకుని సమాధానం ఇచ్చింది.

నా చేతుల్లోంచి కారు తాళాలు అప్రయత్నంగా జారిపోయాయి.

కుర్చీలో కుప్పకూలిపోయాను.

ప్రమద్వర చచ్చిపోయింది..!

ప్రమద్వర ఇక లేదు!

నీటి పొర కంటి చుట్టూ కనబడకుండా చేయడానికి విఫలప్రయత్నం చేయవలసి వచ్చింది. సర్దుకోవడానికి అయిదు నిమిషాలు పట్టింది.

"నీకు నిజంగా అన్నయ్య గురించి తెలియదా?"

తల అడ్డంగా ఊపుతూ "ఊహు. నాకసలు అన్నయ్య ఉన్నట్టే తెలియదు" అంది.

"అమ్మ చచ్చిపోయి ఎంత కాలం అయింది?"

"రెండు నెలలు"

మిగతాది నాకు అర్థమైంది. తల్లి మరణంతో ఈ అమ్మాయి చేతిలో ఉన్న ఒక్క ఆధారంతో బయలుదేరి ఉంటుంది. ఎవరో మోసగాళ్ల వలయంలో ఇరుక్కుపోయి అదృష్టవశాత్తు ఈ రాత్రి బయటపడింది. 'తన కూతురికి ఇంత ఘోరమైన స్థితి దాపురించింది' అంటే ప్రమద్వర ఆత్మ ఊరుకోదు. నన్ను క్షమించదు.

నేను ఒక నిర్ణయానికి వచ్చాను.

'మీ అమ్మ ఇంతకాలం ఎక్కడ ఉంది? ఏం చేసింది?' అని ఆమె కూతుర్ని అడగటం నాకు ఇష్టం లేదు. ఆ అమ్మాయి చెప్పే సమాధానం ఎలా వినవలసి వస్తుందో.

బహుశా తన కూతురికి సమాజంలో ఒక స్థానం కలిగించడానికి నేనే తన తండ్రిని అని చెప్పిందేమో.

ఆ బాధ్యత నేను పూర్తి చేస్తాను.

ఈ నిర్ణయానికి రాగానే నా మనసు తేలికపడింది.

ఇక ఒకే ప్రశ్న మిగిలి ఉంది."... గోపీచంద్ ఎక్కడున్నాడు?"

అది తెలుసుకోవడం ఇక అసాధ్యం. రెండు నెలల క్రితం మరణించిన ప్రమద్వర అడ్రస్ రాసి పెడితే తప్ప నా కొడుకు ఎక్కడున్నాడో తెలుసుకోవడం ఎవరి తరమూ కాదు.

ఒక్కసారిగా పదేళ్ల వయసు పైబడినట్లు అనిపించింది. వృద్ధాప్యం కృంగదీసింది. ఇన్నేళ్లు నా మనసులోని ఏ మూలో నేను నా కుమారుడిని కలుసుకోగలనని, ప్రమద్వర వాడిని ఒక సంపూర్ణమైన వ్యక్తిగా తీర్చిదిద్ది నా ముందు ఉంచుతుందని ఆశ ఉండేది. కానీ ఆమె జీవితం ఇంత నికృష్టంగా ముగిసిందంటే, గోపీచంద్ ఏమై ఉంటాడని ఆలోచించడానికే భయంగా ఉంది.

తనకి అసలు నిజం నెమ్మది మీద చెప్పాలి. అసలే తల్లి మరణంతో కృంగిపోయి, నేనే తన తండ్రిని అనుకుని భ్రమ పడుతున్న ఈ అమ్మాయికి, నేను తండ్రి కానన్న సంగతి, అసలు చెప్పవలసిన అవసరం కూడా లేదేమో. మరణించిన ప్రమద్వరకి ఆ మాత్రం సాయపడటం నా కనీస ధర్మం. ఇది చాలా చిన్న సమస్య. నాకు కావలసింది గోపీచంద్.... నా కొడుకు!!!

"అమ్మ తాలూకు సామాన్లు నీ దగ్గరే ఉన్నాయా?" అని అడిగాను. తల ఊపింది. అదొక్కటే ఆశ. అందులో ఎక్కడైనా గోపీచంద్ తాలుకు ఆచూకీ దొరకవచ్చు.

"మనం వెళ్దామా?" అని అడిగాను.

"ఎక్కడికి?" అంది వెంటనే.

తటపటాయించాను. ఇంటికి తీసుకెళ్తే... తరళ సంగతి నాకు తెలుసు. నానా యాగీ చేస్తుంది. నేను చెప్పేది వినిపించుకోదు. విన్నా అర్థం చేసుకోదు. ముఖ్యంగా ప్రమద్వర విషయం తెలిస్తే పిచ్చిది అయిపోతుంది. అందువల్ల ప్రస్తుతం తనకి ఈ విషయాలన్నీ తెలియకుండా ఉండటమే మంచిది.

"నేను చెప్తాగా, రామ్మా" అన్నాను. దేవిక లేచింది. ఇద్దరం పోలీస్ స్టేషన్ ముందు గదిలోకి వచ్చాం.

ఆ అమ్మాయి బయట వరండాలోకి నడిచింది.

వెనక మిగిలిపోయిన నన్ను "ఆ అమ్మాయి ఎవరు భాయ్?" అని సత్యనారాయణ అడిగాడు. సమాజం రేపు అడగబోయే ప్రశ్నకు మొట్టమొదటి గొంతు అది.

"మా తరళ స్నేహితురాలి కూతురు. నాక్కూడా బాగా దగ్గర. వాళ్ళమ్మ చచ్చిపోతూ అలా చెప్పిందట" క్లుప్తంగా అన్నాను.

"జాగ్రత్తగా ఉండాలి. ఇంత ఆస్తి అనేసరికి అందరి కళ్ళూ మన మీదే ఉంటాయి. ఇంటికి తీసుకెళ్లడం లేదుగా?"

"లేదు."

"సిస్టర్‌కి కూడా ఈ విషయాలు ఏమీ తెలియనివ్వకు..." లోపాయి కారిగా అన్నాడు.

తలూపి బయటికి వచ్చాను. ఏం చేయాలో నిర్ణయించుకున్నాను. గోపీచంద్ సంగతి తెలిసే వరకూ తరళక్కూడా ఈ సంగతి చెప్పటం నాకు ఇష్టం లేదు. దేవికని ఈ రాత్రికి హోటల్లో ఉంచాలని నిర్ణయించుకున్నాను. రేపు పొద్దున్న ఆ అమ్మాయి బాగా తేరుకున్నాక, ప్రమద్వర తాలూకు సామాన్లు ఎక్కడున్నాయో అడగాలి.

నా వెనుకే సత్యనారాయణ కూడా బయట వరండాలోకి వచ్చాడు. లోపల వెంకట్ రికార్డులు మారుస్తున్నాడు. బహుశా రైడింగ్‌లో దొరికిన వాళ్ళలో ఒక పేరు కొట్టేస్తున్నాడేమో!

నేను దేవికని తీసుకొని నా కారు వైపు వెళుతూ ఉండగా దూరం నుంచి మరో సింగిల్ డోర్ స్టాండర్డ్ కారు పోలీస్ స్టేషన్ వైపు సందులోకి తిరిగి ఆ వెలుగు మా మీద పడింది. అంతలో దాని లైట్లు ఆరిపోయాయి.

మరో రెండు అడుగులు వేసేసరికి ఈసారి కుడి వైపు నుంచి మరొక జీపు వచ్చి వీధి మొదట్లో ఆగింది. దాని లైట్లు కూడా ఆరిపోయాయి. రాత్రి 3:30 కి కాస్త అటూ ఇటూ అయి ఉంటుంది.

రెండు వైపుల నుంచి ఇలా లైట్లు పడడం చూసి ఇన్‌స్పెక్టర్ మొహం చిట్లిస్తున్నట్లు నటిస్తూ "ఏ నక్సలైట్ నాయాళ్ళైనా యుద్ధానికి వచ్చారా ఏమిటి?" అన్నాడు. జోకులు ఆస్వాదించే స్థితిలో లేను నేను.

దేవికతో సహా వచ్చి కార్లో కూర్చున్నాను.

కారు కదిలింది.

దూరంగా పోలీస్ స్టేషన్ దగ్గర ఆగిన స్టాండర్డ్ కారు నా వెనకే వస్తోంది కానీ దాని గురించి అంతగా పట్టించుకోలేదు.

హోటల్లో దేవికని దింపాను. కేరాఫ్ అని అడ్రస్ ఉన్నచోట నా పేరే వ్రాశాను. ఇకనుంచి ఈ అమ్మాయి సంరక్షణ భారం నేనే వహించబోతున్నాను. నా నుంచి సర్వం పొందటానికి ప్రమద్వర కూతురన్న ఒక్క అర్హత చాలు ఈ అమ్మాయికి..!

అర్ధరాత్రి లగేజీ లేకుండా వచ్చిన మమ్మల్ని చూసి రిసెప్షన్‌లో మనిషి ఆశ్చర్యపోయినా, తరళా ఫెర్టిలైజర్స్ ఎం.డి. అని తెలుసుకొని నమ్రతగా గది ఇచ్చాడు.

ఈ రాత్రికి దేవికని డిస్టర్బ్ చేయదలచుకోలేదు. ఆ అమ్మాయి సామానులు ఇంకా బ్రోతల్ హౌస్ లోనే ఉండి ఉంటాయి. గోపీచంద్ ఆచూకీ గురించి, చనిపోయే ముందు పమద్వర కనీసం ఒక ఉత్తరమైనా రాసిపెట్టి ఉంటుందని నాకెందుకో బలంగా అనిపిస్తోంది.

"రేపు పొద్దున్నే వస్తాను. భయపడకుండా పడుకో" అన్నాను.

"పోలీసులు?" భయంగా అంది.

"పోలీసులా? ఇక ఎవరూ నీ వైపు కన్నెత్తి కూడా చూడరు" అన్నాను. వచ్చేస్తుంటే "నాన్నగారూ" అంది. ఆగాను. చాలాసేపు తటపటాయించి

"థాంక్స్ నాన్నగారూ! నేను చాలా భయపడ్డాను".

నేను తలూపి, "ఇంకేమీ ఆలోచించకు" అని వచ్చేశాను. నా మనసంతా కలచివేసినట్టుంది.

ప్రమద్వర మాటిమాటికి గుర్తొస్తోంది.

ఎంత దారిద్యం అనుభవించి ప్రాణాలు పోగొట్టుకుందో... కేవలం నాకోసం..!

రోమియో జూలియట్, లైలా మజ్ను... వీళ్ళ మధ్య శారీరక సంబంధం ఉందో లేదో నాకు తెలియదు. కానీ మా మధ్య దైవసాక్షిగా అలాంటి సంబంధం ఏమీ లేదు. అయినా మా ప్రేమ అంతకన్నా తక్కువేమీ కాదు. ప్రేమించిన ప్రతి వాళ్లు అలా అనుకుంటూ ఉండవచ్చు. కానీ మేము ఎప్పుడూ హద్దులు దాటలేదు. అన్నీ పెళ్లిరోజు కోసం దాచుకున్నాం. కానీ విధి అంత కర్కశంగా మమ్మల్ని విడదీస్తుందనుకోలేదు.

ఆ విధి నా భార్య అయిన తరళ రూపంలో రావడం అన్నిటికన్నా దురదృష్టకరం.

7

గోదావరి ఒడ్డున తరళా, ప్రమద్వరా వెన్నెల్లో నిలబడి నీళ్లలోకి ఆకుల పడవలు వదిలేవారు. నేను జడ్జిని..! ఎప్పుడూ తరళనే గెలిపించేవాడిని. తరళ పెంకితనం మా ఇద్దరికీ తెలుసు. ఓడిపోతే సహించేది కాదు.

నాకు బాగా జ్ఞాపకం. కార్తీక పౌర్ణమి రోజు వెన్నెల్లో గోదావరిలో ఇద్దరూ దీపాలు వదిలిన రోజు చూపుడు వేలు గోటితో ప్రమద్వర వదిలే దీపపు ఆకుకి రంధ్రం చేసి, ఏమీ ఎరగనట్టు ఊరుకుంది. నాలుగు గజాలు వెళ్ళగానే ప్రమద్వర వదిలిన దీపం మునిగిపోయింది. తరళ చిన్నపిల్లలా చప్పట్లు కొట్టి, "నేనే గెలిచాను... నేనే గెలిచాను" అంటూ అరవ సాగింది. కార్తీక పౌర్ణమి రోజు ఎవరి దీపం ఎక్కువ దూరం వెళ్తే వారి అదృష్టం అంత బాగుంటుందట.

నాకు తరళ మీద కోపం రాలేదు.

అసహ్యం వేసింది.

ప్రమద్వర మాత్రం నవ్వుతూ చూసింది. 'ఒసేయ్ తరళా! నా జాతకం కన్నా నీది బావుంటుంది అని చెప్పటానికి ఈ వెన్నెల్లో గోదారి, దీపాలు కావాలా? అదెలాగో బాగానే ఉంటుంది' అంది.

ఆ తరువాత కలుసుకున్నప్పుడు చెప్పాను. "ఆ రాక్షసి దీపం క్రింద ఆకుకి రంధ్రం చేసింది ప్రమదా" అని. "నాకు తెలుసు. నేనూ చూశాను" అంది ఆమె క్లుప్తంగా నవ్వి. అవతలి వాళ్ళ పిచ్చితనాన్ని తమ సహనంతో చిరునవ్వుగా మార్చుకోగలవాళ్ళకే వస్తుంది ఆ పోలిక. ఆ నవ్వు భూదేవిని గుర్తుకు తెచ్చింది.

తరళ నిజంగా జీవితంలో కూడా అలాగే సాధించుకుంది తనకి కావాల్సింది!

తన దీపాన్ని తీసుకుని ప్రమద్వర వెళ్లిపోయింది.

కనీసం ఈ పోటీలోనైనా ప్రమద్వర గెలుస్తుంది అనుకున్నాను. ప్రబంధ్ కన్నా గోపీచంద్, నేను గర్వించే కొడుగ్గా నాకు కనబడతాడనుకున్నాను. కానీ ఇదేమిటి? నా ప్రమద్వర జీవితం ఇలా అర్థాంతరంగా ముగిసిపోయిందా? గోపీచంద్‌ని వృద్ధిలోకి తీసుకురాలేకపోయిందా? హీనాతి హీనమైన స్థితిలో ప్రాణాలు కోల్పోవలసి వచ్చిందా?

ఇంటికి వస్తున్నంత సేపూ నా ఆలోచనలు నా కొడుకు చుట్టూనే తిరుగుతూ ఉన్నాయి.

ఏ పడవ గెలిచింది? ప్రబంధా? గోపీచందా?

ఈపాటికి వాడికి 22 ఏళ్లు ఉండి ఉంటాయి. ప్రబంధ్‌లా ఉండి ఉంటాడా?

లేదు. ప్రమద్వర పెంపకంలో ఇంకా దృఢంగా, ఇంకా తెలివితేటలతో, ఇంకా పెద్ద పొజిషన్‌లో...

ఆలోచనలతో ఇంటికి వచ్చేసరికి తరళ ఇంట్లో లేదు.

ఎక్కడికి వెళ్లిందో ఎవరూ చెప్పలేకపోయారు. కారు తీసుకుని వెళ్లిందని వాచ్-మెన్ చెప్పాడు.

అప్పుడు గుర్తొచ్చింది. మా వెనుక కారు సంగతి. తనేనేమో అన్న అనుమానం కలిగింది. నిజమే. తనే.

అయిపోయింది. మా సంసారం అగ్నిపర్వతంలా బ్రద్దలవబోతోంది అని తెలిసిపోయింది. కానీ నా భార్య అతి తెలివిగా సంభాషణ ప్రారంభించింది.

"ఇందిర కూతురు శ్రీదేవి కూడా వచ్చింది" అంది.

"ఎక్కడినుంచి?" అని అడిగాను.

"విజయనగరం నుంచి" అంది. ఆ వెటకారానికి లాగిపెట్టి కొడదాం అనుకున్నాను. అలా కొట్టడమే జరగాల్సి వస్తే ఈపాటికి ఆమె చెంప లక్షసార్లు మ్రోగి ఉండేది. మా శోభనం జరిగిన మొదటి రోజే! నా చుట్టూ పన్నిన వల, నేను మోసపోయిన విధానం, వీటిని నేను కాకుండా ఇంకెవరైనా అయితే, అక్కడికక్కడే దాని ప్రాణాలు తీసి ఉండేవారు. (క్షమించండి. ఆవేశంలో భార్యని 'దాన్ని' అని సంబోధిస్తున్నాను)

"నువ్వు బంజారాకు వచ్చావా?" ఏమీ తెలియనట్టు అన్నాను. మళ్లీ వెటకారంగానే "భాగ్యేశ్వరి మరో అరగంటలో మన దేశం వస్తోంది" అంది. తనకి మతి పోయిందనే అనుకున్నాను. శ్రీదేవి అంటుంది. ఇందిర అంటుంది. కొంచెం సేపు విజయనగరం అంటుంది. ఇప్పుడు ఎవరో భాగ్యేశ్వరి...

"ఆవిడ ఎవరు?" అన్నాను.

అప్పుడు బయటపడింది గోపీచంద్ పేరు... ఏ పేరైతే గత 20 సంవత్సరాలకు పైగా నా హృదయంలో గుండె కన్నా ఎక్కువసార్లు కొట్టుకుందో.... ఆ పేరు.

సరిగ్గా ఐదు నిమిషాల తర్వాత మా కారు వేగంగా ఎయిర్‌పోర్టు వైపు వెళ్తోంది. తరళ లాంటి మూర్ఖురాలు ఏం చెప్పినా వినదు. అందులోనూ ఇంత పత్తేదారు పని చేసి ఏదో సాధించిన దాన్లా నన్ను సాధించే మూడ్‌లో ఉన్నప్పుడు చెప్పడం కూడా అనవసరం.

బేగంపేట ఎయిర్ పోర్ట్‌లో విమానం ఏమీ లేదు.

నాకు తల తిరిగి పోతోంది. తరళ మీద కోపం ముంచుకొస్తోంది. నిజంగా గోపి తనని కలిశాడా?

"మీ పెద్ద కొడుకు స్మార్ట్‌గా ఉన్నాడు. అచ్చు మీ పోలికలే. మరి మీ గుణాలు వచ్చినయో లేదో తెలీదు. అచ్చు మీ పోలికే... పేరు గో...పీ...చం...ద్..."

కలిసే ఉంటాడు. లేకపోతే పేరుతో సహా ఇంత కరెక్ట్‌గా ఎలా చెబుతుంది.

ఇద్దరం బంజారాకి వచ్చాము.

గోపి అక్కడే దిగాడని తరళ చెప్పింది.

ఎంక్వైరీ చేస్తే ఆ పేరు మీద ఎవరూ లేరన్నారు.

అప్పుడే తెలిసిన మరొక వార్త ఏమిటంటే 'దేవిక' కూడా గది ఖాళీ చేసిందని.

ఏమై ఉంటుంది! ఎవరన్నా బ్రోతల్ వాళ్లు బలవంతంగా బెదిరించి తిరిగి తీసుకువెళ్లిపోయి ఉంటారా?

నా భార్యని చూసి ఆ చిన్న పిల్ల భయపడి, తిరిగి అంధకారంలోకి వెళ్లిపోయిందా? బయట దాని కోసమే ఎదురు చూస్తున్న బ్రోతల్ వాళ్లు ఎగరేసుకుపోయి ఉంటారా?

లోపలి నుంచి దుఃఖం తన్నుకు వస్తోంది. కనీసం ఒక్క ప్రశ్న వేయొచ్చుగా. ఓహో... అలా అయితే 'తరళ' ఎందుకు అవుతుంది.

ప్రమద్వరా! నన్ను క్షమించు. నీ కూతుర్ని నేను రక్షించలేకపోయాను. నా శాయశక్తులా దేవిక ఎక్కడుందో తెలుసుకోవడానికి ప్రయత్నిస్తాను.

గోపీచంద్ చెప్పిన కథ

జీవితంలో అద్భుతమైన సంఘటనలకి నాంది కూడా అతి సాధారణంగానే ప్రారంభమవుతుంది. ఆరోజు అలాంటి సంఘటన జరిగి నా జీవితంలో గమ్యాన్ని మార్చేస్తుందని నేను ఊహించలేదు.

మరుసటి రోజు ఎవరికో ఇవ్వవలసి వస్తుందని 30 వేల రూపాయలు ఆఫీసు నుంచి తీసుకొచ్చాను. అమ్మకిచ్చి పొద్దున్న తీసుకుంటాను, ఉంచమని చెప్పాను.

అమ్మ డబ్బు తీసుకుని లోపల పెట్టింది. తను ఈ మధ్య అదోలా ఉండటం గమనిస్తూ ఉన్నాను. తన ఆరోగ్యం కూడా అంత బాగుండటం లేదు. నగరంలోని పెద్ద పెద్ద డాక్టర్‌లకి చూపించినా ఫలితం దక్కలేదు. రోజురోజుకీ కృశించిపోతోంది. నేను ఏదైనా అంటే నవ్వేసి "వయస్సు వచ్చేస్తోంది కదరా" అంటుంది.

తను ఈ మధ్య బాగా మారిపోతోందని తెలుస్తూనే ఉంది. ఆరోజు నాకెందుకో అర్ధరాత్రి హఠాత్తుగా మెలుకువ వచ్చి కళ్ళు విప్పితే, మంచం పక్కనే కుర్చీలో కూర్చుని నా వైపే తదేకంగా చూస్తున్న అమ్మ కనిపించింది. నాకు అర్థం కాలేదు. నేను లేవటం చూసి అక్కడ నుంచి నిశ్శబ్దంగా వెళ్ళిపోయింది.

ఆ మరుసటి రోజు యథాలాపంగా అడిగినట్లు అడిగాను "ఏమిటమ్మా, రోజురోజుకీ అలా అయిపోతున్నావు?"

నవ్వింది. ఆ నవ్వులో జీవం లేదు. "రేపు అక్టోబర్‌కి నీకు పాతిక నిండుతాయి కదరా".

నేను అడిగిన దానికీ, ఆ ప్రశ్నకీ సంబంధం లేదు. తాలూపాను.

"నేను లేకపోతే నువ్వు ఉండగలవురా?"

చివుక్కున తలెత్తాను. అమ్మ నా వైపే చూస్తోంది. కానీ ఆ కళ్ళు నన్ను కాక, నాలోని పసివాడిని చూస్తున్నట్టు అనిపించింది.

వాతావరణాన్ని తేలిక చేయటానికి ప్రయత్నిస్తూ "ఏమ్మా? వీడియోలో ఏదైనా కొత్త సినిమా చూస్తావా?" అన్నాను. నాకు ఎప్పుడో చదివిన పుస్తకంలో ఎవరో మానసిక శాస్త్ర నిపుణుడు రాసినది గుర్తొచ్చింది. కొంత వయసొచ్చాక మనిషికి తాను వృద్ధాప్యపు ఒడిలోకి వెళ్ళినట్టు, మరణానికి చేరువ అవుతున్నట్టు

భావం కలుగుతుందట. అమ్మ కూడా అలాగే అబ్సెషన్‌తో బాధపడుతోందా? నో. నెవర్.

అమ్మ అలాంటి వాటికి అతీతురాలు అని నా నమ్మకం. అవును అంత గొప్పది కాకపోతే ఈ డెవిలిష్ ప్రపంచంలో ఒంటరిగా బ్రతుకుతూ, స్వశక్తితో నన్నింత పైకి తీసుకు రాగలిగేది కాదు. ఈ సొసైటీ, ఈమనుషులు అమ్మని ఎంత బాధ పెట్టి ఉంటారో, ఆమె నుదిటి మీద గీతలే చెబుతాయి. అయినా అందర్నీ ఎదిరించి నిలబడింది. నన్ను ఒక మనిషిగా తీర్చిదిద్దింది! అలాంటి అమ్మ 'మరణం' గురించి భయపడుతుందా? లేక నేను పాతిక సంవత్సరాలు నిండే సరికి తన ప్రాణం పోతుందని ఎవరైనా జ్యోతిష్యం చెప్పారా?

ఆ మరుసటి రోజు ఆఫీసుకు వెళ్తూ డబ్బు తీసుకోవడానికి బీరువా తీశాను. పదివేలు తక్కువ ఉన్నాయి.

ఆశ్చర్యపోయాను. రెండోసారి లెక్క పెట్టాను. ఇరవై వేలే ఉన్నాయి. "అమ్మా! ఇందులో డబ్బు తక్కువ ఉంది" అని అరిచాను. అమ్మొచ్చింది.

"అవున్రా. నేనే తీశాను"

"నువ్వు తీశావా?" అన్నాను ఆశ్చర్యంగా. ఆ డబ్బు అర్జెంటుగా కావాలి నాకు. అయినా అమ్మ నాకు చెప్పకుండా అలా తీసుకోవడం అదే మొదటిసారి.

"ఎందుకు?" అని అడిగాను.

"ఎందుకో చెబితే గానీ తీసుకునే హక్కు నాకు లేదా?" అమ్మ అంత కటువుగా మాట్లాడ గలుగుతుందని నేను అనుకోలేదు. తలెత్తేసరికి ఆమె మొహం తిప్పుకొని అక్కడి నుంచి వెళ్ళిపోయింది. ఆమె కళ్ళలో తడి కనపడినట్టు తోచింది.

ఆఫీసులో అంతా దాని గురించే ఆలోచిస్తున్నాను. అంత అర్జెంటుగా తనకి పదివేలు ఎందుకు కావలసి వచ్చాయి? నేను అడగ్గానే తన మొహంలో కనబడిన భావాన్ని "గిల్టీ ఫీలింగ్" గా గుర్తించలేనంత చిన్నవాడిని కాదు.

చిన్నతనం నుంచి అమ్మంటే నాకు ఎంత ఇష్టమో మాటల్లో చెప్పలేను. నేనూ, అమ్మా ఇద్దరమే ఉండటం వల్ల, బహుశా ఈ ఆప్యాయత ఇలా డెవలప్ అయి ఉంటుంది. అవును. చిన్నప్పటినుంచీ మీమిద్దరమే. నా తండ్రి జైల్లో ఉన్నాడు.

నాన్న పేరు భైరవమూర్తి.

దాదాపు పాతిక సంవత్సరాల నుంచి జైల్లోనే ఉంటున్నాడు. మధ్యలో నెలా రెండు నెలలు బయటికి రావడం, మళ్లీ ఇంకో నేరం చేసి జైలుకు వెళ్లడం అతడికి అలవాటు. బయట ప్రపంచంలో ఉన్నప్పుడు ఒకటి రెండు సార్లు ఇంటికి వచ్చేవాడు. అమ్మని వేధించి డబ్బు పట్టుకు వెళ్లేవాడు.

ఇంట్లో ఎప్పుడూ నాన్న గురించిన ప్రసక్తి వచ్చేది కాదు. అది రావటం అమ్మకి ఇష్టం లేదని తెలిసి, దాని గురించి నేను ఎప్పుడూ మాట్లాడేవాడిని కాదు. ఒకటి మాత్రం ఎప్పుడూ అనుకునేవాడిని.

'ఈసారి రానీ, చెబుతాను. ఈసారి నాన్న వచ్చి డబ్బు అడిగితే, అతడు తన జీవితంలో ఎన్నడూ అనుభవించనంత నరకం అనుభవించ బోతున్నాడు. ఆ పాఠం నేనే చెబుతాను' అని.

అయితే ఇదంతా నా చిన్నప్పటి సంగతి. నా పన్నెండవ ఏట అనుకుంటాను. హత్యా నేరం మీద నాన్నకి యావజ్జీవ కారాగార శిక్ష పడింది.

ఆ వార్త తెలిసి నేను అంత చిన్న వయసులోనే ఎంతో రిలీఫ్‌గా ఫీలయ్యాను. నాన్న ఇంటికి వచ్చి వేధించినప్పుడల్లా అమ్మ నాలుగైదు రోజులపాటు మామూలు మనిషి కాలేకపోయేది. నాకు ఎవరి మీదో అర్థం కాని ఏదో కసి. కానీ ఏం చేయటానికీ వీలులేనంత చిన్నతనం. అందుకే నాన్న మరో పది పన్నెండు సంవత్సరాల దాకా బయటికి రాడని తెలియగానే ఎంతో సంతోషించాను.

అమ్మ కూడా నాన్నని చూడటానికి జైలుకు వెళ్లడం కానీ, ఉత్తరం రాయటం గానీ చేసేది కాదు. అసలు అమ్మ లాంటి ఉత్తమురాలికి నాన్న ఎలా భర్త అయ్యాడో నాకు ఇప్పటికీ అర్థం కాదు.

నాకు ఊహ తెలిసిన తర్వాత అతడు రెండు మూడు సార్లు జైలు నుంచి వచ్చాడు. అప్పుడు ఏదో పని ఉన్నట్టు అమ్మ నన్ను అక్కడి నుంచి పంపించేసేది. నాన్న కూడా నన్ను దగ్గరకి తీసుకోవడం లాంటివి చేసేవాడు కాదు. డబ్బు తీసుకొని వెళ్ళిపోయేవాడు.

ఒక్కొక్క రూపాయి సంపాదించడానికి అమ్మ ఎంత కష్టపడిందో నాకు తెలుసు. ఒక చిన్న డబ్బాలో డబ్బు దాచేది.

అలా సంపాదించిన దాన్ని నాన్న వచ్చి తీసుకుపోతుంటే నాకు బాధగా ఉండేది.

నాకు ఎనిమిదేళ్లు వచ్చే వరకూ అమ్మ ప్రొద్దున్నే నాలుగైదు ఇళ్లల్లో పాచి పని చేసింది. మధ్యాహ్నం పూట బట్టలు కుట్టేది. రాత్రిళ్ళు నాకు చదువు చెప్పేది. నేను ఆరో క్లాసు చదువుతూ ఉండగా అనుకుంటా తనకు ఏదో ఆఫీసులో చిన్న ఉద్యోగం వచ్చింది. అప్పట్నుంచి డబ్బుకి అంత కష్టం ఉండేది కాదు. కానీ అంతకు ముందు రోజులు తలుచుకుంటే మాత్రం... మై గాడ్... వద్దు. కానీ అమ్మ మాత్రం చిరునవ్వు వెనకే కష్టాన్ని దాచి పెట్టింది. అసలు బయటపడేది కాదు.

అన్నట్టు చెప్పటం మర్చిపోయాను. అమ్మ గ్రాడ్యుయేట్.

ఒక గ్రాడ్యుయేట్‌కి ఉద్యోగం రావడానికి పది సంవత్సరాలు పట్టింది. కానీ ఈ పది సంవత్సరాలూ ఏదో ఒక పని చేసి నన్ను చదివించింది. తాను జీవించింది.

ఆ తరువాత నేను చాలా పుస్తకాలు చదివాను. వరకట్నపు చావుల గురించీ, కట్నాల సమస్య గురించీ, వృద్ధ కన్యల వివాహ సమస్య గురించీ చాలామంది వ్రాసేవారు. స్త్రీ సమస్యలు వర్ణిస్తూ ఆడవాళ్ళ కష్టాల గురించి రకరకాలుగా వర్ణించేవారు. అమ్మని చూస్తే, వ్యక్తిత్వం ఉంటే ఏ సమస్యనైనా ఎదుర్కొనవచ్చుననీ, ఈ సమస్యలకి మూల కారణం ధైర్యం లేకపోవడమేననీ నాకనిపించేది. భర్తా, అత్తా కలిసి బాధపెడుతున్నా, కట్నం లేక పెళ్లిళ్లు కాకపోయినా, అంతా తమ 'గ్రహపాటు' అని కుమిలిపోయే వాళ్ళందరూ, కొడుకుతో కలిసి ఆ వయసులో ఒంటరిగా నిలబడిన అమ్మని చూసి చాలా నేర్చుకోవాలి.

పదో తరగతి పాస్ అయ్యాక నేను చిన్న ఉద్యోగంలో చేరాను. ఒక కార్ల కంపెనీలో ఫిట్టర్‌గా. అమ్మకు అది ఇష్టం లేదు. కానీ నేను అన్నాను "ఈ చదువులు చదవటానికి పగలంతా కాలేజీ, సాయంత్రాలు స్నేహితులు, రాత్రిళ్ళు సినిమాలు అనవసరమమ్మా. చివరి రెండూ వదిలేస్తే, రోజుకి రెండు గంటల చదువు చాలు" అని.

అమ్మ కళ్ళల్లో ఎంత దాచినా దాగని సంతోషం కనబడింది. బహుశా తన పట్టుదల, జీవితం పట్ల ఉన్న కమాండ్, కొద్దిగానైనా కొడుకులో కనపడుతూ ఉన్నందుకేమో.

పగలు పని చేస్తూ ప్రైవేటుగా చదువు సాగించాను. అమ్మ దాచిన డబ్బాలో అప్పట్నుంచి నేను కూడా డబ్బు వేయడం ప్రారంభించాను.

నేను బీకాం పాసైన రోజు ఇద్దరం కలిసి దాన్ని మొదటిసారి ఓపెన్ చేశాము. ఆ ఆనందం చెప్తే అర్థం కాదు. అనుభవించి తీరాల్సిందే. 20 సంవత్సరాల కృషి అది. అమ్మ ఒక్కొక్కటే లెక్క పెడుతూ ఉంటే చూస్తూ కూర్చున్నాను. దాదాపు గంట పట్టింది. ఆ చిల్లర, నోట్లు, పదులూ, వందలు అన్నీ లెక్క పెట్టేసరికి, మొత్తం పాతికవేల దాకా తేలింది.

అప్పుడు ఏడ్చింది అమ్మ... ఆనందంతో..! చెప్పానుగా కొన్ని ఫీలింగ్స్‌కి రీజనింగ్ ఉండదని.

ఆ పాతిక వేలతో మరో ముగ్గురితో భాగస్వామిగా చేరి సెకండ్ హ్యాండ్ కార్లు కొనడం, అమ్మడం షాపు పెట్టాం. ఇందిరాగాంధీ పుణ్యమా అంటూ కారు ధరల్లో విపరీతమైన ఫ్లక్చుయేషన్స్ ఏర్పడ్డాయి. ఆ రోజుల్లో మేము పట్టిందల్లా బంగారం అయింది. అందులోనూ నాకు ఈ రంగంలో చిన్నప్పటి నుంచీ అనుభవం ఉండడం మేలు చేసింది. నాలుగు సంవత్సరాలు తిరిగేసరికల్లా నా ఎంబీఏ పూర్తయింది. ప్రతి పురుషుడి విజయం వెనకా ఒక స్త్రీ ఉంటుందంటారు. ఆ స్త్రీ ప్రేయసి అయితే విజయం యవ్వనం నుంచి స్టార్ట్ అవుతుంది. తల్లైతే బాల్యం నుంచి మొదలవుతుంది.

ప్రమదా ఇండస్ట్రీస్ మూడు పువ్వులు ఆరు కాయలుగా వర్ధిల్లింది.

అన్నట్టు మా అమ్మ పేరు మీకు చెప్పలేదు కదూ.

ప్రమద్వర.

8

ఆ రోజు సాయంత్రం ఆఫీసు నుంచి ఇంటికి వస్తుంటే మధ్యలో కారు ట్రబుల్ ఇచ్చింది. ఇల్లు దగ్గరే అవడంతో నడిచివచ్చేశాను. నా రాక వాళ్లకి తెలియదు. ముందు హాల్లో కూర్చుని ఉన్నాడు అతను. అమ్మ అటు తిరిగి మాట్లాడుతోంది.

అతడి గడ్డం పెరిగి ఉంది. బుగ్గలు లోపలికి పోయాయి. నా మొదటి అనుమానం నా తండ్రి మీదకు వెళ్ళింది. కానీ అతడు నా తండ్రి కాదు.

“నిన్న నువ్వు ఇచ్చిన పది వేలూ చాలా సాయం చేశాయి పెద్దమ్మా. ఇంకొక పది వేలియ్యి. భైరవమూర్తికి ఇవ్వాలి” అంటున్నాడు అతడు.

అతడు అడుగుతున్నది నాకు కొంచెం సేపు అర్థం కాలేదు. భైరవమూర్తి అన్న పేరు నా ఆలోచనలని స్థంభింపజేసింది.

నా తండ్రి జైల్లో ఉండి ఇతడిని పంపాడు అన్నది అర్థమైంది.

ఇన్నాళ్ళూ లేదనుకున్న పీడ తిరిగి మొదలైందన్నమాట.

కిటికీ ఊచల మధ్య నుంచి నా తల్లి మొహం అస్పష్టంగా కనిపిస్తోంది. ఆమె మొహం భావరహితంగా, ఒక తెల్ల కాగితం వలె ఉన్నది.

వివాహం జరిగిన మరుక్షణం నుంచి బాధలు పెట్టి, జీవితం మొత్తంలో నాలుగు అయిదు సార్ల కన్నా ఎక్కువ కలుసుకోకుండా, కలుసుకున్న ప్రతిసారీ డబ్బు కోసం బాధ పెట్టే అతని మీద ఆమెకు గౌరవం గానీ, ప్రేమ గానీ ఏముంటాయి?

తాగుడు కోసం భార్యని పీడించడం సామాన్య విషయం. కానీ జైలు నుంచే ఎవడో చెంచా గాడిని పంపించడం సహించలేని విషయం. కానీ ఇంతవరకూ జరిగింది వేరు. జరగబోయేది వేరు. ఇలాంటి రాయబారాలు ఇంకోసారి తీసుకు రాకుండా వాడికి బుద్ధి చెప్పడం కోసం అడుగు లోపలికి వెయ్యబోతూ ఉంటే తిరిగి వాడి కంఠం వినిపించింది.

"ఇవ్వక తప్పదు పెద్దమ్మా. నీ కొడుకు భైరవమూర్తికి పుట్టినోడు కాదు. నీ మొగుడి రక్తం వాడిలో ప్రవహించడం లేదు. ఈ విషయం ఎవరికీ చెప్పకుండా ఉండాలంటే పదివేలు ఇవ్వాల్సిందే."

భూమి గిర్రున తిరుగుతున్నట్టు అనిపించింది. తలుపు రెక్క పట్టుకుని నిలదొక్కుకున్నాను. నన్ను పెంచి పెద్ద చేసిన మాతృమూర్తి, నా తల్లి జీవితం వెనుక నీడలు వికృతంగా నవ్వుతున్నట్టు కనిపించాయి. ఒక నల్లటి మేఘం నన్ను కమ్మేస్తున్నట్టు కదిలి పోయాను.

ముందుకి ఉరికి "ఏమిటమ్మా? వీడు చెబుతున్నది నిజమేనా?" అని నిలదీద్దామని అనిపించింది. కానీ ఏదో తెలియని వివేకం నన్ను వెన్ను తట్టి ఆపుచేసింది. ఆమె నా తల్లి!!

"నా దగ్గర డబ్బు లేదు. నేను ఇవ్వలేను" అంటోంది అమ్మ .

అతడు లేచాడు. "ఆలోచించుకో పెద్దమ్మా. రేపు ఈవేళకే వస్తాను. నువ్వు డబ్బు ఇవ్వలేదనుకో. నీ కొడుకు ఇప్పుడు పెద్ద పొజిషన్లో ఉన్నాడు. ఆడు జైల్లో

ఉన్నోడి కొడుకని బయట పెపంచానికి తెలియడం అంత బాగోదు. ఆ తర్వాత కొన్ని రోజులకి– '... ఈడసలు ఆడి కొడుకు కాదు, మెళ్లో మంగళసూత్రం కట్టినోడు మాత్రమే మా భైరవమూర్తి. కడుపు నింపినోడు ఇంకోడు ఏరే ఉన్నాడు. కడుపుతో ఉన్న దాన్ని జాలిపడి మా భైరవమూర్తి చేసుకున్నాడు' అని ఇంకో ఫీలర్ వదులుతాను. దానికి పల్లె పల్లెంతా వచ్చి సాక్ష్యం ఇస్తది. నువ్వంటే పారిపోయి వచ్చావు గానీ, గోదారి పక్కన ఆ పల్లె అట్లాగే ఉందిగా. ఆళ్లందరికీ నీ సంగతి తెలుసు. ఆళ్లకి నువ్విక్కడున్నావని తెలిస్తే అప్పుడు నీ గతి ఎట్టా ఉంటదో ఆలోచించుకో. ఈ రహస్యం నాకు, నీకు, మా భైరవమూర్తికి తప్ప ఇంకెవరికీ తెలియదు. నన్ను మంచి చేసుకున్నావా ఇంక అసలు బయట పడదు. ఎల్లొస్తా. మళ్లీ రేపొస్తా. డబ్బు రెడీగా ఉంచు" అని బయటకు రాబోతూ ఉంటే, నేను పక్కకి తప్పుకున్నాను. పిచ్చుక మీద బ్రహ్మాస్త్రం వేసినట్టూ వాడు ఛాతీ విరుచుకుంటూ వెళ్లిపోయాడు. కిటికీ లోంచి అమ్మ కనపడుతోంది. చిత్తరువులా నిలబడి ఉంది. రక్తం ఇంకిపోయిన మొహంతో... పాలరాయిలా.

వాడిని కాస్త బయటికి వెళ్ళనిచ్చి, నేనూ మెట్లు దిగాను. వాడు గేటు దాటి వెళుతున్నాడు. కింద మెకానిక్ వచ్చి నిలబడి ఉన్నాడు. కారు తాళాలు అందించి, "బాగైంది సార్" అన్నాడు.

కారు తీసుకుని బయటకు వచ్చాను. వాడిని రెండు సందులు నడవనిచ్చి వెనుక నుంచి కారు పక్కగా తీసుకెళ్లి వాడి ముందు ఆపు చేశాను.

"కారెక్కు"

"ఎవరు నువ్వు?"

"కారెక్కు చెబుతాను!"

"ఎవరంటే చెప్పవేం?"

కారు దిగి, చుట్టూ తిరిగి వాడి దగ్గరగా వెళ్లి ఫ్రంట్ డోర్ తెరిచి పట్టుకుని, "ఎక్కు చెబుతాను" అన్నాను.

"ఎందుకో చెప్తే గాని ఎక్కన్రా. అయినా ఎవర్రా నువ్వు?"

పిడికిలి బిగించి గడ్డం పక్కకి తిరిగిపోయేలా కొట్టాను. కార్లు రిపేర్లు చేసిన చేతులవి. వాడి తల వెళ్లి కారుకు కొట్టుకుంది. వీధిలో వెళ్లే వాళ్ళు ఆశ్చర్యంగా ఆగి చూశారు. బుద్ధుడు పుట్టిన దేశంలోని ప్రజలు పక్కన మర్డర్లు జరుగుతున్నా పట్టించుకోరు.

వాడిని కాలర్ పట్టుకుని లేపి కారులో కూలేసి, నా సీట్లో కూర్చుని తాపీగా డ్రైవ్ చేయడం మొదలుపెట్టాను.

"ఏమిటి దౌర్జన్యం?" అంటూ వాడు గింజుకుంటున్నాడు. నోట్లో నుంచి రక్తం కారుతోంది.

కారు ఊరి చివరికి తీసుకెళ్లి నిర్మానుష్యమైన తోపుల మధ్య ఆపు చేశాను. వాడిని కిందికి దిగమన్నాను.

"నిండు బజార్లో అందరి ముందూ నిన్ను కొట్టడం బట్టే నా గురించి నీకు అర్థమై ఉంటుంది. నాకు ఎక్కువ టైమ్ లేదు. మొత్తం నీకు తెలిసినదంతా చెప్పు"

"ఏం చెప్పాలి? ఎవరు నువ్వు?"

"నువ్వు ఇప్పుడు బ్లాక్ మెయిల్ చేయడానికి వచ్చావే. ఆవిడ కొడుకుని"

"ఓహో. దాని కొడుకువా?"

ఈ సారి కొట్టిన దెబ్బ, చెంప ఎముక్కి కాస్త కింద తగిలి, రక్తంతో తడిసిన రెండు తెల్లటి దంతాలు ఊడిపడ్డాయి.

"చెప్పు, భైరవమూర్తికీ, నీకూ ఏమిటి సంబంధం? నా తండ్రి ఎవరు?"

"నేను చెప్పను. అంతేకాదు. మీ తల్లీకొడుకుల సంగతి పెపంచమంతా చాటుతాను."

నేను కారు వెనక్కి వెళ్లి డిక్కీ తీశాను. నేనటు వెళ్ళటం చూసి వాడు పరిగెత్తబోయి, దాన్ని ముందే ఊహించిన నేను కాలు అడ్డుపెట్టడంతో ముందుకి బోర్లా పడ్డాడు. కార్ లోంచి డబ్బా తీసి పెట్రోలు వాడి మీద పోశాను.

"మా అమ్మ లాగా నాకు సహనం, భయం లేవు. నిమిషం టైం ఇస్తున్నాను. మొత్తం నీకూ, నీ గురువుకీ తెలిసినదంతా చెప్పాలి".

వాడిని పూర్తిగా పెట్రోల్‌తో తడిపి, జేబులోంచి లైటర్ తీశాను. గట్టిగా అరవబోయిన వాడి నోటిని నా బూటు కాలు మూసింది.

"ప్రపంచం అంతా చాటుతానన్నావుగా. అరుస్తావేం? ఎలా చాటుతావో చాటు. ముందు నిన్ను చంపుతాను. తరువాత జైల్లో వాడిని చంపుతాను. చాలు, ఈ రహస్యం ఇక బయటికి రాదు."

టప్‌మన్న శబ్దంతో లైటర్ వెలిగింది.

ముందుకు వంగాను. పెట్రోలు గాలికి మంట మరింత ప్రకాశవంతమైంది.

"చెప్తాను. నన్ను చంపకు" అరిచాడు.

లేచి నిలబడుతూ లైట్ ఆర్పి, "చెప్పు" అన్నాను.

"నువ్వు భైరవమూర్తి కొడుకువి కావు. నీ తల్లి మెడలో మంగళసూత్రం మాత్రం ఆడు కట్టాడు. నీ తండ్రి ఏరే ఉన్నాడు. ఆడు నీ తల్లిని మోసం చేస్తే మా గురువు పాపం కదా అని ఏలుకున్నాడు".

"ఇదంతా నీకు ఎవరు చెప్పారు?"

"జైల్లో మా గురువే"

"పద. ఆడి దగ్గరకెళ్దాం"

"ఆడింకెక్కడున్నాడు? సచ్చి పది రోజులైంది."

నేను నిటారుగా అయ్యాను. భైరవమూర్తి చచ్చి పోయాడు. నా తల్లి భర్త చనిపోయాడు.

నాలో మారుతున్న భావాలు పట్టించుకోకుండా వాడు చెప్పుకుపోతున్నాడు. "సచ్చేముందు నన్ను దగ్గరకు పిలిచి ఆడు చెప్పాడు. 'ఇంకో వారం రోజుల్లో బయటకెళ్తున్నావు. నీకు ఏమైనా డబ్బు కావాల్సి వస్తే నా పెళ్ళాన్ని అడుగు. మంచి పొజిషన్లో ఉంది. దాని కొడుకు రహస్యం నీకు తెలుసునని చెప్పు చాలు. డబ్బిచ్చేస్తుంది' అన్నాడు. పాపం సచ్చే ముందు కూడా శిష్యుడిని గుర్తుంచుకున్నాడు".

వాడిని మెడ పట్టుకుని పైకి లేపాను.

"నేను ఎవరి కొడుకుని?"

"నాకు తెలవదు"

"తెలుసు. ఈ విషయం కూడా అతడు నీకు చెప్పే ఉంటాడు. చెప్పు. నా తల్లిని మోసం చేసింది ఎవరు?"

"సత్తె పెమాణికంగా చెప్తున్నాను. 'పేరు చెబితే చాలు డబ్బిచ్చేస్తాది' అని చెప్పాడు. నీ తండ్రి ఎక్కడున్నాడో ఆడికి కూడా తెలియదు."

పెదవులు బిగించి కటువుగా అడిగాను. "ఏం పేరు చెప్పాడు?"

"...."

"పెళ్లికి ముందు నా తల్లిని మోసం చేసినవాడి పేరు ఏమని చెప్పాడు వాడు?" నా అరుపుకి సరుగుడు చెట్లు కదిలిపోయాయి.

"అయినంపూడి ఆనందరావు".

9

భూమి, గాలి, చెట్లు నా తల్లిని మోసం చేసిన వాడి పేరు విన్నాయి. రేపు వాడి చావుకి అవే సాక్ష్యాలుగా మిగులుతాయి..!

ఆపేరు నాలుగైదు సార్లు మనసులో మననం చేసుకున్నాను.

అయినంపూడి ఆనందరావు..!

ఎదురుగా నిలబడ్డ మనిషి నుంచి పెట్రోల్ వాసన గాలితో పాటు వస్తోంది. నోట్లోంచి రక్తం ఇంకా కారుతోంది. వాడు పూర్తిగా బెదిరి పోయినట్టు కనిపిస్తున్నాడు. ఇక వాడి నుంచి ఏ ప్రమాదమూ ఉండనట్టే తోస్తోంది.

"ఈ పేరు నీకు తప్ప ఇంకెవరికీ తెలియదు కదూ?"

"తెలీదు."

"చెపుతావా?"

"చెప్పను."

"మళ్లీ మా ఇంటి వైపు వస్తావా?"

"రాను"

"నా తల్లిని కలుసుకోవడానికి ప్రయత్నిస్తావా?"

"లేదు. అసలు ఈ ఊర్లో ఉండను. వెళ్ళిపోతాను"

"వెళ్ళు. మళ్లీ ఇంకొకసారి నిన్ను చూశానంటే, ఈ విషయం నువ్వు ఎవరికైనా చెప్పావా లేదా అని అడగను. పెట్రోల్‌తో కూడా కాల్చను. ఒకే పోటు.... గుండెల్లో. అర్థమైందా?"

వాడు తలూపాడు.

"వెళ్ళు, నా మనసు మార్చుకునే లోపలే పరిగెత్తు"

వాడు వెనుతిరిగాడు.

"ఇంకొక విషయం! భైరవమూర్తి చనిపోయినట్టు నా తల్లికి తెలియడానికి వీల్లేదు"

వాడు తలూపి, పరిగెత్తుకుంటూ వెళ్ళిపోయాడు.

కార్లో కూర్చున్నాను. వెంటనే స్టార్ట్ చేయలేదు. అప్పటి వరకూ ఉన్న ఆవేశం పోయి నిస్సత్తువ ఆవరించింది. ఇంతకాలం నా తల్లి ఎందుకింత ఆవేదన చెందుతూ ఉన్నదో అర్థమైంది. గతం తనని నీడలా భయపెడుతూ వచ్చిందన్న సంగతి, నాకు నా తల్లి పట్ల కోపాన్ని, అయిష్టాన్ని కలగ చేయలేదు. ఈ ప్రపంచంలో స్త్రీ నష్టపోవడం అనేది మగవాడి మోసానికి ప్రతీక మాత్రమే. ఇన్నాళ్ళూ ఇన్ని అగ్నిపర్వతాలను మనసులో దాచుకొని ఒక కొడుకు భవిష్యత్తు కోసం కష్టపడిన ఆ స్త్రీ, ఒకవేళ నా తల్లి కాకపోయినా ఈ కథ తెలిశాక నాకు ఆమెపై కోపం రాదు. నా కోపం అంతా అతని మీదే.

అయినంపూడి ఆనందరావు!

అతడు ఎక్కడున్నాడో పట్టుకుంటాను. ప్రపంచంలో ఎక్కడున్నా సరే. అతను ఎక్కడున్నాడో తెలిసిన మరుక్షణం నుంచీ మాత్రం అనుక్షణం అతనిని మానసికంగా చంపుతాను..!

ఇప్పుడిక భైరవమూర్తి మరణం సంగతి వెల్లడి చేయాలా వద్దా అన్నది ప్రశ్న. ఎందుకు ఆమెకు చెప్పటం? మొత్తం జీవితంలో పది, పన్నెండుసార్లు కలుసుకుని, కలుసుకున్నప్పుడల్లా డబ్బు కోసం వేధించి, ఇప్పుడు ఆమె జీవితం నుంచి నిష్క్రమించిన ఆ వ్యక్తికి, తాను వెళ్ళిపోతూ, నా తల్లి నుదుట కుంకుమ, గాజులు తీసుకెళ్లే హక్కు ఏముంది? అమ్మ సుమంగళి గానే మరణిస్తుంది..! బ్లాక్–మెయిల్ చేయడానికి అతడు ఇంకా రాలేదేమిటా అని మొదట్లో కొంతకాలం ఆశ్చర్యపోయినా, క్రమంగా మర్చిపోతుంది. అంతకన్నా కావాల్సింది ఏముంది?

నా ఆలోచన కరెక్టు అనిపించి భర్త మరణ విషయం ఆమెకి చెప్పదలుచుకోలేదు.

ఆ ఆలోచన వచ్చాక మనసు కొంత సర్దుకుంది.

కారు స్టార్ట్ చేసి, ఇంటికి వచ్చేశాను. ఇల్లంతా నిశ్శబ్దంగా ఉంది. చీకటి పడినా ఇంట్లో లైట్లు లేవు. అమ్మ అలాగే కూర్చుని ఉంది. అప్పుడే ఆఫీసు నుంచి వచ్చిన వాడి లాగా లైట్ వేసి, "ఏమిటమ్మా అలా కూర్చున్నావు?" అని అడిగాను.

దీర్ఘమైన ఆలోచన చెదిరినట్టు ఆమె ఉలిక్కిపడి "ఏం లేదురా" అంది.

"చాలా పెద్ద యాక్సిడెంట్ అమ్మా. వస్తుంటే చూశాను. వాడెవడో బాగా తాగి ఉన్నాడు. రోడ్డుకడ్డంగా వచ్చి బస్సు క్రింద పడ్డాడు."

"పాపం ఎవడ్రా?"

"గడ్డం బాగా పెరిగి ఉంది. ఎఱ్ఱ చొక్కా వేసుకున్నాడు. ఎవడో జైలు పక్షి అట. పోలీసులు అనుకుంటున్నారు".

అమ్మ మొహం తెల్లగా పాలిపోయింది. కానీ ఏదో తెలియని రిలీఫ్ లాంటి భావం ఆమెలో కనిపించింది.

చాలు.

10

వరంగల్‌కీ, గోదావరికీ మధ్య ఉన్న ప్రదేశంలో ఒక పేపర్ మిల్లును ప్రమదా ఇండస్ట్రీస్ తరపున కొన్నాము. కొని సంవత్సరం అయింది కానీ, కొన్న సంవత్సరం నుంచీ అక్కడ గొడవలే. రెండు నెలలకు ఒకసారి లక్షలు ఖరీదు చేసే వెదురు రాత్రుళ్ళు ఎవరో దొంగతనంగా కాల్చేస్తున్నారు. లేబర్ స్ట్రైక్ మరో వైపు. మేనేజర్‌ని హత్య చేశారు. మనుషులకి దూరంగా అక్కడ అడవిలో, ప్రతి నిమిషమూ ప్రాణాలు అరచేతిలో పెట్టుకుని గడపాలి. మా వాళ్ళు ఎవరూ అక్కడికి మేనేజర్‌గా వెళ్లడానికి ఇష్టపడటం లేదు. గొడవలు తగ్గేవరకూ ఏదో ఒక సాకు పెట్టుకొని ఆగిపోయే ఆలోచనలో ఉన్నారు.

కొత్తవాళ్లని ఉద్యోగంలోకి తీసుకొని కొందరిని అక్కడికి పంపాలన్న ఆలోచన ఉంది. దాని కోసం ఇంటర్వ్యూలకు పిలిచాము.

ఆ అప్లికేషన్స్ చూస్తుంటే మతిపోయింది. నాలుగు ఉద్యోగాలకు దాదాపు రెండు వేల అప్లికేషన్స్ వచ్చాయి. అందరూ బాగా చదువుకున్న వారే. నా తల్లి నన్నిలా తీర్చిదిద్దకపోతే నేను కూడా వారిలాగే ఇరవై నాలుగు సంవత్సరాలు చదువులో గడిపి, ఉద్యోగం ఎవరు ఇస్తారా అని అప్లికేషన్లు పూర్తి చేస్తూ గడిపి ఉండేవాణ్ణి.

"మీరు వస్తారా సార్ ఇంటర్వ్యూకి?"

"ఎంతమంది మిగిలారు?"

"వ్రాత పరీక్షలో వంద మంది దాకా తేలారు సార్. అందులో ఇరవై మందిని ఫైనలైజ్ చేసాం."

"సరే.. ఇంటర్వ్యూ ఎప్పుడు?"

"ఇంకో గంటలో."

"కృష్ణమూర్తిని చెయ్యమను. మధ్యలో నేను వచ్చి చూస్తాను" అన్నాను. కృష్ణమూర్తి నా పార్ట్నర్.

మేనేజర్ వెళ్ళిపోయాడు. నేను మరికొంత సేపు పనులు చూసుకుని వెళ్లేసరికి అప్పటికే సగం మంది ఇంటర్వ్యూలు అయిపోయాయి. ఒక కుర్చీ లాక్కొని కూర్చున్నాను.

"అర్జెంటీనా ముఖ్య పట్టణం ఏమిటి? హిమాలయాలు ఎక్కుతూ జారిపడి చచ్చిన మొదటి కొరియా యువకుడి పేరేమిటి" లాంటి నాన్సెన్సికల్ ప్రశ్నలు వేస్తున్నాడు కృష్ణమూర్తి. ఇంటర్వ్యూ కి వచ్చినవాళ్ళ లిస్ట్ అది. దానికే అప్లికేషన్లు జతపరిచి ఉన్నాయి.

ఒకచోట నా చూపు అకస్మాత్తుగా ఆగిపోయింది. ఒక యువకుడి ఫోటో దానికి అతికించి ఉంది. అది కాదు నేను చూస్తోంది.. ఆ పేరు:

ఎ. ప్రబంద్, సన్నాఫ్ అయినంపూడి ఆనందరావు.

నా చేతులు వణకసాగాయి. చొప్పున కుర్చీలోంచి లేచి నిలుచున్నాను. కృష్ణమూర్తి ప్రశ్నలు ఆపి నా వైపు చూశాడు. నేను పట్టించుకో లేదు. ఆ లిస్టు పట్టుకుని అలాగే బయటికి వచ్చాను. మేనేజర్ ఒకరొకరినే లోపలికి పంపుతున్నాడు.

నా జీవితంలో నేను ఎప్పుడూ అంత ఉద్వేగం పొందలేదు. వెదకబోయిన తీగ కాలికి తగిలినట్టు అనిపించింది.

"ఇతను.. ఇతని ఇంటర్వ్యూ అయిపోయిందా?"

"అయిపోయింది సార్. ఇప్పుడే వెళ్లిపోయాడు" అతడి నెంబర్ చూసి చెప్పాడు.

కొద్దిగా నిరాశ ఆవరించినా పూర్తిగా నిస్పృహ చెందలేదు. అతడి అడ్రస్ అప్లికేషన్‌లో ఉంది.

నిమిషం తర్వాత కారులో ఉన్నాను.

ఆ అడ్రస్ పట్టుకొని ఇల్లు వెతకడం అరగంట పట్టింది. అయితే నేను అనుకున్నట్టు అది ఇల్లు కాదు. ఒక చిన్న ఇంట్లో ఈ ప్రబంధ్ అనే యువకుడు ముందు గదిలో ఉంటున్నాడు.

నేను వెళ్లేసరికి అతడు బ్రీఫ్ కేసు పట్టుకొని మెట్లు దిగుతున్నాడు.

అయినంపూడి ఆనందరావులు ఇద్దరు (మరొకరు) లేని పక్షంలో ఇతడు నా తమ్ముడు. ఆ ఆలోచనే నాకు గమ్మత్తుగానూ, చిరాగ్గానూ అనిపించింది.

"ఎవరు కావాలి మీకు?"

అతడి ప్రశ్నకు సమాధానం చెప్పకుండా, "ప్రమదా ఇండస్ట్రీస్ పార్ట్నర్ని నేను" అన్నాను.

వెంటనే అతడి మొహంలో మార్పు వచ్చింది. "ఏం కావాలి సార్?" అన్నాడు.

"ఎక్కడికి ప్రయాణం?"

"ఇంటికి వెళుతున్నాను. ఇప్పుడే మీ ఆఫీసులో ఇంటర్వ్యూకి వచ్చాను"

"అవును. తెలుసు"

"ఇంటర్వ్యూ అవ్వకపోతే రాత్రి ట్రైన్కి వెళ్దాం అనుకున్నాను. తొందరగా అయిపోయింది. వెళ్తే ఈ ట్రైన్కి వెళ్లొచ్చు"

"కారులో వస్తే దింపుతాను."

అతడి కళ్ళలో పూర్తిగా అయోమయం పోలేదు. అలాగే వచ్చి కూర్చున్నాడు. కారు కదిలింది.

"ఏ ఊరుమీది?" అని అడిగాను.

చెప్పాడు.

"మీ నాన్నగారు ఏం చేస్తుంటారు? ఆనందరావు కదూ ఆయన పేరు."

"అవును. మీకు తెలుసా?"

తెలుసని చెప్పనా? 'మనందరిలోనూ ప్రవహించేది ఒకే రక్తం' అని మహాత్మా గాంధీ అన్నట్టు, "మన ముగ్గురి లోనూ ఒకే రక్తం" అననా.

"తెలీదు. అప్లికేషన్లో చూశాను. ఏం చేస్తూ ఉంటారు ఆయన?" మామూలుగా అడిగినట్లు అడిగాను. కారు నెమ్మదిగా పోనిస్తూ.

"తరళా ఇండస్ట్రీస్ ప్రొప్రైటర్."

ఆశ్చర్యంగా చూసి, "మరి ఎందుకు మా కంపెనీలో ఉద్యోగం?" అన్నాను.

అతడు వెంటనే సమాధానం చెప్పకుండా ఆగి, తరువాత "కొంచెం అనుభవం వస్తుందని. అదీ గాక, నా కాళ్ళ మీద నిలబడదామని" అన్నాడు.

గుడ్. అయినంపూడి ఆనందరావు రక్తంలో, 'ఇండివిడ్యువాలిటీ'ని వారసత్వానికి ఇచ్చే లక్షణం ఉందన్నమాట.

"తరళా ఇండస్ట్రీస్. పేరు గమ్మత్తుగా ఉంది".

"అమ్మ పేరు తరళ. అన్ని ఇండస్ట్రీస్సూ తన పేరు మీదే ఉన్నాయి."

"మీ తాతగారివా?" మళ్లీ క్యాజువల్‌గా అడిగాను.

"అవును."

సో... నా తల్లిని ఆనందరావు ఎందుకు పెళ్లాడలేదో అర్థమైంది. ఒక ఎరని తినేశాక, మరొక మంచి ఆహారం వైపు వెళ్లడం చేపకి అలవాటే కదా.

నేను మౌనంగా డ్రైవ్ చేయడం చూసి "మీరు..." అని అర్థోక్తిగా ఆగాడు.

"మా పేపరు మిల్లులో అసిస్టెంట్ మేనేజర్ ఉద్యోగానికి కదా మీరు అప్లై చేసింది"

"అవును."

"మేనేజర్ ఉద్యోగం ఇస్తాను. చేస్తారా? మరో అయిదొందలు ఎక్కువ వస్తుంది".

అతడి కళ్ళలో విస్మయం కొట్టొచ్చినట్టు కనబడింది. "నాకా..."అన్నాడు.

"అవును. మీరు ఎల్.ఎల్.బి కదా?"

అతడు తలూపి, "అది చదవడం కోసమే ఈ ఊర్లో ఉన్నాను. సెలవుల్లో సరదాగా ఉద్యోగానికి అప్లై చేశాను" అన్నాడు.

"అలా అని ఉద్యోగం కూడా సరదాగా చేయరు కదా."

"సారీ. నా ఉద్దేశం అది కాదు".

"చాలా రిస్క్ జాబ్ అది. ఆ ప్రాంతం అంత మంచిది కాదు. అక్కడి స్థానికులతో, లేబర్‌తో ప్రతిక్షణం ప్రమాదమే. ఏమాత్రం కోపం వచ్చినా మూకుమ్మడిగా వచ్చి ప్రాణాలు తీస్తారు."

"అయినా సరే. చేస్తాను"

"అడిగిన ఉద్యోగం కంటే పెద్దదిస్తున్నాను కాబట్టి మూడు సంవత్సరాలు బాండ్ వ్రాయవలసి ఉంటుంది."

"అభ్యంతరం లేదు."

"అది కనుక్కుందామనే వచ్చాను. ఎంత తొందరగా జాయిన్ అవ్వగలరు?"

"మూడు రోజుల్లో వచ్చేస్తాను."

"గుడ్..." కారు స్టేషన్ ముందు ఆగింది.

అతడు దిగి "థాంక్స్" అన్నాడు. తలూపాను.

అతడు వెంటనే వెళ్లలేదు. "ఇంటర్వ్యూ అవగానే ఇలా స్వయంగా వచ్చి అడిగారంటే- చాలా సంతోషంగా ఉంది. రికమండేషన్స్‌తో నిండిపోయిన ఈ ఇంటర్వ్యూల్లో మీరు ఇలా స్వయంగా రావడం, నిజంగా నాలో అంత క్వాలిఫికేషన్ ఏముందో నాకే తెలియడం లేదు. వెళ్ళొస్తాను. మూడు రోజుల్లో వచ్చి కలుసుకుంటాను."

అతడు వెళ్లిన వైపే చూస్తూ మనసులో అనుకున్నాను. 'చాలా పెద్ద క్వాలిఫికేషన్ ఉంది ప్రబంధ్ నీకు. అదేమిటో త్వరలోనే తెలుస్తుంది.'

❖ ❖ ❖

ఆఫీసుకి రాగానే మేనేజర్‌తో ఫ్లైట్‌కి టికెట్టు కొనమని చెప్పాను. కృష్ణమూర్తితో మేనేజర్ నియామకం గురించి వివరించాను. అతడు ఆశ్చర్య పడ్డా అభ్యంతరం చెప్పలేదు. 'అంత నచ్చాడా నీకా కుర్రాడు' అని మాత్రం అన్నాడు.

"కుర్రాడు కాదు. అతడికి నా వయసే ఉంటుంది" నవ్వాను.

"కొంపతీసి బంధువా ఏమిటి?"

"అలాంటిదే. కానీ అతడికి తెలియదు"

"తెలిసి ఉంటే రికమండేషన్ తెచ్చేవాడే"

ఈలోపు మేనేజర్ వచ్చి టికెట్ ఓకే అయినట్టు చెప్పాడు. ఆ సాయంత్రం బయలుదేరి, గంటలో ఆ ఊరు చేరుకున్నాను. ఎయిర్-పోర్ట్ లో దిగ్గానే, డైరెక్టరీలో చూసి తరళా ఇండస్ట్రీస్‌కి ఫోన్ చేశాను.

"ఎవరు కావాలి?" ఆపరేటర్ అడిగింది.

"ఆనందరావు"

"మీరెవరు?"

"ఎ. సాయి చందర్"

క్షణం తరువాత ఆనందరావు లైన్లోకి వచ్చాడు. అప్పటికే ఫోన్ పెట్టేశాను.

ఎయిర్-పోర్ట్ నుంచి సరాసరి తరళా ఇండస్ట్రీస్‌కి వెళ్లాను. "ఆనందరావు

గారు ఉన్నారా?" అని అడిగాను. "ఇప్పుడే వెళ్లిపోయారండీ" రిసెప్షనిస్టు అంది.

"ఎక్కడికి?"

"ఇంటికి"

"కొంచెం ఇంటి అడ్రస్ ఇస్తారా?" అని దాన్ని తీసుకుని బయలుదేరాను.

పెద్ద బంగ్లా అది. గేటుకి ఇటు వైపు 'ఆనందరావు', అటు వైపు స్తంభానికి 'తరళ' అన్న పేర్లు ఉన్నాయి. అతడి భార్య అనుకుంటా, 45 ఏళ్లకు పైగా ఉంటుంది. బయట తోటలో కూర్చుని టీ కలుపుతోంది.

ఈ లోపులో అతడు లోపల్నుంచి తోటలోకి వచ్చాడు. లాల్చి, పైజమాలో ఉన్నాడు. జుట్టు తెల్లగా ఉంది. ఈ ప్రపంచంలో ఎక్కడున్నా పట్టుకోవాలని ఏ వ్యక్తి కోసం అంతగా తహతహలాడి పోయానో... ఆ వ్యక్తి..!

అయినంపూడి ఆనందరావులు ఇద్దరు ఉన్నారేమో అన్న అనుమానం నా మనసులో ఏ మూలో ఉండేది. అతడిని చూడగానే పూర్తిగా పోయిందది.

ఆ జుట్టుకి కాస్త రంగు వేసి మా ఇద్దరినీ పక్కపక్కనే నిలబెడితే కవలలనుకుంటారు. నేను అతడి కొడుకును. సందేహం లేదు.

చాలా సేపు వాళ్లనే చూస్తూ ఉండిపోయాను. ఆమె ఏదో అంటోంది. అతడు నవ్వుతూ చెబుతున్నాడు. వాళ్ళ అమ్మాయి కూడా నవ్వుతోంది.

మా ఇంటిలో ఎప్పుడూ ఇలాంటి దృశ్యం కనబడదు. బరువు బాధ్యతలు, ఒక నిర్దిష్టమైన గమ్యం, మా తల్లీ కొడుకుల్ని ఇలాంటి ఆనందాలకీ, సంతోషాలకీ దూరం చేశాయి. మా మొహాల నుంచి చిరునవ్వుని శాశ్వతంగా దూరం చేసిన దుర్మార్గుడు నాకు వంద గజాల దూరంలో తన సొంత సంసారంతో సుఖం అనుభవిస్తున్నాడు.

నేను వెంటనే మా ఊరు వెళ్ళిపోలేదు. అక్కడే నాలుగు రోజులున్నాను. ఒక్క క్షణం వృథా చేయలేదు. ఆనందరావు గురించి మొత్తం అన్ని వివరాలూ సేకరించాను. నేను అనుకున్నది నిజమే. వివాహం కాకముందు అతడు చాలా బీదవాడు. పల్లెటూర్లో ఉండేవాడు. తరళని వివాహం చేసుకున్నాక వ్యాపారం విస్తీర్ణం చేశాడు. అతడికి ఒక కొడుకూ, ఇద్దరు కూతుళ్లు. కొడుకు ప్రబంధ్. కూతుళ్లు ఇంకా చిన్నవాళ్లు. ఆ ఇంట్లో తరళ చాలా డామినేటింగ్. కాస్త పిచ్చి కూడా ఉన్నట్టు అనుమానం. ఆమె ఏమంటే అది ఆ ఇంట్లో చెల్లాల్సిందే.

ఇవీ నేను సేకరించిన విషయాలు!

ముందు ఆ తరళ నుంచి ప్రారంభించదలుచుకున్నాను. ఆ సంసారాన్ని విచ్ఛిన్నం చేయడం నా లక్ష్యం. ఆ కుటుంబంలో ప్రతి ఒక్కరూ మనసులోనే కుమిలి కుమిలి చావాలి.

నా ఈ నిర్ణయం మీకు నా మీద అసహ్యాన్ని, కోపాన్ని కలిగిస్తే క్షమించాలి. తినడానికి తిండి లేక, రోజుకి 18 గంటలు కష్టపడుతూ, అర్ధరాత్రి పక్కనుంచి అమ్మ నిశ్శబ్దపు రోదనలు వింటూ పెరిగిన ఒక యువకుడికి ఇంతకన్నా తక్కువ కోపం, కసి ఉంటే, అతడిలో ఏదో లోపం ఉందన్నమాట.

11

ప్రబంధ్ వరంగల్ మిల్లులో జాయిన్ అయ్యాడు. అక్కడ గొడవలు మరీ ఎక్కువయ్యాయి. దినదిన గండంలా ఉంది పరిస్థితి.

ఇంకొక టైంలో అయితే ఆ ఉద్యోగం వదిలేసి ఎవరైనా వెళ్ళిపోక తప్పదు. కానీ ప్రబంధ్ నుంచి ముందే అగ్రిమెంట్ తీసుకున్నాను. ఆ విధంగా అతడిని ఇరికించి వేశాను. అతడు పంపించిన ఏ ప్రపోజల్‌నూ ఇక్కడి నుంచి ఒప్పుకోలేదు. కార్మికుల సమస్య రోజురోజుకీ ఎక్కువై ఉద్రిక్తంగా ఉంది. అక్కడ ఏ క్షణమైనా ఫ్యాక్టరీ కాల్చేసినా ఆశ్చర్యపోనక్కర్లేదు. ఒక రకంగా అదే మంచిది కూడా. ఈ తలనొప్పులన్నీ పోయి ఇన్సూరెన్స్ వస్తుంది.

ఆనందరావు కొడుకుని ఆ విపత్కర పరిస్థితుల మధ్య ప్రతిష్ఠాపించిన తర్వాత, రెండో విక్టిమ్ కోసం చూశాను. ఆమె తరళ.

దాని తాలూకు ప్లాన్ కూడా అనుకోకుండా వచ్చేసింది.

వికలాంగుల సంక్షేమ కార్యక్రమానికి ఒకరోజు వెళ్లాను. వారి సహాయం కోసం నాటకం వేశారు.

అప్పుడు చూశాను ఆ అమ్మాయిని. పేరు మహారాణి అట. గమత్తయిన పేరు. పదహారు సంవత్సరాల కన్నా ఎక్కువ ఉండదు వయసు. అద్భుతంగా నటించింది. మొత్తం థియేటర్ అంతా ముగ్ధులై చూశారు.

అప్పుడే నాకు ఆ ప్లాన్ తోచింది.

ఆ అమ్మాయి ఇల్లు కనుక్కొని మరుసటి రోజు వెళ్లాను.

మామూలు పరిచయాలయ్యాక అడిగాను. "ఒక్కొక్క ప్రదర్శనకి నీకు ఎంత ఇస్తారు?"

"400 రూపాయలు..."

"ఎన్నాళ్ళు చేయవలసి ఉంటుంది రిహార్సల్సు?"

"వారం రోజులు"

"ఒక నాటకం ఆడితే నీకు 10 వేల రూపాయలు ఇస్తాను"

ఆ అమ్మాయి అనుమానంగా చూసింది. నవ్వి "నాకేమీ దురుద్దేశం లేదు. నాకు చెల్లెలుగా నటించాలంతే" అన్నాను.

"నాకు అర్థం కావటం లేదు."

మొత్తం అంతా వివరించి చెప్పాను. అయితే అందులో నా తల్లికి జరిగిన అన్యాయం వగైరా విషయాలు చేర్చలేదు. కేవలం ఆనందరావు అనే వ్యక్తిని ఎలా కంగారు పెట్టాలో, ఆ విషయాలే చెప్పాను.

ఆమె ఉత్సాహంగా ఒప్పుకుంది. ఎక్కువ ప్రశ్నలు కూడా వేయలేదు. నాకన్నా ఎక్కువ థ్రిల్లింగ్‌గా ఫీల్ అయింది. "ఎప్పటి నుంచి ప్రారంభిద్దాం?"అని అడిగింది.

"రెండు మూడు రోజుల్లో... నీతో పాటు ఎవరినైనా తీసుకొచ్చేటట్టయితే తీసుకురా."

"అవసరం లేదు"

ఆ అమ్మాయిలో నాకు నచ్చిన గుణం ఏమిటంటే, తనకి అవసరమైనవి తప్ప మిగతా వివరాలు ఒక్కటి కూడా అడగలేదు. నాకెందుకో... తనకి అప్ప చెప్పిన బాధ్యత కరెక్టుగా నిర్వర్తిస్తుందని అనిపించింది.

ఐదు వేలు అడ్వాన్స్ ఇచ్చాను.

"ఒక బ్రోతల్ హౌస్‌లో నిన్ను పట్టుకుంటారు. ఆ ఏర్పాట్లు నేను చేస్తాను. ఆ పోలీస్ స్టేషన్లో ఉన్న ఇన్‌స్పెక్టర్ నాకు బాగా స్నేహితుడు. నువ్వు ఈ ఆనందరావు ఫోటో చూపిస్తే చాలు. ఆ వార్త ఆనందరావుకి చేరుతుంది. తనకి తెలియని ఈ కూతురెవరా అని కంగారు పడతాడు. ఈ విషయం అతడి భార్యకి తెలిసే ఏర్పాటు నేను చేస్తాను."

"ఒకవేళ నన్ను చూడటానికి పోలీస్ స్టేషన్‌కి వస్తే?"

"నీకు నచ్చిన కథ ఏదో ఒకటి చెప్పు. నీ తల్లి పేరు మాత్రం ప్రమద్వర అని చెప్పు. ఆ పేరు చెప్పగానే అతడి మొహంలో ఎలాంటి మార్పులు వచ్చాయో మాత్రం గమనించు. చెప్పినా కూడా అతను పట్టించు కోకపోతే ఇక ఆ సంగతి

వదిలేయ్. నేను నిన్ను వెంటనే విడిపిస్తాను"

"రైడింగ్ కేసులో పట్టుబడి పోలీస్ స్టేషన్లో ఉండటం చాలా రిస్కు".

"నీకు రెండొందల గజాల దూరంలో రాత్రంతా నేను ఉంటాను. నువ్వే మాత్రం భయపడకు. ఆనందరావు అడిగిన ప్రశ్నలన్నిటికీ మాత్రం తడుము కోకుండా జవాబు చెప్పు."

నేను వెళ్ళబోతూ ఉంటే మహారాణి అడిగింది, "మీరేమీ అనుకోనంటే ఒక ప్రశ్న. ప్రమద్వర ఎవరు?"

"నా తల్లి"

12

మేము అనుకున్నది అనుకున్నట్లు జరిగింది. ప్రమద్వర ఎవరో తనకు తెలియనట్లుగా ఆనందరావు నటిస్తాడు అనుకున్నాను కానీ, రాణిని తనతో పాటు తీసుకెళ్లడం ఆశ్చర్యం అనిపించింది. అతడిని పోలీస్ స్టేషన్ నుంచి ఫాలో అయ్యాను.

రాణిని హోటల్‌కి తీసుకెళ్లి గది బుక్ చేశాడు. ఖరీదైన హోటల్. నా ఆశ్చర్యం ఎక్కువైంది. 'ఈ సాక్ష్యాన్ని మాయం చేయడానికి ప్రయత్నిస్తున్నాడా ఆనందరావు' అన్న అనుమానం కూడా పెరిగింది.

అతడు రాణితో కలిసి రూమ్ చేరుకునే సమయానికి నేను వరండాలో ఎదురు చూస్తున్నాను. ఆమెని దిగపెట్టి అతడు వెళ్ళిపోగానే గదిలోకి వెళ్లాను. నన్ను చూసి నవ్వింది.

"ఏమంటున్నాడు?" అడిగాను.

"మీ అన్నయ్య ఎక్కడున్నాడు?' అని పదేపదే అడిగాడు" అంది.

"ఏం చెప్పావు?"

"నాకు అన్నయ్యలు ఎవరూ లేరని అన్నాను."

"కంగారు పడ్డాడా?"

"ఆ... చాలా"

అంటే, నా తల్లికి మగ పిల్లవాడు పుట్టిన సంగతి కూడా అతడికి తెలుసన్నమాట.

నా ఆలోచనలు గ్రహించినట్టు రాణి అంది. "అతడికి మీ పేరు కూడా తెలుసు"

ఉలిక్కిపడి "నా పేరు తెలుసా?"

"అవును. గోపీచంద్ ఎక్కడ అని అడిగాడు"

అంటే... నా తల్లిని మోసం చేశాక కూడా అతడు ఆమె గురించి కొంతకాలం పాటు వాకబు చేస్తూనే ఉన్నాడన్నమాట..! నేనేదో అనబోయాను. అంతలో తలుపు చప్పుడు అయింది. ఇద్దరం ఒకరి మొహం ఒకరు చూసుకున్నాం. నేను చప్పున టాయిలెట్‌లోకి వెళ్ళాను. రాణి వెళ్ళి తలుపు తీసింది.

లోపలికి వచ్చింది ఆనందరావు భార్య.

తలుపు సందులోంచి చూస్తున్న నేను ఆశ్చర్యపోయాను. అంత అర్ధరాత్రి భర్తని ఫాలో చేస్తూ తరళ ఇలా హోటల్‌లోకి ప్రవేశిస్తుందని నేను అనుకోలేదు.

ఇది మేము ఊహించని మలుపు.

"ఎ.... ఎవరు కావాలి?" రాణి భయం నటిస్తూ అంది.

"నేను పోలీస్ స్టేషన్ నుంచి వస్తున్నాను" అంది తరళ. నాకు నవ్వొచ్చింది. రాణి కూడా నవ్వుకుంటూ ఉండి ఉండాలి.

"నీ పేరేమిటి?" తరళ అడుగుతోంది.

"శ్రీదేవి".

"మీ అమ్మ పేరు?"

"ఇందిర"

....

.....

"మీ నాన్నగారు ఏం చేస్తూ ఉంటారు?"

"తరళా ఫెర్టిలైజర్స్‌లో ఇన్‌స్పెక్టర్."

"మీ అమ్మగారు?"

"స్కూల్లో టీచర్."

"మరి నువ్వు ఈ ఊరు ఎలా వచ్చావు? బ్రోతల్ కంపెనీలో ఎలా చేరావు?"

రాణి ఏడవడం ప్రారంభించింది. చాలా అద్భుతంగా నటిస్తోంది.

ఆ తర్వాత రాణి చెప్పిన కథ నాకే ఎంతో ఇంట్రెస్టింగ్‌గా అనిపించింది.

నెలకి నాలుగు రోజులు మాత్రమే తండ్రి తమతో ఉంటున్నాడని అంది. ఎడబాటు భరించలేక తల్లి కిరసనాయిలు పోసుకుని కాల్చుకోబోయిందని చెప్పింది.

రాణి ఒక్కొక్క మాట బుల్లెట్‌లా పేలుతోంది.

తరళ అంటోంది "ఇక నువ్వు పడుకో. మీ నాన్నగారు పొద్దున్నే వస్తారు. అంతేకాదు, ఈ ఇన్స్పెక్షన్లు కూడా ఇక ఉండవు. మీతోనే ఉంటారు" అనేసి వెళ్ళిపోయింది.

ఆమె గది బయటకు వెళ్ళగానే నేను లోపలి నుంచి వచ్చి "అద్భుతం" అన్నాను. "నేను ఊహించిన దాని కన్నా గొప్ప కథ అల్లావు. ఇక ఆనందరావుకి నరకం ప్రారంభమైనట్టే..."

రాణి నవ్వింది.

"ఇప్పుడే వస్తాను ఆవిడకి ఆఖరి షాక్ ఇచ్చి" అని కిందకి బయలు దేరి, ఆమె మెట్లు దిగే సమయానికి జీపుతో ఆమె ముందుకు వచ్చాను. నేను ఊహించినట్లే ఆమె మొహంలో విస్మయం కనబడింది.

"బాబూ, మీ నాన్నగారి పేరు ఏమిటి?"

"నా పేరు గోపీచంద్. అమ్మ పేరు భాగ్యేశ్వరి. మా అమ్మ అమెరికాలో ఉంటుంది. చిన్నప్పుడే నాన్నగారు పోయారు" అని చెప్పాను.

"ఆయన పేరు?"

"అయినంపూడి ఆనందరావు" అనేసి జీపు స్టార్ట్ చేశాను.

వత్తి వెలిగింది. బాంబు పేలాలి. ఇంటికి వెళ్ళాక పేలుతుంది. తనతో కలిపి భర్తకి ముగ్గురు భార్యలు ఉన్నారని తెలిస్తే ఏ స్త్రీ ఊరుకుంటుంది? తరళ లాంటిది అసలు ఊరుకోదు.

ఈ రాత్రి వాళ్ల జీవితాల్లో తుఫాను మొదలైంది. ఇక అది ఆ సంసార వృక్షాన్ని నిలువుగా పెరికించి గానీ వదలదు. నిరాశ్రయుడైన ఆనందరావు దగ్గరికి అప్పుడు వెళ్లాలి. నా తల్లి తరఫున నేను అడగదలుచుకున్నది ఒకే ప్రశ్న.

కానీ ఇప్పుడే కాదు.

ఇంకా అతడిని బిగించాలి.

చదరంగంలో రెండో ఎత్తు ప్రారంభించాను.

ప్రమద్వర చెప్పిన కథ

డాక్టర్లు చెప్పనవసరం లేదు. నాకే తెలుస్తోంది. ఎడారిలో ప్రయాణం చేసి చేసి అలసిపోయిన యాత్రికుడి నుదుటి మీద 'చెమట చారల్లా నా చర్మపు ముడతల్ని వృద్ధాప్యం విస్తృతం చేస్తోంది. జీవన పోరాటంలో అలసిపోయిన మనిషిని కబళించడానికి నెమ్మది నెమ్మదిగా మృత్యువు ముఖద్వారం ముందుకు రావడం తెలిసిపోతూ ఉంది.

ఈ వెన్నెల రాత్రి నా కథంతా మీకు చెప్పాలని ఉంది. ఈ కథంతా తెలిస్తే తరళ నన్ను క్షమించదు. 'ఆమెకు నేను ద్రోహం చేశానా?' అని అప్పుడప్పుడు నన్ను ప్రశ్నించుకుంటాను. 'లేదు లేదు' అని సమాధాన పరుచుకుంటాను. తప్పెవరిదైనా, విషయం తెలిస్తే మాత్రం తరళ నన్ను క్షమించదు.

జీవితపు చివరి రోజుల్లో తానేం సాధించాడని మనిషి తీరిగ్గా ఆలోచించు కోవడానికే దేవుడు బహుశా 'వృద్ధాప్యం' అనే దాన్ని సృష్టించి ఉంటాడు.

నాకు అసంతృప్తి ఏమీ లేదు. గోపీచంద్‌ని మనిషిగా తీర్చిదిద్దానన్న సంతృప్తి చాలు నాకు. ప్రబంధ్ కన్నా ఒక మెట్టు పైనే గోపిని నిలబెట్టగలిగాను. నేనన్న మాట నెరవేర్చుకోవడానికి పాతిక సంవత్సరాలు పట్టింది.

అయినా ఈ విషయాలన్నీ తరళకి తెలుసా? ఆనందరావు చెప్పి ఉంటాడా?

అన్నట్టు ఈ రాత్రికి మీకు నా కథంతా చెబుతా అన్నాను కదూ. ఎక్కడి నుంచి మొదలు పెట్టను?

వెన్నెల పిండారబోసినట్లుంది. వెన్నెల్లో గోదావరిని మీరు ఎప్పుడైనా చూశారా? గోదావరే అవసరం లేదు. గంభీరంగా పారే ఏ నది నైనా చూడండి. తళతళలాడే కెరటాలు, మిల మిల మెరిసే నీరు, దూరంగా సాగిపోతున్న నావ... ఎంత అందంగా ఉంటాయో. అందుకే మా పల్లె అంటే నాకు ఇష్టం. పక్కనే గోదావరి. వంగిన కొబ్బరి చెట్లు, అందమైన తోటలు, ఆనందరావు...

ఆనంద్‌తో నా పరిచయం గమ్మత్తుగా జరిగింది. మా పల్లెలో నాలుగైదు కన్నా ఎక్కువ కిరాణా కొట్లు లేవు. అందులో ఒక షాపు వాడు మాత్రమే లాటరీ టిక్కెట్లు తెప్పించి అమ్మేవాడు. ఒక రోజు నాకు ఎందుకో టిక్కెట్టు కొనాలనిపించింది. అదే సమయానికి ఆనంద్ కూడా ఒక టికెట్ ఇమ్మని అడిగాడు.

ఆ రోజే ఆఖరి తేదీ. షాపు వాడు ఒక్కటే టిక్కెట్టు ఉందన్నాడు. ఎవరు తీసుకోవాలన్న మీమాంస వచ్చింది. ఇద్దరం చెరో అర్ధరూపాయి వేసి తీసుకున్నాం.

మాది చాలా చిన్న పల్లె. మా ఊర్లో దాదాపు అందరూ నాకు తెలుసు. ఆనంద్ అప్పటికే పట్టణంలో ఉద్యోగం చేస్తున్నాడు. అందుకే తనని చూడలేదు. తర్వాత తెలిసింది మా నారాయణమ్మ కొడుకు అని.

సరే. టిక్కెట్టు ఎవరి దగ్గర ఉంచాలి? అన్న ప్రశ్న వచ్చింది. నా దగ్గరే ఉంచమన్నాడు. నేనెవర్నో అడిగి తెలుసుకున్నాడు. వచ్చేస్తుంటే వెనకనుంచి, "లాటరీలో డబ్బు వస్తే నన్ను మోసం చేయకూడదు సుమా" అని అరిచాడు.

నాకు నవ్వూ, కోపమూ వచ్చాయి.

మరుసటి రోజు పేపర్లో చూస్తే మేము కొన్న టిక్కెట్టుకి లక్ష రూపాయలు బహుమతి వచ్చినట్లు పడింది. చాలా సేపటి వరకూ నా కళ్ళని నేను నమ్మలేక పోయాను. ఆనందం పట్టలేక అమ్మకి చెప్పాను. నేను చేసిన తప్పు అదే. అమ్మ మావయ్యకి ఆ విషయం చెప్పింది. మావయ్య నా దగ్గర నుంచి టికెట్ లాక్కున్నాడు. మరుసటి రోజే డబ్బు తీసుకురావడానికి హైదరాబాదు వెళ్ళాడు. మాకు లక్ష రూపాయలు వచ్చిన సంగతి ఊరంతా గుప్పుమంది. అందరూ అకస్మాత్తుగా మమ్మల్ని గౌరవంగా చూడటం ప్రారంభించారు.

అప్పటివరకూ మాకు పల్లెలో గౌరవం లేదు. కారణం మా అమ్మ వేశ్య. ప్రెసిడెంట్ గారి దగ్గర నుంచి కరణం గారి వరకూ అందరికీ ఒకప్పుడు మా ఇల్లు విడిది...! నాకు ఊహ తెలిశాక కూడా వాళ్ళందరూ వస్తూ ఉండేవాళ్ళు.

నన్ను కూడా ఆ వృత్తిలోకి దింపాలని అమ్మకి బాగా కోరిగ్గా ఉండేది. కానీ నేను తీవ్రంగా ప్రతిఘటించడంతో ఆ ఆలోచనలకు తాత్కాలికంగా సెలవు చెప్పింది.

లాటరీ విషయమై నాకు ఏడుపు ఒక్కటే తరువాయి. అమ్మకి బ్రతిమాలుతున్నట్టు 'నేనూ అతడూ సగం సగం డబ్బులు వేసుకొని ఆ టికెట్ కొన్నట్టు, కాబట్టి అందులో సగ భాగం అతడికి ఇవ్వాలన్నట్టూ' చెప్పాను. అమ్మ మింగేసేలా చూసింది.

"నీకేమైనా మతి పోయిందా ఏమిటి? ఎవడో ముక్కూ మొహం తెలియని మనిషికి అప్పనంగా యాభై వేలు ఇస్తావా?" అని కసిరింది.

"వాడి అర్థరూపాయి గురించి ఎవరితోనైనా చెప్పినట్టు తెలియనీ, రౌడీలతో వాడిని కొట్టించకపోతే నాకు మారుపేరు పెట్టు" అని సవాలు చేసి మరీ వెళ్ళాడు మావయ్య.

నాకేం చెయ్యాలో తోచలేదు. షాపు దగ్గర టికెట్ కొంటున్నప్పుడు అతను నవ్వుతూ అన్న మాటలే గుర్తొస్తున్నాయి. అతడిని వెళ్లి కలుసుకున్నాను. జరిగింది చెప్పి "మీరు నాకు ఏ శిక్ష విధించినా భరిస్తాను. తప్పు నాదే. మీరెంతో నమ్మకంతో టిక్కెట్టు నా దగ్గర ఉంచితే నేను ఇలా చేశాను..." అన్నాను తలవంచుకొని.

"అర్ధ రూపాయి ఇవ్వండి" అన్నాడు.

అతడు ఏమంటున్నాడో నాకు అర్థం కాలేదు.

"నా అర్ధ రూపాయి నాకు ఇచ్చేయండి. రుణం తీరిపోతుంది" అన్నాడు అదే చిరునవ్వుతో.

నా కళ్ళలో నీళ్ళు తిరిగాయి. నా తల్లి... మావయ్య... ఇతడి ముందు ఎంత అల్పులో అర్థమైంది. పరిస్థితి అతడు గమనించినట్టున్నాడు. "దీని గురించి అసలు ఆలోచించవద్దు. మర్చిపోండి" అన్నాడు. అంత మంచితనాన్ని భరించలేక పోయాను.

ఆ రాత్రి అమ్మతో గొడవ పెట్టుకున్నాను. ఎటువంటి పరిస్థితుల్లోనైనా అతడికి 50 వేలు ఇవ్వాలని రాద్ధాంతం చేశాను. అమ్మ నా మీద విరుచుకు పడింది. ఆమె అన్న మాటలు వింటే మీరు 'ఛీ' అంటారు. 'ఒక తల్లి కూతురుతో మాట్లాడవలసిన మాటలేనా ఇవి' అంటారు. ఆమె మాటలు యథాతథంగా ఇవి:

"వాడికి యాభై వేలు ఇచ్చే బదులు కన్నెరికం చేయించుకోరాదటే. అటు ఫలం దక్కుతుంది. ఇటు మాకు బాధా తప్పుతుంది. మంచి వయసులో వచ్చే రాబడి అంతా పోగొడుతున్నావ్ కదే. కనీసం వాడితోనైనా మొదలెట్టు" అంది.

ఆ రాత్రి అమ్మ నిద్రపోయాక, నాలుగు బట్టలు సర్దుకుని అతడి దగ్గరకు వెళ్లాను. ఇన్నేళ్ల తర్వాత తలుచుకుంటే అంత ధైర్యం అప్పుడెలా వచ్చిందో అనిపిస్తుంది గానీ, ఆ రాత్రి నాకేమీ భయం వేయలేదు. ఒక మురికి కూపం నుంచి బయట పడుతున్నానన్న సంతృప్తి మాత్రం కలిగింది.

"పడవలో పట్నం వెళ్ళిపోతున్నాను ఆనంద్ బాబూ. మరోసారి మిమ్మల్ని క్షమించమని అడగడానికి వచ్చాను. ఆ ఇరుకు మనుషుల మధ్య నేను ఉండలేను" అన్నాను.

మొదట అతడు ఆశ్చర్యపోయాడు. తరువాత నచ్చచెప్పాడు. పాతిక సంవత్సరాల క్రితం అతడు అన్న మాటలు నాకు ఇప్పటికీ బాగా గుర్తున్నాయి. "...బంధుత్వాన్ని ఎప్పుడూ డబ్బుతో పరీక్ష పెట్టకండి ప్రమద్వరా. ఈ డబ్బు అనేది చాలా పాపిష్టిది. నీలి లిట్మస్‌ని కూడా ఎర్రగా మారుస్తుంది. ఆత్మీయతని అడుక్కి త్రోసేస్తుంది. కొన్ని కొన్ని ఆత్మీయతల బలాన్ని, పరీక్షల ప్రవాహానికి ఎదురు నిలపకపోతేనే మంచిది."

"మీకు తెలీదు. ఆ ఇంట్లో నేను నేనుగా మిగలను."

"రేపు మీరు పట్నం వెళ్లినా మీరుగా మిగలరు" అన్నాడు.

నిర్విణ్ణురాలినయ్యాను.

"ఆవేశంలో నిర్ణయాలు తీసుకోకండి" అన్నాడు అతడు మందలిస్తున్నట్లు.

రాత్రయితే ఆవేశంలో అలా వెళ్ళిపోయాను గానీ, నా ధైర్యాన్ని తలుచుకుంటే నాకే ఆశ్చర్యం అనిపించింది. అతడు అన్న మాటల్లో నిజం అర్థమైంది. అతడే గానీ వారించకపోయి ఉంటే ఆ రాత్రి వైజాగ్ వెళ్లి ఈపాటికి ఎక్కడ ఉండే దాన్నో..! ఏ పట్నంలో సందులోనో...! ఏ ఇం...ట్లో...నో..!

అతడి పట్ల నేనూ, నా కుటుంబ సభ్యులూ కలసి చేసిన మోసానికి మాత్రం నా మనసు సిగ్గుపడుతూనే ఉంది.

రెండు రోజుల తర్వాత మావయ్య మొహం వేలాడేసుకుని దిగాడు.

పేపర్లో నెంబరు తప్పు పడింది. లాటరీ మాకు రాలేదు.

పల్లె పల్లెంతా ఘొల్లుమంది.

నాకు మాత్రం ఎందుకో చెప్పలేనంత సంతోషం వేసింది..!

డబ్బు రానందుకు బాధ కన్నా, నేను ఆనంద్‌కి ఋణపడి లేనన్న సంగతి నాకు ఎక్కువ ఆనందాన్నిచ్చింది. మా వాళ్ళకి తగిన గుణపాఠం చెప్పినందుకు దేవుడికి మనసులోనే కృతజ్ఞత చెప్పుకున్నాను.

ఏదైతేనేం, ఆనంద్ బాబుతో నా మొదటి పరిచయం అలా జరిగింది. ఆ తర్వాత మేము ఎక్కువ సార్లు కలుసుకోలేదు. కానీ ప్రతి సాయంత్రం అతడు

మా ఇంటి ముందు నుంచే వ్యాహ్యాళికి వెళ్లేవాడు. నేను అందమైన దాన్ని కాను. నా కళ్ళు మాట్లాడవు. అందుకే నిశ్శబ్దాన్ని ఆశ్రయించాను.

ఆ నిశ్శబ్దాన్ని బ్రద్దలు కొట్టింది తరళ.

13

తరళ జి.పి. రావుగారి అమ్మాయి. మేము ఇద్దరం కలిసి చదువుకున్నాం. ఏ విషయాన్ని అయినా తను చాలా తేలిగ్గా తీసుకునేది. నాలా కాదు. పల్లెలో ఎవరినీ లెక్క చేసేది కాదు. పల్లె కూడా తనంటే భయపడేది. పల్లెలో అందరి దగ్గరా కలిపి ఎంత డబ్బు ఉన్నదో రావుగారి దగ్గర అంత ఉంది మరి..!

తరళకి డబ్బున్న వాళ్ళ అమ్మాయినని ఏ మాత్రం గర్వం లేదు. డబ్బే కాదు, తనకి దేవుడు అందం కూడా ఇచ్చాడు. సన్నజాజి తీవెలా ఉండేది. పోతే అల్లరి ఎక్కువ. అందమైన అమ్మాయి ఎంత అల్లరి చేసినా బాగానే ఉంటుంది కదా. అందుకే తానంటే నాకు చాలా చాలా ఇష్టం.

గోదావరిలో ఇద్దరం కాగితంతో పడవలు చేసి వదిలేవాళ్ళం. ఎవరి పడవ ఎక్కువ దూరం వెళ్తే వాళ్ళు గెలిచినట్టు. నా పడవ ఎలా ఉందో చూసే నెపం మీద తీసుకొని వేలితో రంధ్రం పెట్టేది. ఆ విషయమై తను నా దగ్గర పశ్చాత్తాప పడినప్పుడు నాకు బాగా నవ్వొచ్చేది.

ఒక రోజు ప్రొద్దున్నే మా ఇంటికి వచ్చింది తరళ. అప్పుడప్పుడు అలా వచ్చేది. తను మా ఇంటికి రావడం నాకు ఇష్టం ఉండేది కాదు. మా పల్లెలో అమ్మకు ఎలాంటి పేరు ఉందో నాకు తెలుసు. మమ్మల్ని చూసి అందరూ ఎలా నవ్వుకుంటారో గమనిస్తూనే ఉంటాను. అలాంటి ఇంటికి తరళ రావటం అంత బాగోదు. కానీ చెప్పినా తను వినదు.

"నిన్న రాత్రి ఒక గమ్మత్తు జరిగిందే" అంది వస్తూనే.

"ఏమిటి?" అని అడిగాను.

"నాన్నగారిని కలుసుకోవాలని ఐదింటికి ఒకతను వచ్చాడు. ఏదో ఎరువుల ఏజెన్సీ అట. 'మీ డాడీకి వెయ్యి ఎకరాలు ఉన్నాయి. మా కంపెనీ ఎరువులు వాడి చూడండి' అన్నాడు. అతడు మాట్లాడే విధానాన్ని చూసి భలే నవ్వొచ్చిందిలే"

ఎరువుల కంపెనీ అనగానే నాకు అనుమానం వచ్చింది. ఈ ఊరికి కొత్తగా వచ్చింది ఆనందరావే. తరళకి తెలియని కొత్త వాడు అతడు. పైగా అతడే ఆ కంపెనీకి ఊర్లో ఏజెంటు.

"తర్వాత ఏమైంది?" అన్నాను ఆత్రంగా.

"కొంచెం ఏడిపిద్దామనిపించింది. 'నాన్నగారు అపాయింట్‌మెంట్ ఎప్పటికి ఇచ్చారు?' అన్నాను. 'ఐదింటికి' అన్నాడు. లోపలికి వెళ్ళి నాన్నగారితో మాట్లాడినట్లు నటించి బయటికి వచ్చి 'సాయంత్రం ఐదు కాదట. నాకు అదే అనుమానం వచ్చింది. నాన్నగారు సాధారణంగా అపాయింట్‌మెంట్ ప్రొద్దున్న పూటే ఇస్తూ ఉంటారు. మీకు ఇచ్చింది రేపు పొద్దున్న అయిదింటికి' అన్నాను".

"అతని పేరు?"

"ఆనందరావు" నవ్వు ఆపుకుంటూ అంది. "... పాపం మరుసటి రోజు చలిలో పొద్దున్న ఐదింటికొచ్చాడు. నాన్న సంగతి తెలుసుగా. తొమ్మిదైతే గానీ నిద్ర లేవరు"

"ఏమన్నాడు అతడు?"

"నాన్నని లేపాను. నిన్న సాయంత్రం రమ్మంటే ఇవాళ ప్రొద్దున్న వస్తావా?" అని నాన్న అడుగుతుంటే పాపం తలదించుకున్నాడు. కుర్రాడు భలే స్మార్ట్‌గా ఉన్నాడులే. నాకే జాలేసింది".

నేను లాటరీ టికెట్ విషయం చెప్పాను. అతడు యాభై వేలు ఎంత మామూలుగా వదులుకున్నదీ, నేను అతడి దగ్గరకు వెళ్తే ఎలా మాట్లాడిందీ, అంతా వివరించాను. తరళ మొహంలో నవ్వు మాయం అయ్యింది. నేను చెప్పినదంతా విని "అతడిని చూడాలి పద" అంది.

తెల్లబోయి "అతడి దగ్గరకా!" అన్నాను.

"అవును. ఏం?"

"మన పల్లె సంగతి మర్చిపోయావా? గోరంత విషయాన్ని కొండంత చేస్తారు."

"ఏడిచారు" నిర్లక్ష్యంగా అంది. తను ఏదన్నా అనుకున్నదీ అంటే మరి ఆలస్యం చేయదు. ఇద్దరం అతడి దగ్గరకు వెళ్ళాం. చిన్న ఇంట్లో ఉంటున్నాడు అతను. నాకైతే అంత ధైర్యం ఉండేది కాదు. తరళ ముందు క్షమాపణలు

చెప్పుకుంది. కేవలం అది సంభాషణ ప్రారంభించడానికి మాత్రమే. ఆ తర్వాత ఇక దాని ప్రసక్తి లేదు. పల్లంలో ప్రవహించే గోదావరిలా గలగలా మాట్లాడుతోంది.

అతడు కూడా ఆసక్తిగా వింటున్నాడు.

వాళ్ళిద్దర్నీ చూస్తుంటే నాకు ముచ్చటగా అనిపించింది. నేను బాధపడుతున్నానా? లేదని మనస్ఫూర్తిగా అనలేనేమో. కానీ నాకేం అర్హత ఉంది. వేశ్య కూతురిగా పుట్టినా అందం లేదు. అంత వరకూ ఎందుకు? తరళే గానీ ఈరోజు ఇలా తీసుకురాక పోయి ఉంటే ఇంకో నాలుగు సంవత్సరాలు గడిచినా అతనితో మాట్లాడే ధైర్యం చేయలేక పోయేదాన్నేమో. తరళ కాబట్టి అంత కలివిడిగా మాట్లాడగలుగుతోంది. డబ్బు కూడా ధైర్యాన్నిస్తుంది. ఈ పల్లెలో తను ఏం చేసినా, గుసగుసలాడుకోవడమే తప్ప పైకి అనే ధైర్యం ఎవరికీ లేదు.

వాళ్ళిద్దరి వైపూ చూశాను.

అప్పుడే మంచి స్నేహితులు అయిపోయినట్లు మాట్లాడేసుకుంటున్నారు. బయటకు వచ్చాక "నేను ప్రేమలో పడిపోయానే" అంది.

"అప్పుడే?"

"ఆహా! లవ్ ఎట్ ఫస్ట్ సైట్!"

నేను మాట్లాడలేదు. తను తలుచుకున్నది సాధించి తీరుతుందని తెలుసు. నడుస్తున్నదల్లా ఆగి, "కొంపదీసి నువ్వు గాని ప్రేమిస్తున్నావా అతగాడిని?" అంది. నవ్వాపుకుని "లేదు. ఆ మాటకొస్తే నేను అతడిని కలుసుకోవడం కేవలం మూడోసారి మాత్రమే. అదైనా నువ్వున్నావు కాబట్టి" అన్నాను.

"భవిష్యత్తులో ఎవరినైనా ప్రేమించదల్చుకుంటే నా దగ్గర కాస్త ధైర్యాన్ని అరువు తీసుకో" అంది.

"తప్పకుండా"

ఆ తరువాత ఆనంద్‌ని తరచు కలుసుకునే విషయం తరళ రహస్యంగా ఉంచలేదు. మా ఇంటికి వచ్చి నన్ను రమ్మనేది. అమ్మకి తరళంటే భయం, భక్తి. అసలు తరళ మా ఇంటికి రావటమే అదృష్టంగా భావించేది. నేను వెళ్ళనంటే బలవంతం చేసి పంపించేది. గోదావరి ఒడ్డున ఆనంద్ ఎదురు చూస్తూ ఉండేవాడు. ముగ్గురం చిన్న పడవలో కాలువ అవతలి పక్కకి వెళ్ళేవాళ్ళం. మధ్యాహ్నం పూట అక్కడ తోటలో గడిపి వచ్చే వాళ్ళం.

రావు గారికి ఇదంతా తెలిస్తే ఏం గొడవ అవుతుందో అని నాకు మనసులో భయంగా ఉండేది.

కొన్ని రోజుల తర్వాత ఆ ప్రమాదం వచ్చి పడింది. రావుగారి వైపు నుంచి కాదు. ఆనంద్ వైపు నుంచి.

14

ఒక రోజు నేను, ఆనంద్, తరళ మామూలుగానే ఎప్పటిలాగే గోదారి ఒడ్డున కూర్చున్నాం. తరళ దూరంగా వెళ్లి కాలువ పాయలో చేపలు పడుతోంది. తువ్వాలు నీళ్లల్లో వేసి చిన్న చిన్న చేపల్ని తీసి సీసాలో వేయటం, ఇంటికి తీసుకువెళ్లి నీళ్ళ కుండీలో వదలడం తనకి సరదా.

తరళ లేకుండా మేమిద్దరమే ఉన్నప్పుడు మా మధ్య ఎక్కువ సంభాషణ జరగదు. మౌనంగా కూర్చున్నాం. ఆనంద్ సిగరెట్ తాగుతున్నాడు.

"ఎందుకు అన్ని సిగరెట్లు తాగుతారు? మానేయకూడదూ?" అన్నాను.

"మన పెళ్లయిన మొదటి రోజు నుంచి మానేస్తాను. సరేనా..."

నేను దిగ్భ్రమతో తలెత్తాను. ఇటువంటి టాపిక్ అతడు తీసుకువస్తాడని ఊహించలేదు. తరళ ఇంకా చేపలు పడుతూనే ఉంది.

"మీరు ఏం మాట్లాడుతున్నారో నాకు అర్థం కావడం లేదు ఆనంద్..." అన్నాను.

అతడు నవ్వాడు. "మరీ తెలియనట్టు మాట్లాడకు. నేను ఏమంటున్నానో నీకు తెలుసు. నేను ఇంత కష్టపడి ఈ తరళ బోరు భరించడం... ఇదంతా నీ కోసమే."

అప్రయత్నంగా నా దృష్టి తరళ మీద పడింది. నా అభిప్రాయం గ్రహించినట్టుగా అతను "తరళ చాలా చిన్న పిల్ల. అల్లరి చేయడం తప్ప తనకి ఏమీ ఫీలింగ్స్ తెలియవు. ఇంట్లో బాగా స్వేచ్ఛ ఇచ్చారు. ఈ పల్లెలో ఈ మాత్రం సోషల్‌గా ఉండేవారు ఎవరూ లేకపోవటంతో ఈ పరిచయాన్నే ప్రేమ అనుకుంటోంది. కొంతకాలం పోతే మామూలుగా అయిపోతుంది" అన్నాడు.

"నా గురించి కూడా మీకు ఏమీ తెలియదే"

"తెలియనవసరం లేదు" నవ్వాడు, "ఎవరో కవి అన్నట్టు లవ్ హాజ్ నో రీజన్ అండ్ నో సీజన్"

నా గుండెల్లో ఏదో బెదురు, ఏదో తెలియని భయం.

నేను ఆనంద్‌ని ప్రేమిస్తున్నానా? అంతకన్నా ముఖ్యంగా మా ఇంట్లోంచి బయటపడాలన్న స్వార్థం నాలో ఎక్కువ ఉందేమో. ఆనంద్ వ్యక్తిత్వం లాటరీ సంఘటనతో బయట పడగా చూసి, మనుషుల్లో ఇంత గొప్ప వాళ్ళు కూడా ఉంటారా అని ఆశ్చర్యపోయాను. తరువాత అది అభిమానంగా మారింది. ముందు చెప్పినట్టు తరళ గానీ మధ్యలో ప్రవేశించకపోయినట్టయితే అది మూగగా ఉండిపోయేది. అతడిని కలుసుకునే ధైర్యం నాకు జీవితంలో ఎప్పటికీ రాకపోయేది. కానీ ఇప్పుడు?

ఆనంద్ తన ప్రేమను వెల్లడి చేయగానే ఇక నా మనసు నా స్వాధీనంలో లేకుండా పోయింది.

కొన్ని రోజులు గడిచాయి.

ఆనంద్ కవిత్వం బాగా వ్రాసేవాడు. రాత్రంతా కూర్చుని పేజీలకు పేజీలు వ్రాసేవాడు. అవి మరుసటి రోజు నాకు అందించేవాడు. తరళ ఎగతాళి పట్టించేది. 'మనమే సొంతంగా ఒక పత్రిక పెట్టి వీటన్నిటినీ ప్రచురిద్దామే' అనేది. ఆ కవితలన్నీ నా కోసమే అని ఎలా చెప్పను?

రోజు రోజుకీ నా పని ఇబ్బందిగా మారింది. ఇద్దరికీ తెలియకపోతే అది వేరే సంగతి. కానీ ఆనంద్‌ని తరళ ప్రేమిస్తోందని తెలిసీ ఇలా తెలియనట్టు నటించడం నాకు చేతకాదు. ఆనంద్‌తో ఆ విషయమే చెప్పాను.

"ఇది అన్యాయం ఆనంద్. తరళకి డబ్బుంది, అందం ఉంది. నీకు తాను సరియైన జోడి..."

"ఏమిటి నువ్వు చెప్పబోతున్నది?"

"తను నీకోసమే ఇలా వస్తోంది. తనని చేసుకోవడం నీకు అన్ని విధాలా లాభకరం కూడా.."

"మమ్మల్నిద్దరినీ కలిపి నువ్వు అస్తమిస్తున్న సూర్యుడి వైపు వెళ్ళిపోదామని అనుకుంటున్నావా?"

"నీకు నవ్వులాటగా ఉన్నట్టుంది."

"నువ్వు చెప్పేదే హాస్యాస్పదంగా ఉంది. డబ్బు, అందం కోసం నేను ప్రేమ మార్చుకునే టైపు అని నువ్వు అనుకుంటే, నన్ను అర్థం చేసుకున్నది ఇంతేనా అని కాస్త విచారంగా కూడా ఉంది. నేను నిన్ను ప్రేమిస్తున్నాను అని చెప్పాను. నువ్వు ప్రేమించకపోతే అది వేరే సంగతి. ఇప్పుడిక తరళ కాదు కదా... వాళ్ల నాన్నగారు వచ్చి అడిగినా నేను ఒప్పుకోను."

"కానీ ఆ విషయం తనకి చెప్తే మంచిది కదా."

"ఏమని? తరళతో 'నువ్వు నన్ను మాటిమాటికీ ఇలా గోదావరి ఒడ్డుకి తీసుకొస్తున్నది నన్ను ప్రేమించడానికా? అలా అయితే వద్దు. నేను నిన్ను ప్రేమించలేను' అని చెప్పమంటావా? లాగి పెట్టి కొడుతుంది. 'అసలు నిన్ను ప్రేమించానని ఎవరు చెప్పారోయ్? అన్నీ నీలో నువ్వే ఊహించేసుకుంటున్నావు' అంటుంది. అప్పుడు ఏం చెయ్యను?"

ఆనంద్ చెప్పింది నిజమే. తరళ తన ప్రేమ గురించి ఆనంద్ దగ్గర ఎప్పుడూ బయట పడలేదు. నా దగ్గరే చెప్పుకునేది. ఒకసారి నేనే "చూడు తరళా. అసలు నీ మీద తనకేం అభిప్రాయం ఉందో తెలుసుకోలేకపోతే మరీ నీది వన్ సైడ్ ప్రేమ అయిపోతుంది" అన్నాను.

తరళ నా వైపు చిత్రంగా చూసి, "నీకు నిజంగా మతిపోయిందే" అంది.

"ఏం?"

"అతడి ప్రతి చూపులో, ప్రతి కదలికలో నామీద ప్రేమ తెలియటం లేదూ? ఇంకా వేరేగా చెప్పాలా? వి ఆర్ ఇన్ డీప్ లవ్".

నాకు నిజంగానే నవ్వాలో, ఏడవాలో తెలియలేదు. నా ప్రశ్నతో తను నన్ను వేరేగా అర్థం చేసుకుంది. "ఏం, అనుమానంగా ఉందా? అసలు ఇంట్రెస్ట్ అంటూ లేకపోతే ఇలా ప్రతి సాయంత్రం ఎందుకు మనతో వస్తాడు. నీకు తెలుసో లేదో... మాట్లాడేటప్పుడు ఆ కళ్ళలో మెరుపుంది చూశావూ... అది చాలోయ్... ప్రేమని పట్టించేయ్యటానికి"

ఆ మెరుపు 'నా' గురించి అని ఎలా చెప్పటం?

ఆనంద్ చెప్పినట్లు నాకు చిత్రమైన కలలు వచ్చేవి. వాళ్ళిద్దరికీ పెళ్లి చేసి నేను శూన్యంలోకి నడిచిపోయినట్లు, నా కళ్ళు తనకి అమర్చమని చెప్పి చచ్చిపోయినట్లు, వగైరా. నాకు నవ్వొచ్చేది. దుఃఖమూ కలిగేది. తరళతో ఒక్క

మాట చెపుతే అసలు ఈ గొడవ అంతా ఉండదు. కానీ నేను ఎలా చెప్పటం? ఆనంద్ చెప్పాలి.

"తనని చూసి ఎవరైనా సరే ప్రేమించేస్తారని తరళకి కాస్త అహం కూడా ఉంది ప్రమద్వరా. అది తగ్గాలి. నేను చచ్చినా చెప్పను. కావాలంటే నువ్వు చెప్పు... మనిద్దరం పెళ్లి చేసుకున్నామని. నాకు అభ్యంతరం లేదు".

నేను కోపంగా, "తన మీద ఏమాత్రం ఇంట్రెస్ట్ లేకపోతే ఎందుకు ఇలా షికారులు?" అన్నాను.

"నీకోసం" అన్నాడు. అయోమయంగా చూశాను.

"నీకు లేని ధైర్యం తనకు ఉంది. నీ మీద లేని నమ్మకం మీ అమ్మకు తన మీద ఉంది. అందుకే తనని కూడా మనతో కలుపుకుంటున్నాను"

ఆ మరుసటి రోజు నేను ధైర్యం చేసి "ఆనంద్‌కి పెళ్లి నిశ్చయమవుతోంది అంట" అని తరళ దగ్గర అనేశాను.

తరళ చప్పున తలెత్తి "నీ వరకూ వచ్చిందా?" అంది.

ఈసారి తెల్లబోవడం నా వంతయింది.

"అంటే?" అన్నాను అయోమయంగా.

"నిన్న సాయంత్రమే నాన్నకి చెప్పాను."

"ఏమన్నారు?" అన్నాను ఆత్రంగా.

నవ్వింది. "ఏమంటారు? నేనెప్పుడు ఏమన్నా కాదనరు."

దాదాపు పరిగెత్తుకుంటూ ఆనంద్ దగ్గరికి వెళ్లాను.

ఇదంతా మీకు చిత్రంగానూ, అవాస్తవికంగానూ ఉండవచ్చు. కానీ ఇందుకు భిన్నంగా ఎవరైనా ప్రవర్తించడం అనేది కాల్పనిక సాహిత్యంలో మాత్రమే సాధ్యపడుతుందని నేను అనుకుంటున్నాను.

నేను చెప్పింది అంతా విని ఆనంద్ తేలిగ్గా, "సర్లే, నేను చూసుకుంటాన్లే" అన్నాడు.

"ఏమి చూసుకుంటావు?" అని అడిగాను.

"వాళ్ల నాన్నగారితో చేసుకోనని చెబుతాను."

నాకెందుకో అంత సంతోషంగా అనిపించలేదు. గోటితో పోయేదాన్ని అనవసరంగా ఇక్కడ వరకూ తీసుకొచ్చామేమో అనిపించింది. ఆమె పరోక్షంలో

ఆమెకు తెలియకుండా మేము ప్రేమించుకోవడం, ఆమె ప్రత్యక్షంలో ఏమీ తెలియనట్లు ఉండడం, ఆమె అతడిని ప్రేమిస్తున్నానని చెప్పినప్పుడు నేను దానికి 'ఊ' కొట్టడం, ఇదంతా తప్పు నాదే అనిపించేలా చేస్తోంది.

"పోనీ ఆమెనే చేసుకో ఆనంద్" అన్నాను.

"ఇడ్లీ లేకపోతే దోశ తీసుకురా అనడానికి ఇదేమీ హోటల్ కాదు" అన్నాడు. దగ్గరగా వచ్చి "నువ్వు ఎవరి గురించీ భయపడనవసరం లేదు. మీ ఇంట్లో వాళ్లు కాదన్నా సరే లెక్క చేయనవసరం లేదు. అన్నిటికన్నా ముఖ్య విషయం నేను కథానాయకుడి లక్షణాలు ఉన్న ధీరోదాత్తుడిని కాదు. ఒకవేళ నువ్వు త్యాగం చేసి నన్ను వదిలేసినా, తరళని మాత్రం చేసుకోను, చేసుకోలేను. ప్రాక్టికల్‌గా ఆలోచించే మనిషిని నేను. మీరీ త్యాగాలతో దయచేసి నన్ను బాధ పెట్టకండి"

ఎందుకో తెలియదు నాకు బాగా దుఃఖం వచ్చింది. ఈ విషయం అంతా తెలిస్తే తరళ ఏమనుకుంటుంది? కత్తెర మధ్య పోకచెక్కలా అయిపోతుంది నా పరిస్థితి.

మా ఇంట్లో పరిస్థితి కూడా ఏమీ బాగోలేదు.

అమ్మ, మావయ్యల వైపు నుంచి ఒత్తిడి ఎక్కువైంది. మేమున్న వాతావరణం కూడా అలాంటిదే. తరళని ఎవరూ ఏమీ అనలేరు. కానీ నా సంగతి అలా కాదు. చెవులు కొరుక్కోవడం ఎక్కువైంది. నేను తరళతో వెళ్లడానికి అమ్మ ముందు ఒప్పుకుంది కానీ, తర్వాత అలా చేసినందుకు బాధపడటం మొదలుపెట్టింది. ఆనంద్‌తో నేను తిరుగుతున్నానన్న విషయం బయట ప్రపంచానికి తెలిస్తే నా మార్కెట్ (ఈ పదం ఉపయోగించినందుకు క్షమించాలి) పడిపోతుందని అమ్మ భయం. అసలు ఇప్పటికే, డబ్బు తయారు చేసే మిషన్ ఇంట్లో ఖాళీగా ఉన్నందుకు మా వాళ్లకి చాలా ఇబ్బందిగా ఉంది. ఆనంద్ పరిచయంతో అది ఎక్కువైంది. సొంత తల్లి కూడా అలా ఉంటుందా అని మీరనుకుంటే మీకు లోకజ్ఞానం తక్కువ అన్నమాట.

నేను ఆనంద్‌ని వివాహం చేసుకోవడానికి నా తల్లి ససేమిరా ఒప్పుకోదని నాకు తెలుసు. ఈ విషయం ఆనంద్‌కి చెప్తే "ఆవిడ ఒప్పుకునేది ఏమిటి? నువ్వు మేజర్‌వి. కావాలంటే పోలీస్ స్టేషన్‌లోనే నిన్ను చేసుకుంటాను" అనేవాడు.

మా పల్లెటూర్లలో ప్రేమలు చాలా వరకూ గడ్డివాముల వెనకే పుట్టి, అక్కడే సమాధి అయిపోతాయి. కానీ ఆనంద్ నన్ను ఒక్కసారి కూడా స్పృశించలేదు.

అసలు ఆ ప్రయత్నమే చేయలేదు. అతడు ఎప్పుడూ నాతో ప్రేమ కన్నా ఎక్కువగా వివాహం గురించే మాట్లాడేవాడు. అందుకే అతడంటే రోజురోజుకీ నాకు ప్రేమతో పాటు గౌరవం కూడా పెరగసాగింది. ఎలాగో ఒకలాగా నేను నా తల్లిని ఎదిరించగలను. కానీ నా స్నేహితురాలి విషయమే నాకు బాధగా ఉంది. ఎంత తొందరగా ఈ విషయం బయటపడితే అంత బాగుండు అనిపించేది.

చివరికారోజు నేను తరళకి అంతా చెప్పేయ్యాలనుకున్నాను.

చాలా రిహార్సల్స్ వేసుకున్నాను.

తరళ నన్ను బాగా తిడుతుందని నాకు తెలుసు. కానీ మీరైనా నన్ను అర్థం చేసుకుంటే చాలు. నేను అనిబిసెంట్‌నీ, నైటింగేల్‌నీ కాదు. నేను పుట్టిన కులానికీ, నాకున్న అందానికీ, నాకు వివాహం అవ్వటం కలలో మాట. అప్పుడే ఊర్లో పెద్దలు నన్ను 'దాని కోసం' లోపాయికారీగా కబుర్లు చేస్తూనే ఉన్నారు. ఇటువంటి పరిస్థితిలో ఒక చెయ్యి నన్ను ఈ ఊబిలోంచి పైకి లాగడానికి ప్రయత్నిస్తుంటే, దాని అందుకోకపోవడం త్యాగమా? మూర్ఖత్వమా?

తరళ విషయం అలా కాదు. ఆమె అతడిని చేసుకోవాలంటే ఎన్నో మెట్లు దిగి రావాలి. ఆమెకు అంత అవసరం ఏముంది?

తరళ ఎంత మంచిదో నాకు తెలుసు. మా ఇద్దరి విషయమూ తెలిస్తే బాగా తిట్టినా, తర్వాత నవ్వేస్తుంది. అలాగే గానీ జరిగితే, ఇన్నాళ్ళూ నేను అనుభవించిన టెన్షన్ అంతా అనవసరమైంది. ఒక్కసారే శుభలేఖ ఇస్తే తను చాలా హర్ట్ అవుతుంది. ముందు చెప్పటమే మంచిది. ఇన్ని రిహార్సల్స్ చేసుకుని నేను తన దగ్గరకు వెళ్లేసరికి తను నవ్వుతూ ఎదురొచ్చింది.

"రా.. రా... నీకో గుడ్ న్యూస్" అంటూ.

"ఏమిటి?"అన్నాను.

"ఆనంద్ మా పెళ్ళికి ఒప్పుకున్నాడు."

నా కళ్ళు బైర్లు కమ్ముతున్నట్లు అనిపించింది.

"ఏమిటీ?" మళ్ళీ అడిగాను.

"చెవుడు గాని వచ్చిందా ఏమిటి? మా పెళ్ళికి ఆనంద్ ఒప్పుకున్నాడు" అంది. నా మొహంలో మారుతున్న భావాలు తరళకి కనిపించకుండా ఉండటానికి చాలా కష్టపడవలసి వచ్చింది.

"కంగ్రాచ్యులేషన్స్ అనవేం?" అంది.

"కంగ్రాచ్యులేషన్స్" నోరు పెగుల్చుకుని ఎలాగో అన్నాను. నాకు అంతా అయోమయంగా ఉంది. 'ఆనంద్ ఈ వివాహానికి ఒ..ప్పు..కున్నాడు'. ఇవే మాటలు నా చెవుల్లో గింగిర్లు తిరుగుతున్నాయి. ఎలా జరిగింది ఇది?

నా మనసంతా పరస్పర విరుద్ధ భావాలతో కొట్టుమిట్టులాడసాగింది. ఎక్కువ సేపు అక్కడ ఉండలేక ఎలాగో బయటపడి ఇంటికి వచ్చేశాను. అసలే మా ఇల్లు నరకం. ఇటువంటి స్థితిలో అది మరీ భరించలేనిదిగా తోచింది. ఆనంద్‌ని కలుసుకుంటే తప్ప అది కుదుటపడేలా లేదు.

"ఎక్కడికి వెళ్తున్నావే?" మావయ్య అడిగాడు.

"గోదాట్లోకి" జవాబు చెప్పి బయలుదేరాను.

"చూశావుటే దీని పొగరు" అమ్మతో ఫిర్యాదు చేస్తున్నాడు. "తొందరగా అణిచెయ్యక పోతే మన మాట వినదు."

❖ ❖ ❖

దాదాపు పరిగెడుతున్నట్లు ఆనంద్ దగ్గరకి వెళ్లాను.

"అదేమిటి అలా ఉన్నావు?" అడిగాడు ఆనంద్. నేను వెంటనే జవాబు చెప్పలేదు. ఏం మాట్లాడినా దుఃఖం ముంచుకొచ్చేలా ఉంది. అతడి వైపు చూశాను. అతని మొహం నిర్భావంగా ఉంది.

"ఇప్పుడే తరళ దగ్గర్నుంచి వస్తున్నాను" అన్నాను ముక్తసరిగా. దాన్ని అతడు అర్థం చేసుకున్నాడో లేదో తెలియదు గానీ, "ఏమిటి విశేషాలు?" అన్నాడు.

అతడలా మామూలుగా అడగడం చూసి నాకు ఏదో అనుమానం కలిగింది. ఇక విషయాలన్నీ దాచకుండా, తరళ నాకేమి చెప్పిందీ అతడికి చెప్పేశాను.

అంతా విని అతడు నవ్వాడు. "పాపం కూతురు మనసు నొప్పించకుండా ఉండడానికి వాళ్ళ నాన్న అలా కష్టపడుతున్నాడన్నమాట."

"అంటే?"

"కూతురిని చేసుకోమని అడగడానికి నిన్న నా దగ్గరకు వచ్చాడు".

నేను నిరుత్తరురాలినై అతడిని చూశాను. తరళ తండ్రి ఆనంద్ దగ్గరికి వచ్చాడు అంటే నమ్మశక్యం కాలేదు. ఆ లక్షాధికారి ఒక ఎరువుల అమ్మకం ఏజెంట్ కోసం...

ఆయనకి కూతురంటే ప్రేముంది అని తెలుసుగానీ, కూతురి కోసం ఇన్ని మెట్లు దిగి వస్తాడని అనుకోలేదు.

"ఏమిటి ఆలోచిస్తున్నావు?"

నేను తలెత్తి అతడి వైపు చూశాను. అతడు మళ్ళీ నవ్వాడు. "ఇంతకాలం 'చెప్పేస్తే మంచిది. చెప్పేస్తే మంచిది' అని భయపడ్డావుగా. నిన్నే ఆయనకి చెప్పేశాను".

"ఏమని?"

"మీ అమ్మాయి పొరపాటు పడుతోంది. తన మీద నాకు అటువంటి భావం ఏమీ లేదు" అన్నాను. ఆయన మొదట విస్తుపోయాడు. "పోనీ అలాంటి భావం ఇంతకుముందు లేకపోతే లేకపోయింది. ఇప్పుడు చేసుకో రాదా?" అన్నాడు. తరళకెంత పొగరు ఉందో, ఆయనకి అంతకు రెట్టింపు ఉన్నట్టుంది. 'డబ్బుతో దేనినైనా కొనవచ్చు' అనే భ్రమలో ఉన్నాడు. 'నా అంతటి లక్షాధికారి నిన్ను వచ్చి అడగటమే నీ అదృష్టం' అన్నట్టుగా మాట్లాడాడు. మరింత ఏడిపించాలనిపించింది కానీ, ముసలాడు కదా అని వదిలేశాను."

జరిగిందేమిటో నాకు అర్థమైంది.

ఆయన ఈ విషయం కూతురికి చెప్పడానికి సంకోచించి ఉంటారు. తరళంటే ఆ ఇంటిల్లిపాదికీ చిన్నప్పటి నుంచీ గారాబం. ఏనుగు బొమ్మ అడిగితే, నిజం ఏనుగుని తెచ్చి ఇచ్చేటంత గారాబంగా పెంచారు తనని. ఇంకొక తండ్రి అయితే, ఆనంద్ లాంటి (ఏమీ లేని) వాడిని ప్రేమించినందుకు ఆమెని తల వాచేటట్లు చివాట్లు పెట్టి ఉండేవాడు. కానీ అంతటి లక్షాధికారీ ఒక్క మాట కూడా అనకుండా ఆనంద్ దగ్గరకి వచ్చాడు..! చేతులు జోడించి అడిగాడు..! ఆనంద్ కాదనేసరికి, ఆ విషయాన్ని కూడా కూతురికి చెప్పలేక, అతను ఒప్పుకున్నాడని అబద్ధం చెప్పాడు.

కాళ్ల దగ్గరకొచ్చిన అదృష్టాన్ని కాదన్న ఆనంద్ అంటే నాకు గౌరవం, అభిమానం మరింత పెరిగాయి. నేనెంత అదృష్టవంతురాలనో అర్థమైంది. అలాంటి మగవాళ్ళు చాలా కొద్దిమందే ఉంటారు. కేవలం డబ్బు విషయంలోనే కాదు. అతడి ఆలోచనా విధానం, కొన్ని విషయాల్లో నిర్ణయాలు, అన్నీ అపురూపంగా తోచాయి. ప్రేమలో పడ్డాక అవతలి వారి గురించి ప్రతి వాళ్ళకీ ఇలాగే అనిపిస్తూ

ఉంటుందని మీరు అనుకుంటూ ఉండవచ్చు. దానికి సమాధానం నేను ఇంతకుముందే చెప్పాను.

మేము అంతగా తల మునకలయ్యేటంత ప్రేమలో ఎప్పుడూ లేము.

❖ ❖ ❖

ఇంత జరిగాక ఇక ఆలస్యం చేయటం మంచిది కాదని ఆనంద్ అన్నాడు. ముందొకసారి మా ఇంటికి వచ్చి మా అమ్మని అడుగుతాననీ, ఆమె ఎలాగూ ఒప్పుకోదు కాబట్టి గుళ్లో చేసుకుందామనీ అన్నాడు. నా మావయ్య ఏదైనా గొడవ చేస్తే అవసరం పడుతుందని పోలీసులకు కూడా చెప్పి ఉంచుతానన్నాడు. సరే అన్నాను.

ఇద్దరం ఒకరి కళ్ళల్లోకి ఒకరు చూసుకుంటూ ప్రపంచాన్ని మర్చిపోలేదు. ఇద్దరం కలిసి ఒకే భవిష్యత్తు వైపు ఆశతో చూస్తున్నాం. మా ఉద్దేశం ప్రేమంటే ప్రపంచాన్ని మర్చిపోవడం కాదు..! ప్రపంచంలో ఎలా బ్రతకాలా అని ఆలోచించడం..!

ఆ మరుసటి రోజే అతడు మా ఇంటికి వస్తానన్నాడు.

మా ప్రేమ విషయం ఎవరికీ తెలియదని నేను అనుకుంటూ వచ్చాను. కానీ, ఆ విషయం తెలిసిన మరో వ్యక్తి ఉన్నాడని ఆ రాత్రి నాకు తెలిసింది. ఆ వ్యక్తి నా మావయ్య..! నేను నిద్రపోతున్నానని అనుకుని పక్కగదిలో అమ్మతో మాట్లాడుతూ ఉంటే విన్నాను. ఏం చేసైనా సరే, నన్ను ఆ వృత్తిలోకి దింపాలని వాళ్ళు చర్చించుకుంటున్నారు..!

ఆ రాత్రి నాకు నిద్ర పట్టలేదు. ఏమాత్రం అలికిడి అయినా మావయ్య 'లోపలికి' వస్తున్నాడేమో అని భయం. ఈ స్థితి శత్రువులకు కూడా రాకూడదు. మా ఇంట్లోనే నాకు భద్రత లేదు.

తలదిండు కన్నీళ్ళతో తడిసిపోయింది.

ఒక్క రెండు రోజులు తొందరగా గడిచిపోతే బావుండునని భగవంతుని ప్రార్థించాను.

మూడు రోజుల తర్వాత మా పెళ్లి.

రేపు ఆనంద్ వచ్చి విషయం చెప్పగానే ఇంట్లో రేగే తుఫాను గురించి తలుచుకుంటేనే భయంగా ఉంది. ఈ పరిస్థితుల్లో నాకు మానసికంగా ఒక తోడు కావాలని అనిపించింది. అలాంటి ధైర్యం నాకు ఎవరు ఇవ్వగలరు?

తరళ!!!

అవును. తరళ తప్ప ఇంకెవరూ లేరు. ఈ ఇరవై నాలుగు గంటలూ తరళ నాతో ఉంటే చాలు. ఆనంద్ గృహప్రాంగణంలోకి వెళ్ళిపోతాను.

తరళని నాకు సాయపడమని అడగటం!

ఎంత చిత్రమైన స్థితి...!

ప్రేమ కోసం త్యాగం చేసిన వ్యక్తుల్నే మీరు చూశారు. స్వార్థం కోసం ప్రేమని బలిపెట్టమని అడిగే వ్యక్తిని ఇప్పుడు మీరు నాలో చూస్తున్నారు. నన్ను చూస్తుంటే మీకు అసహ్యం కలగవచ్చు. కానీ జీవితం కల్పన కాదు. వాస్తవం.

తరళని ఈ విషయంలో సహాయం అడగాలన్న ఆలోచన రాగానే నాకు కావలసినంత ధైర్యం వచ్చింది. ఆ రాత్రి ఇక ఆగలేక పోయాను. మొత్తం విషయం అంతా ఆమెకు చెప్పేస్తే గానీ నా మనసు కుదుట పడేటట్టు లేదు. అంతా విన్నాక ఆమె కూడా ఆనంద్‌ని ఇంకా ప్రేమిస్తూనే ఉంటే నేను చేసేది ఏమీ లేదు. కానీ తరళ విషయం నాకు బాగా తెలుసు. జీవితాన్ని చాలా తేలిగ్గా తీసుకునే అమ్మాయి. ఆనంద్‌ని తలవాచేటట్టు చివాట్లు పెడుతుంది. తరువాత నవ్వేస్తుంది. ఆనంద్‌కి కూడా ఆ మాత్రం మందలింపు కావాల్సిందే. ఆ అమ్మాయి తనని ప్రేమిస్తుంది అని తెలిసి కూడా ఏమీ తెలియనట్టు ఉండటం అన్యాయం. 'ఆ అమ్మాయి తన ప్రేమని ప్రకటించలేదు కాబట్టి నేను కూడా ఏమీ చెప్పను' అనటం కేవలం ఆ అమ్మాయిని ఏడిపించడం మాత్రమే. తరళ మంచి అమ్మాయి కాబట్టి తండ్రితో కబురు చేసింది. ఆయన మరీ మంచివాడు కాబట్టి తిరిగి వెళ్ళి కూతురితో అబద్ధం చెప్పాడు.

అందరూ మంచివాళ్లే. ఎటొచ్చీ మధ్యలో నలిగిపోతోంది నేను.

రాత్రి 12 దాటింది.

ముందు గదిలో అమ్మ, మావయ్య నిద్రపోతున్నారు. చప్పుడు చేయకుండా బయటకు వచ్చాను. పల్లె చీకటిని ముసుగ్గా కప్పుకుంది. తరళా వాళ్ళ ఇల్లు ఎక్కువ దూరంలో లేదు. తనది ముందు గదే. కిటికీలోంచి పిలిస్తే లేస్తుంది.

వీధులు నిర్మానుష్యంగా ఉన్నాయి. ఆ సమయంలో నన్ను ఎవరైనా చూస్తే మరుసటి రోజు పల్లెలో ఈ వార్త భగ్గుమంటుంది. అయినా ఏదో తెలియని మొండి ధైర్యం నన్ను ఆవహించింది. అలాగే నడుచుకుంటూ వెళ్లాను. తరళా వాళ్ళ ఇంటి నిండా లైట్లు వెలుగుతూ కనిపించాయి. నా మనసు ఎందుకో కీడు

శంకించింది. నడక వేగం హెచ్చింది. లోపలికి ప్రవేశించాను. ముందు హాల్లో తరళ తండ్రి పచార్లు చేస్తున్నాడు. స్తంభం దగ్గర పాలేరు బిక్క మొహంతో చేతులు కట్టుకుని నిలబడి ఉన్నాడు.

గది మధ్యలో నిండా తడిసిన బట్టలతో, తల మీద నుంచి కారుతున్న నీటితో తరళ..!

ఆ సమయంలో నన్ను ఊహించని ఆ ఇంటిల్లిపాదీ ఆశ్చర్యపోయారు. ముందుగా తేరుకున్నది తరళ నాన్నగారు. పాలేరు దగ్గరకు వెళ్లి "ఈ విషయం మూడో కంటికి తెలిస్తే జాగ్రత్త, వెళ్ళు" అని హెచ్చరించాడు. వాడు భయంతో తలూపి బయటకు వెళ్ళిపోయాడు.

తరళని వాళ్ళ అమ్మగారు లోపలికి తీసుకెళ్లారు.

మేమిద్దరమే గదిలో మిగిలాము.

ఆయన నా దగ్గరకు వచ్చి "ఇది ఎంత పని చేసిందో తెలుసా?" అన్నారు.

అక్కడ ఏం జరిగిందీ నాకు ఇంకా అంతు పట్టలేదు.

"అర్ధరాత్రి వెళ్లి గోదాట్లో దూకింది".

పిడుగు పడినట్లు అదిరిపడ్డాను. ఆయన ఏం చెబుతున్నాడో అర్థం కాలేదు.

"ఆ ఆనంద్ ఏం చెప్పాడో తెలియదు. రాత్రంతా అదోలా ఉంది. అర్ధరాత్రి వెళ్లి గోదారిలో దూకేసింది. అదృష్టం బావుండి మా పాలేరుకి మెలుకువ వచ్చింది కాబట్టి సరిపోయింది".

నేను బిత్తరపోయి చూస్తున్నాను.

ఆయన మొహం కోపంతోనూ, ఉక్రోషంతోనూ ఎర్రబడింది. "ఆ ఆనంద్ తన గురించి ఏమనుకుంటున్నాడు? కో అంటే కోటిమందిని వరుసగా నిలబెట్టగలను" అరిచారు.

తలుపు సగం తెరిచి మొహం బయటకు పెట్టి "నాకు కోటి మంది అక్కర్లేదు. ఆనంద్ చాలు" అని నా వైపు చూసి కన్ను కొట్టి లోపలికి వెళ్ళిపోయింది తరళ. ఆయన గట్టిగా ఏదో అనబోయి తమాయించుకుని నా వైపు చూశాడు. ఏం మాట్లాడాలో తోచని దానిలా నేను నిశ్శబ్దంగా ఉండిపోయాను. ఆయన నా దగ్గరికి వచ్చాడు.

"ఈ విషయం నువ్వు కూడా ఎక్కడా చెప్పకు. రెండు రోజుల్లో అంతా సర్దుకుంటుంది. అది నీ స్నేహితురాలు కాబట్టి ఎలాగో ఒకలా దాన్ని ఒప్పించు.

రెండు రోజులు ఓపిక పట్టమను. ఈ లోపులో ఆనంద్‌ని నేను దారికి తీసుకువస్తాను” అన్నాడు.

ఇటువంటి పరిస్థితి ఎవరికీ వచ్చి ఉండదు. నా పరిస్థితి అడకత్తెరలో పోకచెక్కలా అయింది. తరళ ఇంత పని చేస్తుందని నేను కలలో కూడా ఊహించలేదు. ఆనంద్ మీద బాగా కోపం వచ్చింది. నేను వెళ్ళిపోయాక తరళ తన దగ్గరకు వెళ్లి ఉంటుంది. ఆమె నాన్నతో తను ఏమన్నాడో ఆనంద్ చెప్పి ఉంటాడు. ఈ షాకు భరించలేక గోదాట్లో దూకింది.

నేను ఆలోచనల్లో ఉండగానే, “ఈ రాత్రికి ఇక్కడ పడుకో. మీ ఇంటికి నేను కబురు పంపిస్తాలే” అన్నాడాయన. “లోపలికి వెళ్ళు. అమ్మాయికి ధైర్యం చెప్పి, రెండు రోజులు ఓపిక పట్టమను” అన్నాడు.

ఇంకొక తండ్రి అయితే నరికి పోగులు పెట్టి ఉండేవాడే. కానీ ఆయన గారాబు కూతురామె.

వచ్చిన పని మర్చిపోయి, తరళ గదిలోకి వెళ్లాను. సాంబ్రాణి పొగతో తలార పెట్టుకుంటున్న తరళ నన్ను చూసి నవ్వి, “నువ్వెందుకు వచ్చావో నాకు తెలుసు. ఈ రాత్రికి ఇక్కడే ఉండబోతున్నావు. ఆత్మహత్య మహాపాతకమని నాకు ఉద్బోధించబోతున్నావు. మా నాన్న కొట్టబోయే బోరుకు నువ్వు వకాల్తా తీసుకోబోతున్నావు. అవునా?” అంది.

ఇంకేం మాట్లాడను?

వాళ్ళ అమ్మ కూతుర్ని తిడుతోంది. నేనక్కడ ఓ అరగంట కూర్చుని వచ్చేశాను. ఆ పరిస్థితుల్లో నేను చెప్పాలనుకున్నది ఎలా చెప్పను? అందుకే ఆ విషయం ప్రస్తావించకుండా ఇంటికి వచ్చేశాను.

అలాకాకుండా ఆ రాత్రే తనకు అంతా చెప్పేసి ఉంటే, ఈ కథ ఇంకో మలుపు తిరిగి ఉండేదేమో.

15

ఆ రాత్రి నాకు శివరాత్రే అయింది.

మరుసటి రోజు నేను పక్క మీద నుంచి లేచేసరికి అమ్మ “ఒసేయ్, నీకు ఇది తెలిసిందా? రాత్రి తరళ గోదారిలో దూకిందట” అంది.

పొద్దున్నకల్లా పల్లె పల్లెంతా ఈ వార్త గుప్పుమందని నాకప్పుడే తెలిసింది. తరళ తండ్రి పాలేరునంటే కంట్రోల్ చేయగలిగాడు. కూతుర్ని ఎలా ఆపగలడు?

చిత్రం ఏమిటంటే తరళనెవరూ తప్పు పట్టలేదు. పైగా ప్రేమంటే అలా ఉండాలని అనుకున్నారు. ఇంత కాలం తిరిగి, ఇప్పుడు కాదంటాడా అని ఆనంద్‌నే తిట్టారు. ఆ ఇద్దరితో పాటు నేనూ ఉన్నానన్న విషయం అందరూ మర్చిపోయారు. సమాజంలో స్థాయి, పరపతి, మనుషుల ఆలోచనా విధానం మీద ఎలా ప్రభావం చూపిస్తాయో నాకు అప్పుడే తెలిసింది. అదే పని నేను చేసి ఉంటే, 'భోగం వేషాలు వేసి అతన్ని వలలో వేసుకుందామని ప్రయత్నించింది. ఆ ప్రయత్నంలో ఏ కడుపో వచ్చి గోదార్లో దూకింది' అని ఉండేవారు.

ఒక కోడిని పట్టుకోవడం కోసం నలుగురూ దాన్ని మూలమూలలకి తోసి, ఎటూ వెళ్లలేని ఇరకాటాన పడేస్తారు. అలా క్రమక్రమంగా ఇరుక్కిరుక్కి వెళ్ళిపోతున్నట్టుంది నాకు. ఒక్కొక్క ద్వారం మూసుకుపోతున్నట్టుంది.

ఈ తాకిడికి తట్టుకున్న వాడు ఆనంద్ ఒక్కడే. నాకు ఒక చిన్న చీటీ పంపించాడు. ఆ చీటీలో మూడే వాక్యాలు ఉన్నాయి.

"ఇంకా ఆలస్యాలూ, ముహూర్తం కోసం ఆగటాలూ అనవసరం. సాయంత్రం గుడికి రా. పురోహితుడినీ, మంగళసూత్రాన్నీ నేను తీసుకువస్తాను."

ఆ కాగితం నా చేతుల్లో అలాగే చాలా సేపు ఉండిపోయింది. గుండెల నిండా భయం, ఒణుకు! ఎటూ తేల్చుకోలేని స్థితి. ఆనంద్ ఈ నిర్ణయం ఇంత తొందరగా అమలు జరుపుతాడు అనుకోలేదు.

నేను అదోలా ఉండటం అమ్మ కనిపెట్టి అడిగింది. ఏదో చెప్పి తప్పించు కున్నాను.

సాయంత్రం అవుతున్న కొద్దీ నాలో ఉద్వేగం పెరగసాగింది. ఇంట్లోంచి బయటికి వచ్చే ధైర్యం చేయలేకపోయాను. మావయ్యని తలుచుకుంటే భయం. తనేమీ చేయలేడు. కానీ ఆ భయం అలా ఉండిపోయింది.

చీకటి పడింది.

కాలు గాలిన పిల్లిలా ఒక గదిలోంచి మరో గదిలోకి పచార్లు చేయసాగాను. ఎందుకో తెలియదు గానీ ఏడుపొస్తోంది. నా మీద నాకే కోపం, విసుగు.

ఆరున్నర, ఏడు, ఏడున్నర.

ఇక ఆగలేకపోయాను.

వాచీ కూడా విప్పేసి గదిలో టేబుల్ మీద ఉంచి, మెట్లు దిగాను.

"ఇంత రాత్రప్పుడు ఎక్కడికే" అంది అమ్మ.

"తరళా వాళ్ళింటికి" సమాధానం ఇచ్చాను.

ఆనంద్ కోసం తరళ గోదారిలో దూకిందని తెలిసిన తర్వాత అమ్మకి నామీద బాగా నమ్మకం కలిగినట్టుంది. ఏమీ మాట్లాడలేదు. "తొందరగా వచ్చేయి" అని మాత్రం అంది.

బయట చల్లగాలి వీస్తోంది.

దాదాపు పరిగెడుతున్నట్టు గుడికి చేరుకున్నాను. ఊరికి దూరంగా ఉన్న గుడి అది. నిర్మానుష్యంగా ఉంది. ఒక్క పూజారి మాత్రమే ఉన్నాడు.

అంత దూరం నుంచి వచ్చిన నన్ను చూసి కలిగిన ఆశ్చర్యం అతడి మొహంలో ప్రస్ఫుటంగా కనిపించింది.

"ఏమ్మా ఇలా వచ్చావ్?" అని అడిగాడు.

ఆ ఒక్క ప్రశ్నలో నాకు సమస్తం అర్థమైంది.

ఆనంద్ పెళ్లి సరంజామాతో, మనుషులతో అక్కడికి వచ్చి ఉంటే పూజారి ఆ ప్రశ్న అడిగి ఉండేవాడు కాదు. అంటే...

ఆనంద్ రాలేదు.

ఆనందరావు చెప్పిన కథ

తరళ వ్యవహారం నాకు తలనొప్పిగా పరిణమించింది.

ఆ అమ్మాయికి పొగరో, మూర్ఖత్వమో నాకు అర్థం కాలేదు. తరళ గోదారిలో దూకినప్పటి నుంచీ ఆ గ్రామంలో నా పరిస్థితి మీరు ఊహించ వలసిందే గానీ చెప్పనలవి కాదు.

నేను వివాహం కాదన్నాననీ, అందువల్ల తరళ ఆత్మహత్య చేసుకోబోయిందనీ మాట్లాడుకుంటే అది వాస్తవమే కానీ, అందులో ప్రజలకు ఆనందం లేదు.

అందువల్ల మా అమాయక లౌక్యులైన గ్రామ ప్రజలు అందరికీ కన్వీనియంట్‌గా అర్థమై, చెప్పుకోవటానికి వీలుగా, ఆసక్తిగా ఉండే వార్తని ప్రచారం చేయటంలో నిమగ్నులై ఉన్నారు. ఆ వార్త ప్రకారం... నాకూ తరళకీ మధ్య ఎన్నాళ్ళ నుంచో గ్రంథం నడుస్తూ ఉంది. ఆమెకి ఇప్పుడు మూడో నెల. ఆమె తండ్రి లక్షాధికారి కాబట్టి సహజంగానే ఈ వివాహానికి ఒప్పుకో లేదు. అందువల్ల ఆ అమ్మాయి గోదారిలో దూకింది.

చాలా వేగంగా ప్రయాణం చేయగల శక్తివంతమైన ఈ రూమరు సహజంగానే చుట్టు ప్రక్కల గ్రామాలకు కూడా త్వరత్వరగా వ్యాప్తి చెందింది. ఒకరిద్దరు నా వద్దకు వచ్చి తరళ తండ్రిని ఎదిరించి అయినా సరే, ఈ వివాహం చేసుకొమ్మని సలహా ఇచ్చారు. ('ఈ ఒకరిద్దరే' తరళ తండ్రి వద్దకు వెళ్ళి వీలైతే నన్ను కొట్టించమని కూడా సలహా ఇచ్చి ఉంటారని కూడా ఊహించగలను.)

ప్రమద్వర చెప్పిన మాటలు వినకపోవటంలో తప్పు నాకిప్పుడే అర్థమవుతోంది. తరళకి ఈ విషయం ముందే చెప్పేసి ఉంటే ఈ గొడవ లేకపోవును. ఆమె అన్నట్టు అనవసరంగా గోటితో పోయేదాన్ని గొడ్డలి వరకూ తెచ్చుకున్నాము.

ఎంతైనా కానీ, నేను చేసిన దానిలో తప్పు లేదని నాకు తెలుసు. తరళ అడగందే "నేను నిన్ను ప్రేమించడం లేదు" అని ఎలా చెప్పటం?

నేనింక ఈ విషయాలు ఏమీ పట్టించుకో దలుచుకోలేదు. ఆ అమ్మాయి గోదాట్లో దూకనీ, సముద్రంలో దూకనీ నాకనవసరం. ప్రమద్వరని వివాహం చేసుకుంటే ఈ రూమర్లన్నిటికీ ఆనకట్ట పడుతుంది.

తన ప్రేమకి ఫ్రేమ్ కట్టి ఊరంతా ప్రచారం చేసుకోవడం తరళ తప్పు. నా

దగ్గర కనీసం ఒక మాట కూడా చెప్పకుండా ఈ హడావిడి అంతా ఆమెని ఎవరు చేయమన్నారు?

ఇవన్నీ ఆలోచించి చివరికి ఓ నిర్ణయానికి వచ్చి ప్రమద్వరకి ఉత్తరం వ్రాశాను. సాయంత్రం గుడికి రమ్మనీ, అక్కడ పెళ్లి చేసుకుందామనీ. ఒక్కసారి ఈ తంతు కాస్తా జరిగిపోతే మిగతా విషయాలన్నీ వాటంతట అవే సర్దుకుంటాయని నాకు తెలుసు.

ఆరోజు నా ఆరోగ్యం కూడా అంతగా బాగోలేదు. రెండు రోజుల నుంచి బాగా దగ్గు వస్తోంది. పెళ్లయిన మరుక్షణం నుంచి సిగరెట్స్ మానేయాలి.

ఈ ఊరి వాడైతే కొన్ని ప్రమాదాలు ఉన్నాయని పొద్దున్నే పొరుగూరికి వెళ్లి అక్కడి పురోహితుడిని రమ్మని చెప్పాను. మరుసటి రోజు నుంచి సెలవు పెట్టాను.

వివాహం అవగానే ఈ ఊరి నుంచి కొద్దికాలం బయట తిరిగి రావాలి. నాకు పర్వాలేదు గానీ, ప్రమద్వర ఈ గ్రామ ప్రజల్ని తట్టుకోలేదు.

సాయంత్రం ఐదు అయింది. ఇక గుడికి వెళ్దామని అనుకుంటూ ఉండగా, అప్పుడు వచ్చింది గుండెల్లో నొప్పి... సన్నగా.

ముందు దాన్ని అంతగా పట్టించుకోలేదు గానీ, సమయం గడిచే కొద్దీ అది ఎక్కువ అవసాగింది. ఇక భరించలేక డాక్టర్ దగ్గరకు వెళ్లాను.

ప్రమద్వర ఈపాటికి గుడికి వెళ్లి ఉంటుందని అనుకున్నాను. డాక్టర్ దగ్గర నుంచి త్వరగా బయట పడాలన్న నా కోరిక సులభంగా తీరలేదు.

దాదాపు గంటసేపు పరీక్షలు జరిపాడు.

అప్పటికి ఆరున్నర అయింది.

డాక్టరు రిజల్టు మరుసటి రోజు చెప్తానన్నాడు. నేను దాని గురించి అంతగా పట్టించుకో లేదు. బాగా నీరసంగా ఉంది. అయినా ఉరుకులు పరుగుల మీద గుడికి వెళ్లాను.

ప్రమద్వర లేదు. లోపల పూజారి ఒక్కడే ఉన్నాడు. అతడిని పలకరించాను. మాటల్లో ఎక్కడా ప్రమద్వర వచ్చి వెళ్ళిపోయినట్టు అతడు చెప్పలేదు. పేరు చెప్పకుండా విషయం రాబట్టటానికి ప్రయత్నించాను. ఆ గుడికి చివరి భక్తుడు వచ్చి వారం రోజులు అయిందనీ, జీవనం కష్టంగా ఉందనీ, సోదంతా చెప్పుకొచ్చాడు పూజారి.

ఏడున్నర అయింది. ప్రమద్వర రాలేదు.

బహుశా భయపడి ఉంటుంది. ఆ అమ్మాయి భయాన్ని అర్థం చేసుకో గలను. గుడి నుంచి బయటకు వచ్చి, అక్కడే వేచి ఉన్న పురోహితుడిని వెళ్లిపొమ్మని, ప్రమద్వర ఇంటికి బయలు దేరాను. నాకు తన మీద కోపం రాలేదు. ఎంతో ధైర్యం ఉంటే తప్ప, ఒక ఆడపిల్ల ఇంటి నుంచి ఒంటరిగా బయటపడటం అంత సులభం కాదు. అయినా ఇంత చాటుగా, ఏదో తప్పు చేసినట్టు పెళ్లి చేసుకోవలసిన కర్మ నాకేం పట్టింది అనిపించింది.

రోడ్డు మీద నడుస్తూ ఉంటే ఎదురుగా మోపెడ్ మీద డాక్టర్ వస్తూ కనిపించాడు.

నన్ను చూడగానే మోపెడ్ ఆపి, “మీ గురించే అర్జెంటుగా వస్తున్నాను” అన్నాడు. ‘విషయం ఏమిటి’ అని అడిగాను. అక్కడ చెప్పకుండా క్లినిక్‌కి తీసుకు వెళ్ళాడు.

అక్కడ ఇంకో డాక్టరు ఉన్నాడు. ఆయన్ని పరిచయం చేస్తూ “పట్టణంలో ఈయన కార్డియాలజిస్ట్. నా స్నేహితుడు. లక్కీగా ఈరోజు వచ్చాడు. మీ రిపోర్టులు చూస్తే నాకు అనుమానం వచ్చింది. ఈయనకి చూపించాను. పట్నం వెళ్లి చూపించుకుంటే మంచిది అని అభిప్రాయపడుతున్నాడు” అన్నాడు.

“ఏమిటి మీ అనుమానం” అని అడిగాను.

ఆ కార్డియాలజిస్టు ఇబ్బందిగా చూస్తూ “పరీక్షలైన తరువాత ఒక నిర్ణయానికి రావడం మంచిది” అన్నాడు.

“విషయాన్ని నేను అర్థం చేసుకోగలను. చెప్పండి” అన్నాను.

తేలిక భాషలో నాకు అర్థమయ్యేలా చెప్పటానికి ప్రయత్నిస్తూ, “గుండెకి చిన్న రంధ్రం ఏర్పడిందేమో అని అనుమానంగా ఉంది” అన్నాడు. ఈ పల్లెటూర్లలో అలా చెప్తే గాని అర్థం కాదని అనుకొని ఉంటాడు ఆయన. కానీ నేను సైన్స్ చదువుకున్నాను. కార్డియల్ డిజార్డర్ గురించి అర్థం చేసుకోగలను.

నా కాళ్ళ కింద భూమి కదులుతున్నట్టు అనిపించింది. చుట్టూ ఉన్న వస్తువులు గిర్రున తిరుగుతున్నట్టు కనిపించాయి.

“చిన్న ఆపరేషన్‌తో తగ్గిపోతుంది. పరవాలేదు” అంటున్నాడు డాక్టర్. కాదని నాకు తెలుసు.

16

ఆ రాత్రి నాకు నిద్ర పట్టలేదు. డాక్టర్లు పూర్తిగా చెప్పకపోయినా మరణం అతి సమీపంలో చేతులు సాచి పొంచి ఉందని నాకు తెలుసు. నాకు భయం వేయడం లేదు. ఎవరైనా చివరకు ఆ మృత్యువు ఒడిలోకి చేరుకోవాల్సిందే. నా ఆలోచనలన్నీ ప్రమద్వర చుట్టూనే తిరుగుతున్నాయి. పాపం ఆ అమ్మాయి జీవితాన్ని నేనే నాశనం చేశాను. ఆశలు పెంచి చివరిలో త్రుంచి వేశాను.

ఒకందుకు నాకు సంతోషంగా ఉంది. ప్రేమ పేరిట మేము తొందర పడలేదు. ఆమె మలినం కాలేదు. ఇప్పుడు నేను చేయవలసింది ఒకటే. జరిగిన వాస్తవం జీర్ణమయ్యేలా ఆమెకు నచ్చ చెప్పడం. ఆమెను మరొకరితో వివాహానికి ఒప్పించడం.

ఇది కష్టమైనా అసాధ్యమైనది కాదు.

ప్రమద్వర ఇంటి పరిస్థితులు నాకు తెలుసు. ఆమె చుట్టూ రాబందులు కాచుకొని ఉన్నాయి. వాటి నుంచి ఆమెను తప్పించి ఒక ఇంటిదాన్ని చేస్తే, మరణం ముందు నా జీవితానికి ఒక సార్ధకత లభిస్తుంది.

ఆ తర్వాత కొంచెం సేపటికి ఆమెని కలుసుకున్నాను.

డాక్టర్లు చెప్పింది ఆమెకు వివరించాను.

రెండు చేతులూ ఒళ్లో పెట్టుకుని కూర్చుని, నేను చెప్పినదంతా తలవంచుకుని మౌనంగా, నిశ్శబ్దంగా వింది. ఆమె మొహంలో మారే భావాన్ని ఆ మసక నీడల మధ్య నేను గమనించలేక పోయాను. అంతా విన్నాక కూడా ఆమె మౌనంగానే ఉండిపోయింది.

ఆ నిశ్శబ్దాన్ని చీలుస్తూ "ప్రమద్వరా, నేను కోరేది ఒకటే. నువ్వు ఎవరినైనా వివాహం చేసుకో" అన్నాను.

ఆమె చిన్నస్వరంతో "చేసుకుంటాను. ఎవరినో కాదు, మిమ్మల్నే" అంది.

నాకు ఆమె చెబుతున్నది అర్థం కాక "ఏమిటీ?" అన్నాను. ఆమె తిరిగి ఆ మాటలనే చెప్పింది.

"నేను ఎన్నో దినాలు బ్రతకను ప్రమద్వరా"

"నేనూ అంతే"

"నువ్వేం మాట్లాడుతున్నావో అర్థం అవుతోందా నీకు?"

ఆమె తలెత్తి అన్నది, "నా ప్రేమ లైలా పార్వతీలంత గొప్పది కాకపోవచ్చు. కానీ మీరు లేని లోకంలో నేనూ ఉండను".

"తెలిసీ తెలియని వయసులో సినిమాలు చూసి మాట్లాడే ఆడపిల్లలా మాట్లాడుతున్నావు నువ్వు".

"మీరు ఏమైనా అనుకోండి. నా నిర్ణయం మారదు".

"కొంచెం ప్రాక్టికల్‌గా ఆలోచించు".

"ప్రాక్టికల్‌గా ఆలోచించే చెబుతున్నాను. మీరే గానీ నా జీవితంలోకి రాకపోయి ఉంటే నా తల్లి, నా మావయ్య కలిసి ఈనాడు నా బ్రతుకు కుక్కలు చింపిన విస్తరి చేసి ఉండేవారు. మీ స్నేహమే నన్ను వారికి ఎదురుగా ధైర్యంగా నిలబెట్టింది. ఇప్పుడు మీరు కాదంటే నన్ను వాళ్ళు కబళించి వేస్తారు"

"అందుకని ఏం చేస్తావు ప్రమద్వరా?"

"మనం ఈ ఊరు నుంచి వెళ్ళిపోదాం. నాకు ఏదో ఒక చిన్న ఉద్యోగం దొరక్కపోదు. సాధ్యమైనంతలో మీకు వైద్య సహాయం జరిగేలా చూద్దాం."

నాకు నవ్వొచ్చింది. ఈ సర్జరీకి 'సాధ్యమైనంతలో' అన్న పదం లేదు. అది జరిగితే బ్రతుకుతాను. జరగకపోతే బ్రతకను. అంతే!

"నేనొకటి చెబుతాను వింటావా?" అన్నాను.

ఏమిటన్నట్టు చూసింది ప్రమద్వర.

"నువ్వు మీ ఇంట్లోంచి బయటపడటం చాలా ముఖ్యం. నేను బ్రతికి ఉండగానే అది జరగాలి. నీకు మంచి సంబంధం చూస్తాను".

ఈసారి ఆమె నవ్వింది. ఆమె వివాహం జరగటం, నా సర్జరీకి సరిపోయేటంత ధనం సమకూడటం కష్టసాధ్యమని ఆమె నవ్వుకి అర్థం కాబోలు.

నాకు ప్రపంచం మీద కసిగా ఉంది. మరణం గురించిన వార్త వల్ల వచ్చిన కసి కాదు అది. ఒక మంచి అమ్మాయి, చదువుకున్నది, తన కులవృత్తిలోంచి బయటపడి గృహిణిగా మారడానికి ఇన్ని అడ్డంకులా? అన్న బాధ వల్ల వచ్చిన కసి..!

ప్రతి దానికీ డబ్బు కావాలి. ఆమె వివాహానికీ, నా జబ్బు నయం కావడానికీ.. అన్నిటికీ డబ్బే ప్రధానం.

ప్రేమ ఎంతో గొప్పదనీ, ఎన్నో పరీక్షలకు అది నిలుస్తుందనీ చరిత్రకారులు నిరూపించారు. అది ఎంత అవాస్తవికమో ఇప్పుడు అర్థమవుతోంది. ఆమె సమస్యని

నేను తీర్చలేను. నా సమస్య ఆమె తీర్చలేదు.

"నేను ఒక విషయం అడుగుతాను చెబుతారా?"

"ఏమిటి ప్రమద్వరా?"

"మనం అనుకున్నట్టుగానే సరిగ్గా సమయానికి ఆ గుడిలో కలుసుకున్నాం అనుకోండి. మన వివాహం జరిగిపోయి ఉండేది. ఆ తర్వాత మనకి ఈ విషయం తెలిసి ఉండేది. అవునా?"

"అవును. అయితే?"

"ఇప్పుడు అదే జరిగిందనుకుందాం. మనం పెళ్లి చేసుకుందాం."

"మన వివాహం జరగడం దేవుడికి ఇష్టం లేకే, నిన్ను గుడికి ఆలస్యంగా రప్పించాడేమో?"

ఆమె ఏదో అనబోతూ ఉంటే ఆపు చేసి, "ఇంకా ఈ వాదనలన్నీ అనవసరం ప్రమద్వరా. జరిగిందేదో మన మంచికే జరిగిందనుకుందాం. ప్రేమించడం దైవత్వం అయితే అవ్వొచ్చేమో గానీ, మరణించే ముందు ఆ ప్రేమకు పరాకాష్ట 'వివాహం' అనుకోవడం మూర్ఖత్వం. నాకున్న ఈ కొద్ది జీవితకాలంలో నేను నీకు ఏం చేయగలనా అన్నది ఆలోచించుకోనీ" అన్నాను దృఢంగా.

ఆమె లేచి నిలబడి, అంతే స్థిరమైన కంఠంతో, "నేను చెప్పేది మీరు కూడా వినండి, నా ప్రేమ మీద మీకు మొదటి నుంచీ అంత పెద్ద నమ్మకం లేనట్టుంది. మిమ్మల్ని తప్ప ఇంకెవరినీ నేను చేసుకోను. ముల్లోకాలు ఏకమైనా సరే..." అంది.

"అదే మూర్ఖత్వం అంటే."

"మీరు దానికి ఏ పేరైనా పెట్టుకోండి" అని అక్కడి నుంచి వెళ్లి పోయింది.

నేనొక్కడినే మిగిలాను చీకట్లో.

గది నిశ్శబ్దంగా ఉంది.

ఎంతసేపు అలా కూర్చొని ఉన్నానో తెలీదు.

17

గుమ్మం దగ్గర అలికిడైతే తలెత్తి చూశాను.

తరళ తండ్రి.

"ఏమిటి అలా చీకట్లో కూర్చున్నావు?" లైట్ వేస్తూ అడిగాడు ఆయన. ఆ సమయంలో రావడం, అందులోనూ నా దగ్గరకి తనే రావటం చాలా ఆశ్చర్యంగా ఉంది.

నేను సమాధానం చెప్పలేదు. ఆయన నా సమాధానం కోసం వేచి చూడకుండా, "తరళ గోదారిలో దూకినప్పటి నుంచీ ఈ ఊర్లో తలెత్తుకు తిరుగలేక పోతున్నాను. ఆ విషయం నీకు తెలిసే ఉంటుంది" అన్నాడు ఉపోద్ఘాతంగా.

ఆయన ఈ ఊర్లో తల ఎలా ఎత్తుకు తిరుగుతున్నాడో నేను చూడలేదు కాబట్టి దానికి కూడా సమాధానం చెప్పలేదు.

"ఈ వివాహం ఎలా చేయాలా అని మధనపడుతూ వచ్చాను. నా కూతురు అడిగిన దానికి నేను ఎప్పుడూ కాదనలేదు ఇంతవరకూ."

"ఇదంతా మీరు ఇది వరకూ ఒకసారి చెప్పారు నాకు."

"చెప్పాను కానీ అప్పుడు నా అవసరం కోసం చెప్పాను. ఇప్పుడు నీ అవసరం కోసం చెబుతున్నాను."

"నా కోసమా? ఏమిటది?"

"నీ గుండె జబ్బు సంగతి ఇప్పుడే డాక్టర్ చెప్పాడు."

మై గాడ్, ఎంత వేగంగా పాకి పోతుంది ఈ సంగతి.

తేలిగ్గా ఊపిరి తీసుకుని, "ఎంత అదృష్టవంతులో చూశారా మీరు. తొందరపడి ఈ వివాహం జరిపి ఉంటే పసుపు కుంకుమలకు దూరమైన కూతుర్ని జీవితాంతం నట్టింట్లో చూస్తూ గడపవలసి వచ్చేది" అన్నాను.

ఆయన నవ్వాడు. ఆయన ఎందుకు నవ్వుతున్నాడో నాకు అర్థం కాలేదు.

ఆయన అన్నాడు, "ఇప్పుడు నా పరిస్థితి అంతకన్నా గొప్పగా ఏమీ లేదు ఆనంద్. తరళ నిన్ను తప్ప ఎవరినీ చేసుకోనని పట్టుబడుతోంది."

"నా సంగతి తెలిశాక కూడానా?" విస్మయంగా అడిగాను.

"ఆ! తెలిశాక కూడా".

నా నోట మాట రాలేదు. ఏం మాట్లాడాలో తోచలేదు. తెల్లబోయి కన్నార్పకుండా చూస్తూ ఉండిపోయాను.

ఆ విషయం తెలిసాక కూడా గుండె సరిగ్గా పనిచేయని ఈ మనిషితో గూడు పంచుకోవడానికి తరళ, సిద్ధపడుతోంది!! ఇది ప్రేమా? మూర్ఖత్వమా? చిన్నతనమా? మంకు పట్టా?

ఆ అమ్మాయికంటే బుద్ధి లేదు. ఈయన విచక్షణా జ్ఞానం ఏమైంది?

నా ఉద్దేశం గ్రహించినట్టుగా ఆయన అన్నాడు. "మిగతా అమ్మాయిలని పెంచినట్టు తరళని పెంచలేదు నేను. తను అన్న మాట ఏదైనా సరే, దాన్ని కాదంటే ఆ అమ్మాయి బ్రతకదు. చచ్చయినా సరే సాధించి తీరుతుంది. అంతవరకూ ఎందుకు? నా విషయమే తీసుకో. ఏ తండ్రి అయినా ఇలా వస్తాడా? బ్రతుకుతాడో లేదో తెలియని మనిషిని అల్లుడివి కమ్మని ప్రాధేయపడతాడా?"

"ఏం మాట్లాడుతున్నారు మీరు?"

"నా కూతుర్ని చేసుకోమని అడుగుతున్నాను. నీ సర్జరీ విషయం నాకు వదిలిపెట్టు. అమెరికా నుంచి డాక్టర్లని తెప్పిస్తాను."

"సర్జరీ అంటే టాన్సిల్స్ ఆపరేషన్ కాదు. డాక్టర్లు అమెరికా నుంచి వచ్చినా, ఆఫ్రికా నుంచి వచ్చినా బ్రతికే ఛాన్సు సగం సగం మాత్రమే."

"ఆ విషయం నాకు తెలుసు."

"తెలిసీ ఈ రాయబారానికి వచ్చారా? చూస్తూ చూస్తూ ఏ కన్న తండ్రీ తన కూతురు విధవరాలు అవ్వటానికి ఒప్పుకోడు అనుకుంటాను. ఆ ఛాన్స్ సగం ఉన్నా సరే."

"ఇవన్నీ నేను ఆలోచించలేదు అనుకున్నావా? దానికి అన్ని విధాలా చెప్పి చూశాను. వినటం లేదు."

"నేను మీ పొజిషన్లో ఉంటే గదిలో పడేసి నాలుగు రోజులు భోజనం పెట్టకుండా ఉండేవాడిని. ఆ గారాబం కాస్తా తగ్గిపోయి ఉండేది."

"నేను నీ పొజిషన్లో ఉంటే ఏం చేసి ఉండేవాడినో తెలుసా?" అన్నాడాయన.

"ఏం చేసి ఉండేవారు?"

"మృత్యుముఖంలో ఉన్నవాడని తెలిసి కూడా పెళ్లి కోసం పట్టుబట్టిన అమ్మాయిని చచ్చినా వదులుకుని ఉండేవాడిని కాదు. అంతగా ప్రేమించే వాళ్ళు దొరకడం అదృష్టం... అసాధ్యం."

నిజమే అయి ఉండవచ్చు. నాకు మనసులో ఒక మూల ఆశ్చర్యంగా ఉంది. ఆ అమ్మాయిది ఇన్‌ఫాక్చువేషన్ కాకుండా అది ప్రేమే అయి ఉంటే దానికి జోహార్లు. అది నాకు అవసరం లేని అదృష్టమే అయినా అంతగా ప్రేమించడం మాత్రం అపూర్వం.

"నా కన్నా పాతికేళ్ల వయసు ఎక్కువ ఉండి ఉంటుంది. ఒక ప్రశ్నకు సమాధానం మీ అనుభవంతో చెప్పండి."

"అడుగు" అన్నారాయన.

"జీవించడం ముఖ్యమా? ఆనందంగా జీవించడం ముఖ్యమా?"

ఈ ప్రశ్న ఊహించని ఆయన తెల్లబోయాడు. కానీ గొప్ప వ్యాపారవేత్త ఆయన..! తన తడబాటు కనబడనివ్వకుండా వెంటనే తేరుకుని "జీవించడం అంటూ కొనసాగితే, ఆనందం కోసం ఎలాగూ వెతుక్కుంటాడు మనిషి. కాబట్టి జీవించడం ముఖ్యం" అన్నాడు.

"కాబట్టి నేను మీ దగ్గర రెండు లక్షలు తీసుకుని, ఆపరేషన్ చేయించుకుని జీవించడం ప్రారంభించాలి. దానికి ప్రతిగా మీ కూతుర్ని వివాహమాడాలి. మీ థియరీ ప్రకారం జీవించడం మొదలు పెట్టాక... వివాహం జరిగాక... ఎలాగూ అందులో ఆనందం వెతుక్కోవడం తప్పదు కాబట్టి మేమిద్దరం సుఖంగా ఉంటాం."

"అంతే అంతే" అన్నాడాయన.

"నేను మీ దగ్గర రెండు లక్షలు తీసుకొని, లేదా ఆపరేషన్ అయ్యాక మూటా ముల్లే సర్దుకుని వెళ్ళిపోయాను అనుకోండి. మీ థియరీ అప్పుడూ కరెక్టే అవుతుంది కదా" అన్నాను.

"కానీ వివాహం జరిగాక కదా నీ ఆపరేషన్ అయ్యేది" అన్నాడు. ఈసారి తెల్ల బోవడం నా వంతు అయింది.

"ఒకవేళ ఆపరేషన్ టేబుల్ మీద నేను చచ్చిపోతే?" అని అడిగాను.

"నా కూతురు విధవరాలు అవుతుంది."

"మీరు మహా మూర్ఖులైనా అయి ఉండాలి, లేదా పిచ్చివాళ్ళైనా అయి ఉండాలి" అన్నాను.

ఆ మాటలకు ఆయనలో నేను ఊహించిన మార్పు కనబడలేదు.

"అవును" అన్నాడు వేదాంతిలా. "..తరళ లాంటి కూతురు ఉన్న తండ్రికి ఈ రెండు అర్హతలూ కరెక్ట్‌గా సరిపోతాయి."

నేనేదో అనబోతుంటే ఆయన అడ్డుపడి తనే "లేకపోతే నాలాంటి తండ్రిని ఎక్కడన్నా చూశావా? చరిత్ర పుస్తకాల్లోనూ, సినిమాల్లోనూ 'నా కూతుర్ని

వదిలిపెట్టు. లక్షిస్తాను. రెండు లక్షలు ఇస్తాను' అనే తండ్రుల్నే చూసి ఉంటావు తప్ప, 'నా కూతుర్ని చేసుకో. రెండు లక్షలు పెట్టి ఆపరేషన్ చేయిస్తాను' అని అడిగే తండ్రిని నన్ను ఒక్కడినే చూసి ఉంటావు. ఇదంతా నా ప్రారబ్ధం" అన్నాడు.

ఆయన మాటల్లో 'నీ లాంటి బికారి దగ్గరకు వచ్చి నేను ప్రాధేయపడటం నా ప్రారబ్దం కాక మరేమిటి' అన్న అర్థం ధ్వనించి ఉండవచ్చు. నేను దాన్ని పట్టించుకోలేదు.

నాకు ఇంకో ఆలోచన కూడా వచ్చింది. డబ్బుతో దేన్నయినా కొనవచ్చు ననుకున్న ఈ తండ్రీకూతుళ్ళ అహంభావానికి తగిన గుణపాఠం చెప్పాలంటే వివాహం చేసుకుని, ఆపరేషన్ అయ్యాక చెప్పకుండా చెక్కెయ్యటమే. కానీ క్షణాల్లోనే నా ఆలోచనకి నాకే సిగ్గేసింది. నేను లేచి నిలబడి, చేతులు జోడించి, "మీరు ఇచ్చిన అవకాశానికి కృతజ్ఞతలు" అన్నాను.

"ఇంతకీ నేను చెప్పిన..."

"నా నిర్ణయంలో మార్పు లేదు. క్షమించండి"

ఆయన వెళ్లిపోలేదు. ఆగి, "మళ్లీ మరోసారి ఆలోచించు" అన్నాడు.

"ఇంక ఆలోచించేదేమీ లేదు. తరళకి తండ్రిగా మీరు పడే కష్టం చూస్తూ, ఆవిడకి భర్తగా ఉండే బదులు ఈ గుండె జబ్బుతో మరణించడమే మంచిది అనుకుంటున్నాను."

ఆయన మొహం ఎర్రబడింది. "నన్ను ఏమైనా అను., నా కూతుర్ని మాత్రం ఏమీ అనకు. భరించలేను."

"నేను మీకంటే చిన్నవాడిని. అయినా మీకో సలహా చెప్పడానికి సాహసిస్తాను, వింటే వినండి. పిల్లల్ని పెంచే విధానం ఇది కాదు. ఈ రోజు కాకపోతే రేపన్నా మీ కూతురు వల్ల మీరు చిక్కుల్లో పడతారు."

ఆయన మొహం మరింత జేవురించింది. "కోరి వచ్చాను కదా అని నీ ఇష్టం వచ్చినట్టు మాట్లాడకు" అన్నాడు.

"మీరు మరీ మగవరూధినిలా మాట్లాడుతున్నారు."

ఆయన పెద్దగా అడుగుల శబ్దం చేసుకుంటూ కోపంగా అక్కడినుంచి వెళ్ళిపోయాడు.

నేనూ, నాతోపాటు నా ఒంటరితనమూ మిగిలాము.

గుండెల్లో నొప్పి తిరిగి సన్నగా మొదలైంది. దాంతో నా ఆలోచనలు నా జీవితం వైపుకి మళ్ళాయి. ఇంకెన్నాళ్లు బ్రతుకుతాను? బహుశా నాలుగైదు నెలలేమో. ఈ కొద్ది సమయంలో ప్రమద్వర భవిష్యత్తు ఎలా ఒక దారిలో పెట్టగలను? దేనికైనా డబ్బు కావాలి..!

ఈ సమస్యను ఎక్కడ తీసుకున్నా అది డబ్బు దగ్గరకి వచ్చి ఆగిపోవడం నాకు చాలా ఆశ్చర్యంగా అనిపించింది. చివరికి ప్రేమ కూడా.

గుండెల్లో నొప్పి మరింత ఎక్కువైంది. మంచినీళ్లు తాగుదామని లేస్తూ స్పృహ తప్పిపోయాను.

18

మళ్లీ స్పృహ వచ్చేసరికి డాక్టర్ నన్ను పరీక్షిస్తున్నాడు. పక్కనే ప్రమద్వర ఉంది. నేను కనులు విప్పటం చూసి, "ఎలా ఉంది?" అని అడిగాడు డాక్టర్.

"ఇప్పుడు పర్వాలేదు. అకస్మాత్తుగా నొప్పి వచ్చింది. తరువాత ఏం జరిగిందో తెలియదు" అన్నాను.

"వ్రాయటానికి మందులు ఏమీ లేవు. ఆపరేషన్ చేయాలి అంతే" అన్నాడు డాక్టర్.

"వచ్చి చూసినందుకు చాలా థాంక్స్" అన్నాను. డాక్టర్ వెళ్లిపోయాడు. ఇద్దరు గణిత శాస్త్ర నిపుణులు మాట్లాడుకున్నట్టు మా సంభాషణ చాలా క్లుప్తంగా జరిగింది.

"ఎంతసేపు అయింది నువ్వు వచ్చి?" అడిగాను డాక్టర్ వెళ్లిపోయాక.

"అరగంట. నేను వచ్చేసరికి మీరు పడిపోయి ఉన్నారు. ఇప్పుడు ఎలా ఉంది?"

"బాగానే ఉంది. మళ్లీ వెంటనే వచ్చావేం? ఏమిటి సంగతి?"

వెంటనే సమాధానం చెప్పకుండా కొంచెం ఆగి, నెమ్మదిగా అంది "ఇప్పుడే తరళా వాళ్ల నాన్నగారు నన్ను కలుసుకున్నారు."

నేను దిగ్భ్రమ చెందాను. ఆయన గొప్ప వ్యాపారవేత్త అని తెలుసు గానీ, మరీ ఇంత తొందరగా పావులు కదుపుతారని ఊహించలేదు. "ఏమిటట విషయం?" అన్నాను. ఆమె మాట్లాడలేదు. "ఎలాగైనా తన కూతురికి ఈ

సంబంధం కుదిరేలా చేయమని నిన్ను వేడుకొని ఉంటాడు. నా ఊహ కరెక్టు అయితే ఇప్పుడు నువ్వు ఆ విషయం మాట్లాడడానికే వచ్చి ఉంటావు. అవునా?"

"అవును" అన్నదామె తలదించుకుని.

"ప్రేమ త్యాగాన్ని కోరుతుందనీ - ప్రేమకి అర్థం విడిపోవటమే అనీ - స్వచ్ఛమైన ప్రేమకి వివాహం పరాకాష్ట కాదనీ - నన్ను మర్చిపొమ్మనీ - తరళని చేసుకొమ్మనీ అడగటానికి ఆయన తరపున వకాల్తా పుచ్చుకుని వచ్చావు. అంతేనా?"

ఆమె తల అడ్డంగా ఊపుతూ "కాదు" అంది.

ఆశ్చర్యంగా, "మరి?" అన్నాను.

"ఆయన ఒక మంచి బేరం పెట్టారు. నిన్ను తరళతో వివాహానికి ఒప్పిస్తే, నాకు పట్టణంలో మంచి ఉద్యోగం వేయిస్తారట. అంటే కాదు. నా వివాహానికి యాభై వేలు బ్యాంకులో కూడా వేస్తారట. పైగా మా ఇంటి వాళ్ళు నా వైపు కన్నెత్తి చూడటానికి కూడా వీలు లేకుండా ఏర్పాటు చేయిస్తారట."

నేను బిగ్గరగా నవ్వి "ఆ ముసలాడు అసాధ్యుడిలా ఉన్నాడే. ఇంతకీ నువ్వేమన్నావు?"

"ఈ పద్ధతి బాగానే ఉంది. ప్రయత్నిస్తా అన్నాను"

నా మొహంలో నవ్వు మాయమైంది. "ఏమిటీ?" అన్నాను రెట్టిస్తూ.

"కొన్ని విషయాలు ప్రాక్టికల్‌గా ఆలోచించాలి. భావాలూ, ఊహలూ... వాటికేం... అవి ఎప్పుడూ బాగానే ఉంటాయి. సమస్యలు ఎలా తీరుతాయా అన్నది ముఖ్యం. ఆయన చెప్పినప్పుడు నేనూ ముందు ఆవేశపడ్డాను. కానీ తీరిగ్గా ఆలోచిస్తే, ఇంతకన్నా మంచి పరిష్కారం ఏముంది అనిపించింది. ఈ విధంగా అయితే ముగ్గురు జీవితాలు బాగుపడతాయి."

"చాలాపు" అని అరిచాను.

ఆమె ఏమీ తత్తర పడలేదు. లేచి నిలబడింది. "ఆయన చెప్పిన దానిలో నాకేమీ తప్పు కనబడలేదు. నేను కళావతుల కులానికి చెందిన దాన్ని అవటం వల్ల ఆ వ్యాపార గుణం బహుశా నా రక్తంలో జీర్ణించుకు పోయి, ఆయన చెప్పినదానిలో 'వాస్తవాన్ని' తొందరగా గ్రహించేలా చేసిందేమో! మీరూ తీరిగ్గా ఆలోచించండి. మీరు బ్రతకటం కన్నా నాకు ఇంకేదీ ముఖ్యం కాదు" అని అక్కడి నుంచి వెళ్ళిపోయింది.

నేను కట్రాటలా నిలబడిపోయాను.

జి.పి.రావు చెప్పిన కథ

తరళ నా ఒక్కగానొక్క కూతురు. నా కూతురు కోరితే కొండ మీద కోతైనా సరే దిగి రావాల్సిందే. ఎందుకు రాదు? కొండ చుట్టూ పదిమంది మనుషుల్ని పెట్టి, చేతికి వలలిచ్చి ఒక క్రమపద్ధతిలో నెమ్మదిగా పైకి ఎక్కిస్తే, కోతి దొరక్క ఎక్కడికి పోతుంది? మనిషికి పది రూపాయలు కూలి అనుకున్నా, మొత్తం 100 అవుతుంది. అంటే... మనం ఎంతో ఆశ్చర్యంగా, అద్భుతంగా చెప్పుకునే 'కొండమీద కోతి' ఖరీదు అంతా చేస్తే వంద రూపాయలన్నమాట! ఆలోచించండి. నా మాటలో నిజం మీకు బోధపడుతుంది. నా థియరీ ఏమిటో మీకు అర్థం అవుతుంది.

మీకు ఇంకో విషయం కూడా చెప్పాలి. నా కూతురు అంటే నాకు వల్లమాలిన గారాబం ఉంటే ఉండొచ్చు గానీ, తను అడిగిన ప్రతిదీ తెచ్చి ఇవ్వటం మాత్రం కేవలం ఆ ఒక్క గారాబం వల్ల మాత్రం కాదు. నా అహం వల్ల..!

తను 'ఎంత' కష్టమైనది అడిగితే, దాన్ని సంపాదించి తెచ్చి పెట్టడంలో నాకు 'అంత' సంతృప్తి లభిస్తుంది. చిన్నప్పుడు ఏనుగు బొమ్మ అడిగింది. ఏనుగు పిల్లను తెప్పించాను. ఆ రోజుల్లో రెండు వేలు అయింది. నిజం.

తెప్పించాక 'ఏనుగు వద్దు. బొమ్మ కావాలి' అంది. "సరిగ్గా వినలేదమ్మా. ఏనుగు బొమ్మ అడిగావా? ఏనుగు పిల్లలా వినబడింది. పోన్లే తిరిగి పంపించేస్తాను" అన్నాను. పంపటానికి మూడొందలు ఖర్చయింది. రెండు వేలూ తిరిగొచ్చాయి. రాకపోయినా పెద్ద పట్టించుకునే వాడిని కాదు.

గోదారి రెండుగా చీలినచోట మధ్యలో దీవి మాది. ఆ రోజుల్లోనే పదివేలకి పైగా జనాభా ఉండేది. 300 ఖర్చు పెట్టడం ద్వారా పదివేల మంది ప్రజలు ఆశ్చర్యంతో ముక్కున వేలేసుకుని "కూతురు ఏనుగు బొమ్మ అడిగితే మన గోపాలరావుగారు ఏనుగు పిల్లని తెప్పించాడటరా" అనుకునేలా చేయడం అంత సామాన్య విషయం కాదు. చాలాకాలం వరకూ దీన్ని మా పరిసర ప్రాంతాల్లో కథలుగా చెప్పుకున్నారు... మూడొందల ఖర్చుతో.

ఇప్పుడు చెప్పండి నేను తెలివైన వాడినో కాదో.

ఈనాటికి కూడా నేను ఈ పల్లెకి మకుటం లేని మహారాజుని..! ఈ పల్లెలో అందరికీ నేనంటే భయమూ, భక్తీ..! నా ఏనుగు థియరీ ఎప్పుడూ

తప్పదు. ఈ అమాయక ప్రజల దృష్టిలో ఆ స్థానం ఎలా నిలబెట్టుకోవాలో నాకు బాగా తెలుసు.

అలాంటి థియరీకి చిన్న దెబ్బ కొట్టింది నా కూతురు. ఆనందరావు అనే అనామకుడ్ని ప్రేమించానని చెప్పి.

మొదట్లో అందరిలాగే ఈ ఆనందరావు అనే వాడిని ఎలా శంకరగిరి మాన్యాలు పట్టించాలా అని ఆలోచించాను నేను. కానీ నా కూతురు నాకన్నా రెండాకులు ఎక్కువ చదివింది. నేను ఆనందరావుని ఏదైనా చేసే లోపులో వెళ్లి గోదాట్లో దూకి, తన ప్రేమని ఊళ్లో వాళ్ళందరికీ చాటింపేసింది. తెల్లారే సరికల్లా ఊరంతా ఈ విషయం గుప్పుమందని నాకు తెలుసు. నా ముందు ఎవరూ మాట్లాడడానికి సాహసించ(లే)కపోయినా, ఇప్పుడు ఆనందరావుకి ఏదైనా జరిగితే అది నా వల్లే అనుకుంటారు. ఇన్నాళ్ళూ నేను కూడ బెట్టిన ప్రెస్టేజ్ అంతా గోదాట్లో కలిసిపోతుంది.

'అమ్మ తరళమ్మ తల్లీ. నా కూతురివి అనిపించావు కదే' అనుకున్నాను. పైకి తేల్లేదు.

అయినా తప్పు తరళది కాదు. వయసొచ్చిన కూతుర్ని ఇంట్లో పెట్టుకుని మధ్యాహ్నం పూట అది ఎక్కడికి వెళుతుందో తెలుసుకోక పోవడం దాని తల్లి తప్పు. పట్నంలో అయితే ప్రైవేటు పార్కులు ఉంటాయి. మా ఊర్లో గోదారొడ్డే వీళ్ళకి ప్రైవేటు ప్లేస్ అయిందని నాకు తర్వాత తెలిసింది. వీళ్ళిద్దరి పక్కనా ప్రమద్వర అని ఇంకో అమ్మాయి ఉందట. ప్రేమ పానకంలో పుడకలా ఆ అమ్మాయిని నా కూతురు వాడుకున్నదన్నమాట.

ఈ ఆనందరావు అనే కుర్రాడిని చూడటానికి వెళ్లాను. అందరి కుర్రాళ్ళలా "అవును. మా ప్రేమ అచంచలమైంది. మేం లైలా మజ్ఞూలం" అని అనలేదు. మరి కొంతమంది లాగా తలొంచుకుని "క్షమించండి. తప్పైపోయింది" అని ఒణికి పోలేదు. "మీ అమ్మాయి పొరపాటు పడుతోంది. తన మీద నాకు అటువంటి భావం ఏమీ లేదు" అన్నాడు.

నాకు మతిపోయింది.

"నా కూతురూ నువ్వూ ప్రేమించు కోలేదా?" అన్నాను.

"లేదు. మేము మామూలు స్నేహితుల్లా కలుసుకునే వాళ్ళం. తను ఎప్పుడూ నా దగ్గర ఈ ప్రసక్తి తీసుకు రాలేదు" అన్నాడు. అతడు అబద్ధం చెప్పటం లేదని తెలుస్తూనే ఉంది.

అప్పుడు చూశాను అతనిని పరిశీలనగా. అందంగానే ఉన్నాడు. కళ్ళల్లో అదోలాంటి పట్టుదల కనబడుతోంది. దాన్నేమనాలి? 'పొగరు' అనాలా? నాకు సరదాగా అతనితో ఆడుకోవాలనిపించింది. టెంప్ట్ చేయాలనిపించింది. "మరి నా కూతురు మీద నీ అభిప్రాయం ఏమిటి?" అని అడిగాను.

అతడు తలవంచుకుని నసుగుతాడు అనుకున్నాను. కానీ అటువంటిదేమీ చేయక, "మంచి అమ్మాయి. కానీ పొగరెక్కువ" అన్నాడు. నాకు ఒళ్ళు మండిపోయింది.

"అది పొగరు కాదు. ఆత్మ స్థైర్యం అంటారు" అన్నాను.

"రెండిటికీ పెద్ద తేడా లేదు. తన మీద తనకి నమ్మకం అనేది వ్యక్తిత్వం వల్ల వస్తే దాన్ని ఆత్మస్థైర్యం అంటారు. డబ్బు వల్ల వస్తే దాన్ని పొగరు అంటారు".

లాగిపెట్టి కొట్టినట్లు అయింది. ఈ కుర్రవాడు ఎవడో తెలుగు బాగా చదువుకున్నట్లు ఉన్నాడు. కోతిని పట్టే థియరీ నాది. నవ్వి "నేనిప్పుడు ఎందుకు వచ్చాననుకున్నావు?" అని అడిగాను.

"డబ్బున్న ఆడపిల్ల తండ్రి ఎందుకు వస్తాడు? నా కూతుర్ని మర్చిపో. లేకపోతే కష్టాల్లో ఇరుక్కుంటావు అని హెచ్చరించడానికి వచ్చి ఉంటారు". కోతి కొండ ఎక్కుతోంది. అది పారిపోయే ఛాన్స్ తక్కువని పాపం దానికి తెలియదు.

నాకు ముచ్చటేసింది. నవ్వుతూ, "అదేం కాదు. నా కూతురు అడిగింది ఎప్పుడూ నేను కాదనలేదు. ఇప్పుడు కూడా అది అడుగుదామనే వచ్చాను" అన్నాను ఓరగా అతడిని చూస్తూ. "... చెప్పు, నా కూతుర్ని చేసుకుంటావా?"

ఎగిరి గంతేసే ప్రయత్నం ఏమీ చేయలేదు అతడు.

'సారీ' అన్నాడు క్లుప్తంగా.

ఇంతటి అవమానం నేనెప్పుడూ పొందలేదు. ఇంకెవరినైనా ఆ పరిస్థితిలో అయితే అంతకు అంతా ప్రతీకారం తీర్చుకునేవాడిని కానీ అతడి నిర్మొహమాటత్వం (అది నా కూతుర్ని రక్షిస్తోంది కాబట్టి) నాకు నచ్చింది. డబ్బుని వద్దనే వాళ్ళు,

అరటిపండుని వద్దనే కోతులు ఈ ప్రపంచంలో చాలా తక్కువ ఉంటాయి. కొండమీద నుంచి దింపే ప్రయత్నం ఏమీ చేయకుండా వచ్చేశాను.

తరళ నాకోసం ఎదురు చూస్తోంది. ఆనందరావు అన్న మాటలు దానితో చెబితే గుండె ఆగిపోతుంది. అవతలి కుర్రాడు తనని ప్రేమిస్తున్నాడా లేదా అని కూడా తెలుసుకోకుండా తండ్రిని రాయబారానికి పంపించేటంత అమాయకురాలు నా కూతురు..! ఆనంద్ ఏమన్నాడో చెబితే భరించలేదు. ఈ టాపిక్ వాళ్ళ మధ్య ఎలాగూ వస్తుందని నాకు తెలుసు. ఆనంద్ తనని ప్రేమించడం లేదన్న సంగతి నేనెందుకు చెప్పడం? అతనే చెప్పనీ...

నేను ఊహించినట్టే ఆనంద్ తరళకి ఆ విషయం చెప్పినట్టున్నాడు. అయితే ఆ తర్వాత నేను ఊహించని విషయం జరిగింది.

తరళ గోదాట్లో దూకింది. నా పరువు పోయింది.

చాలా చిన్న విషయం అనుకున్నది చూస్తూ ఉండగా పెద్దదయింది. ఇప్పుడు ఆనంద్ గానీ నా కూతుర్ని చేసుకోనంటే, సరదాగా తీసుకొచ్చిన ఏనుగు, ఇంటి ముందు తోట అంతా తొక్కినంత పనవుతుంది.

ఆనంద్ నాకు అల్లుడటం నాకేమీ అభ్యంతరం లేదు. తరళని చేసుకునే వాడు ఎవడైనా నా ఆస్తి చూసే వస్తాడని నాకు తెలుసు. అటువంటిది డబ్బు అంటే అసలు లక్ష్యం లేని ఆనంద్ లాంటివాడు అల్లుడైతే అభ్యంతరం ఏముంటుంది? అది మొదటి కారణం. నా కూతురు ప్రేమించింది. అది రెండో కారణం!!

అన్నిటికన్నా ముఖ్యమైన మూడో కారణం ఇంకొకటి ఉంది. ఆనంద్ లాంటి బీదవాడికి కూతుర్నిచ్చి చేయడం.

ఈ వివాహం జరగగానే, పల్లెలో నా కీర్తి వాడవాడలా పెరిగిపోతుంది!!!

కీర్తి కోసం నేను ఏమైనా చేస్తానని మీకు తెలుసు. అలాగే కూతురి కోసం కూడా. అయితే వెంటనే నేను ఆనంద్ దగ్గరికి మళ్లీ వెళ్ళలేదు. ఈ కుర్రవాడి పొగరు విషయం మొదటే అనుభవం అయింది. ఇప్పుడే వెళ్తే చెట్టెక్కి కూర్చుంటాడు. అతడినే నా దగ్గరకు రప్పించాలి. వచ్చాక, కాబోయే మామగారు కూడా తనంత తెలివైన వాడే అన్న విషయం ఆ కుర్రవాడికి తెలియాలి. ఎలా?

నేను ఈ విధంగా ఆలోచిస్తూ ఉండగా...

అదే సమయానికి ఆనంద్ ఏదో రొమ్ముల్లో నొప్పితో ఆసుపత్రికి వచ్చినట్టు తెలిసింది. అప్పుడే నాకో ఆలోచన స్ఫురించింది. చిన్న చిలిపి ఆలోచన.

డాక్టర్ మా వాడే. నేనేం చెప్పమంటే అది చెబుతాడు.

"ఆనంద్ ఆసుపత్రికి ఎందుకు వచ్చాడు?"

"ఏదో నొప్పి అని వచ్చాడు" జవాబు ఇచ్చాడు డాక్టర్.

"ఏం చెప్పావు?"

తను ఏం చెప్పాడో డాక్టర్ చెప్పాడు. తనేం చెప్పాలో నేను చెప్పింది విని తెల్ల మొహం వేశాడు. తరువాత ఇబ్బందిగా నవ్వాడు. నవ్వకేం చేస్తాడు?

నేను అతడికి డబ్బేమీ ఇవ్వలేదు. నేను చెప్పింది కాదనే ధైర్యం ఈ కుర్ర డాక్టర్‌కి ఉందని నేను అనుకోను. అయినా నేను అడిగింది పెద్ద కోర్కెమీ కాదు. కడుపులు తీయమనీ, రేప్ కేసు మాఫీ చేయమనీ అడగటం లేదు. మామూలు పైత్యపు నొప్పిలాంటి దాంతో వచ్చిన (రోగికి) ఆనంద్‌కి గుండె జబ్బనీ, బైపాస్ సర్జరీ చేయించుకోవాలనీ డాక్టర్‌గా సలహా ఇమ్మన్నాను నేను. అదన్నా 'ఈ అబద్ధం ఒక నెల రోజుల కోసం మాత్రమే' అని చెప్పాను.

ఇంత చిన్న సాయం చేయటానికి ఆ డాక్టర్‌కి అభ్యంతరం ఏముంటుంది. సరే అన్నట్టు తలపాడు. వెంటనే వాహనం తీసుకుని బయలుదేరాడు.

ఆ తరువాత చూడాలి ఆనంద్ పరిస్థితి.

మింగలేక కక్కలేక చచ్చాడు. ఆ ప్రమద్వర అనే అమ్మాయితో సుదీర్ఘమైన చర్చలు జరిపాడు. ప్రాణం అంటే ఎవరికైనా తీపే కదా. దాని ఖరీదు మాత్రం నా కూతుర్ని పెళ్లి చేసుకోవడం..!

అయితే నేను ఆనంద్ దగ్గరికి వెంటనే వెళ్ళలేదు. ఇనుముని కొట్టాలంటే ముందు దాన్ని వేడెక్కించాలి. అందుకే కొంతకాలం వేచి ఉండి, ఆ తరువాత వెళ్ళి నా ప్రపోజల్ చెప్పాను. అతడు తెల్లబోవటం స్పష్టంగా కనిపించింది. అవును మరి. "నా కూతుర్ని చేసుకో. నీ ప్రాణాంతక గుండె జబ్బు నయం చేయిస్తాను" అని ఏ మావా అనడు. అందులోనూ డబ్బున్న మామ అసలు అనడు.

అతడు నన్ను పిచ్చివాడిని చూసినట్టు చూశాడు. మతి పోయి ఉంటుంది.

"మీరు నా గుండె జబ్బుకి ఆపరేషన్ చేయించిన తరువాత నేను మీ కూతుర్ని చేసుకోకపోతే?" అన్నాడు.

ఫర్వాలేదు. నాకున్న పొగరులో సగం ఈ కుర్రాడికీ ఉన్నట్టుంది. నాకు తగిన అల్లుడు అవుతాడు. ఆస్తికేముంది. కుక్కని కొడితే వస్తుంది.

నవ్వాను. "నీ ఆపరేషన్ నా కూతురితో వివాహం జరిగాకే అవుతుంది" అన్నాను. అతడి తల తిరిగిపోయింది. "నేను ఆపరేషన్ టేబుల్ మీద చచ్చిపోతే.?" అన్నాడు. దానికి నేను చెప్పిన సమాధానం విని, నా కూతుర్ని ఎలా పెంచాలో చిన్న ఉపన్యాసం ఇచ్చాడు. నాకు నవ్వు ఆగటం లేదు. ఈ కుర్రవాడి మీద నాకు కూడా 'ఇష్టం' పెరుగుతోంది. మా అమ్మాయి ఎన్నిక తప్పు కాదు.

ఇలాంటి యువకుల సంగతి నాకు బాగా తెలుసు. వీళ్ళు అసలు ఆత్మవంచన చేసుకోరు. నిజాయితీ అంటే ఇష్టపడతారు. కానీ జీవితం ఒక గాడిలో పడిన తర్వాత అతి త్వరగా దానికి అడ్జస్ట్ అయిపోతారు. రేపు వివాహం జరిగాక అతనికి గుండె నొప్పి లేదని తెలిస్తే అతడు దానికి ఎలా ప్రతిస్పందిస్తాడో మీకు తెలుసా? ముందు ఎగిరి పడతాడు. తనని మోసం చేసినందుకు నన్ను నిలదీస్తాడు. కానీ మనసులో మరో మూల ఆనందం కట్టలు తెంచుకొని ప్రవహిస్తూనే ఉంటుంది. మృత్యువు కబళించి వేస్తుందని భయపడుతున్న వాడికి, అది అసలు తలుపు వరకూ కూడా రాలేదని చెప్తే ఎంత ఆనందం!

ఇక సంసారం సంగతి అంటారా, దాని విషయం తరళ చూసుకుంటుంది. తంతే బూరెల బుట్టలో పడ్డట్టు ఒక వైపు ఇంత ఆస్తి ఉన్న భార్య, మరొకవైపు మరణం గురించిన శుభవార్త... వివాహ సందర్భంలో ఏ అల్లుడుకి తన మామగారు ఇంతకన్నా మంచి బహుమతులు ఇవ్వగలడు?

అందుకే నా ప్లాన్ పట్ల నేను ఇంత నమ్మకంగా ఉన్నాను. ఒక్కసారి వివాహం జరిగిపోతే అంతా సర్దుకుంటుంది. నా కూతురి కళ్ళల్లో ఆనందం నాకు ముఖ్యం.

అయినా ఆనంద్ నా ప్రపోజల్‌కి ఒప్పుకోలేదు.

దానికి నేను భయపడలేదు. ఈరోజు కాకపోతే రేపైనా ఒప్పుకోక తప్పదు కదా. ఒకవేళ రేపు కూడా ఒప్పుకోకపోతే ఏం చేయాలి?

ఏం చేయాలని నేను ఆలోచిస్తున్న సమయాన ప్రమద్వర నన్ను కలుసుకుంది.

19

ఆ అమ్మాయి నా దగ్గరకు రావడం చూసి నేను ఆశ్చర్యపోయాను. తరళకీ, ఆనంద్‌కీ మధ్య ఈ అమ్మాయి రాయబారం జరిపింది అని నాకు తెలుసు. అందుకే నిష్ఠూరంగా "చూశావా, ఇంత వరకూ వచ్చాక ఇప్పుడు నీ స్నేహితుడు పెళ్ళికి ఒప్పుకోవటం లేదు" అన్నాను.

ఆమె తలూపి, "ఆ విషయం మాట్లాడటానికే వచ్చాను. ఆనంద్ ప్రాణాలు రక్షింప బడాలంటే దానికి ఒకటే మార్గం" అంది. నాకు నవ్వొచ్చింది. ఆనంద్ ప్రాణాపాయ స్థితిలో ఉన్నాడన్న సంగతి అందరికీ నెమ్మదిగా తెలుస్తోందన్నమాట.

"ఏమిటా మార్గం?" అని అడిగాను.

"నాకు మీరు సాయం చేస్తానంటే తప్ప ఆనంద్ ఈ వివాహానికి ఒప్పుకోడు."

నాకు ఆశ్చర్యం వేసింది. "అదేమిటి?" అన్నాను.

"అవును. మీకు తెలియనిది ఏముంది? కొంతమంది యువకులు అంతే. తమ ప్రాణాలు పోయినా లెక్కచేయరు. కానీ అవతలి వాళ్ళ కోసం దేనికైనా ఒప్పుకుంటారు. ఆనంద్ అలాంటి వాడు. ఈ వివాహం వల్ల తనకి ఆస్తి వస్తుందంటే వినడు. నాకు కూడా ఏదో లాభం ఉంటుందంటే ఒప్పుకుంటాడు."

"ఇప్పుడు నేను ఏం చేయాలి?"

ఆమె తలదించుకుని నెమ్మదిగా, "చెప్పాలంటే నాకూ అదోలా ఉంది. కానీ ఈ వివాహం జరగాలంటే చెప్పక తప్పదు. నేను ఏ కులంలో పుట్టానో మీకు బాగా తెలుసు. నా భవిష్యత్తును నాశనం చేయాలని నా కన్నవాళ్ళే చూస్తున్నారు. మీరు నా భవిష్యత్తుకు ఏదో ఒక ఏర్పాటు చేస్తున్నానని ఆనంద్‌కి చెప్పండి. దానికి ప్రతిగా ఈ వివాహం జరగాలని కండిషన్ పెట్టండి. అతను ఒప్పుకుంటాడు" అంది.

"నీ గురించి అంత చేస్తాడా?" అనుమానంగా అడిగాను.

ఆమె ఇంకా తలవంచుకునే, "నేను, తరళ, ఆనంద్ ముగ్గురం స్నేహితులం. ఒకరికొకరం ఏమైనా చేసుకుంటాం" అంది.

"మరి నేను వెళ్ళి అడిగితే పెళ్ళికి ఎందుకు కాదన్నాడు?"

"వాళ్ళిద్దరూ చిన్న పిల్లల్లా ఎప్పుడూ దెబ్బలాడుకుంటూ ఉంటారు. కానీ ఒకరంటే ఒకరికి ప్రేమే. ఏదో బెట్టు చేస్తున్నాడు తప్ప ఆనంద్ తప్పకుండా

ఒప్పుకుంటాడు. అందులోనూ 'నా గురించి' అంటే ఇక మరీ బెట్టు చేయలేడు" అంది.

"అంటే కొంపతీసి ఈ సాయం చేసినందుకు మేము నీకు నిజంగా డబ్బు ఇవ్వాలా?"

ఆమె మొహం వాడిపోయింది. "అవసరం లేదు" అంది.

అలా అడిగినందుకు బాధపడి వెంటనే సర్దుకుని, "అయితే నేను చెప్పను. నువ్వే చెప్పు. నేను వెళ్లి 'నువ్వు నా కూతుర్ని చేసుకుంటే ప్రమద్వరకి సాయం చేస్తాను' అని చెప్తే మరీ బేరగాడిలా ఉంటాను. ఎంతైనా కాబోయే మామగారిని కదా" అన్నాను.

ఆమె అర్థం చేసుకున్నట్లు తలూపుతూ లేచి నిలబడి, "అయితే నేనే చెప్తాను. ఒకవేళ ఆనంద్ మిమ్మల్ని అడిగితే మాత్రం అంతా నిజమేనని చెప్పండి. అది చెప్పడానికే వచ్చాను!" అంది వెళ్లడానికి ఉద్యుక్తురాలవుతూ.

"చివరగా ఒక ప్రశ్న" అన్నాను. ఆగి ఏమిటన్నట్టు చూసింది.

"ఇదంతా నువ్వు మా తరళ పెళ్లి కోసం చేస్తున్నావా? ఆనంద్ ఆస్తి పరుడవడం కోసం చేస్తున్నావా?"

ఆమె చప్పున తలెత్తింది.

నేను నవ్వి, సర్దుకుంటున్నట్టు "అహ... ఇద్దరూ నీ స్నేహితులే కదా. ఎవరి కోసం చేస్తున్నావా అని" అన్నాను. "పెళ్లి కోసమా? ఆస్తి కోసమా?"

ఆమె వెళ్ళిపోతూ అంది. "ఆనంద్ బ్రతకటం కోసం!"

నేను నిశ్చేష్టుడనై నిలబడి పోయాను.

అదృశ్య హస్తం సాచి పెట్టి కొట్టినట్టు అయింది.

కానీ అంతలో సంతోషం కూడా వేసింది.

స్నేహం అంటే అలా ఉండాలి..!

వాళ్లు ముగ్గురూ అంత మంచి స్నేహితులని నాకు తెలియదు.

నాకు సంతోషంగా ఉంది. ఇదంతా నేను ఆడిన నాటకమని, ఆనంద్‌కి ఏ గుండె జబ్బూ లేదని నేను వెల్లడి చేసిన క్షణం ఈ ముగ్గురు స్నేహితులూ ఎంత సంతోషిస్తారో తలుచుకుంటే నా మీద నాకే ముచ్చటేసింది.

❖ ❖ ❖

మరో రెండు రోజులు గడిచాయి. నేను, ప్రమద్వర అనుకున్న ప్రకారం ఈపాటికి ఆ అమ్మాయి (ప్రమద్వర) ఆనంద్‌కి మేము అనుకున్నది చెప్పి ఉంటుంది. ఆ టైం అయ్యాక నేను ఆనంద్ నా దగ్గరికి వస్తాడని ఎదురు చూడసాగాను. నేను ఊహించినట్టే ఆనంద్ నా దగ్గరకు వచ్చాడు.

"తరళని పెళ్లి చేసుకోవడం నాకు ఇష్టమే. ముహూర్తాలు పెట్టించండి" క్లుప్తంగా అన్నాడు.

"సంతోషంగా అంటున్నావా? తప్పదు కాబట్టి అంటున్నావా?" ఓరగా చూస్తూ అడిగాను.

నాకు ఏనుగు ఎక్కినంత సంబరంగా ఉంది. ఒకసారి గెలుపు కనుచూపు మేరకు వచ్చాక గర్వంతో కలిగే సంతోషం అది.

"నేనెలా అంటేనేం? అది అప్రస్తుతం".

నేను దెబ్బతిని, వెంటనే సర్దుకుని, "ఈ విషయం నువ్వే స్వయంగా తరళతో చెప్పు, సంతోషిస్తుంది" అన్నాను.

"నేను చెప్పవలసింది చెప్పాను. మీరు మిగతాది మీ కూతురికి చెప్పుకోండి" అన్నాడు విసురుగా.

నాకు నిజంగానే కోపం వచ్చింది. "చూడు! అడిగేవాడికి చెప్పేవాడు లోకువ అంటారు. కోరి వచ్చి కూతుర్ని చేసుకోమన్నాను కదా అని నువ్వేదో గొప్పవాడినై పోయానని చెట్టెక్కి కూర్చుంటే కుదరదు. అలాంటిది ఏమైనా ఉంటే ముందే చెప్పు. ఎలాగో ఒకలా నా కూతురికి నచ్చ చెప్పుకుంటాను. అంతే కానీ, పెళ్లయ్యాక కూడా ఇలాగే పెడసరిగా ఉంటే లాభం లేదు."

అతడి మొహం కొద్దిగా వాడిపోయింది. "చేసుకుంటానన్నానుగా" అన్నాడు. అని వెళ్లబోతూ ఆగి, "ప్రమద్వర నాకు అంతా చెప్పింది" అన్నాడు. ఏం చెప్పిందో తెలుసుకోవాలని ఉన్నా నేనే బయటపడితే బాగోదని ఊరుకున్నాను.

అతడు వెళ్లిపోయాడు.

నేను విజయం సాధించిన మాట నిజమే గానీ, అది ఎందుకో నాకు అంత సంతోషంగా అనిపించలేదు. తరళతో ముహూర్తం పెట్టించడం గురించి చెప్పాను. మా అమ్మాయి కళ్ళలో ఆనందం, నా టెన్షన్లన్నిటినీ పోగొట్టింది. చెప్పానుగా నా బలహీనతలు.

ఒకటి నా ప్రతిష్ట. రెండోది నా కూతురు.

ఆ తరువాత మిగతా పనులన్నీ తొందరగా జరిగి పోయాయి. శుభలేఖలు కూడా అచ్చు వేయించడం అయింది. ఆనంద్ తరఫున ఎవరూ లేరు. అందుకని అన్ని పనులూ నేనొక్కడినే చేసుకోవలసి వచ్చింది. తరళ గోదాట్లో దూకిన సంగతి ఊరంతటికీ తెలుసు. అందువల్ల ఈ వివాహం ఎవరికీ అంతగా ఆశ్చర్యం అనిపించలేదు. ఒకళ్ళిద్దరు మాత్రం నా సానుభూతి సంపాదించడానికి "ఎంత ధైర్యం అండి, మీ కూతురితో ఆడుకుంటాడా, వాడిని శంకరగిరి మాన్యాలు పట్టించమంటారా?" అని నా దగ్గర అన్నారు గానీ, నేను ఈ వివాహానికి వ్యతిరేకిని కానని తెలిశాక వెంటనే, "ఆనంద్‌కేమండీ? చాకులాంటి కుర్రాడు" అని ప్లేటు మార్చారు. ఈ పల్లెటూర్ల సంగతి మీకు తెలియందేముంది?

శుభలేఖలు పట్టుకుని ఆనంద్ దగ్గరకి వెళ్లాను.

లోపల ప్రమద్వర కంఠం వినిపించింది. అందులో నా ప్రసక్తి రావడంతో గుమ్మం దగ్గరే ఆగిపోయాను.

"ఎందుకు మళ్ళీ నన్ను పిలిపించావు?" ప్రమద్వర అడుగుతోంది అతడిని. నాకా మాటలు ఆశ్చర్యంగా తోచాయి. వాళ్లు ముగ్గురూ ఫ్రెండ్స్ కదా. మళ్ళీ పిలిపించడం ఏమిటి?

"రావుగారి దగ్గరకి వెళ్లి తరళని పెళ్లి చేసుకుంటానని చెప్పాను" ఆనంద్ అంటున్నాడు.

"మంచిది".

"బహుశా నీకు ఆనందంగా ఉండి ఉంటుంది, ఇక నీ బాగోగులు అన్నీ ఆయనే చూస్తాడు. మీ ఒప్పందం ప్రకారం..."

ఆమె నుంచి సమాధానం లేదు.

"చెప్పవేం?" అన్నాడు అతడు.

"ఏం చెప్పను?"

"నీకు సంతోషంగా లేదూ?"

"ఎందుకు?" అన్నదామె.

"భవిష్యత్తు గురించి"

"ఎవరి భవిష్యత్తు? నీదా? నాదా?" అన్నది.

"చాలా గొప్పగా నాటకం ఆడావుగానీ, రావుగారు అంతా చెప్పేశారు".

బయట నుంచి వింటున్న నేను ఉలిక్కిపడ్డాను. లోపల ప్రమద్వర పరిస్థితి కూడా అలాగే ఉండి ఉంటుంది.

"ఏం చెప్పారు?"

"మీ ఇద్దరి మధ్యా జరిగిన సంభాషణ. అంటే నువ్వు నాకు చెప్పింది కాదు. నిజంగా ఏం జరిగిందో అది. ఎందుకు చేశావు ప్రమద్వరా ఇలా?" అతడి కంఠం రుద్ధమైంది.

ఆమె సమాధానం చెప్పే లోపులో, అతి కష్టం మీద లోపలికి వెళ్లకుండా నిరోధించుకోగలిగాను. వెళ్లాలా వద్దా అని సందిగ్ధంలో ఉండగానే ఆమె అనేసింది "నీకోసమే".

"నాకోసం ఇంత పెద్ద అబద్ధమాడుతావా? రావుగారు నీ దగ్గరకు వచ్చి, 'నన్ను వివాహానికి ఒప్పిస్తే నీ భవిష్యత్తు తను చూసుకుంటాను' అన్నారా? రావుగారు గానీ అసలు విషయం చెప్పకపోయి ఉంటే నాకు ఎప్పటికీ నీ మీద అనుమానం పోయి ఉండేది కాదు కదా."

బయట నుంచి వింటున్న నాకు చెమటలు పట్టాయి. ఈ అమాయకురాలు మొత్తం నిజం చెప్పేసేట్టుగా ఉంది. అప్పుడు ఇక నేను లోపలికి వెళ్ళటానికి కూడా లేదు.

"నేనే చెప్పాను ఆనంద్..." అంది ప్రమద్వర. "కనీసం అలా చెప్తే అయినా నీవీ పెళ్ళికి ఒప్పుకుంటావని.."

"ఏం? ఎందుకంత అవసరం వచ్చింది?"

ఆమె నుంచి సమాధానం లేదు. ఆనందే అన్నాడు "పది రోజుల క్రితం నువ్వో మాట అన్నావు గుర్తుందా? గుడిలో మన వివాహం అయిపోయిన తర్వాతే గాని ఆ నొప్పి వచ్చి ఉంటే ఏమై ఉండేది? అని. అలా అన్న నువ్వేనా ఇప్పుడు ఇలా మాట్లాడుతోంది?"

దానికి ఆమె ఏం సమాధానం చెబుతోందో నాకు సరిగ్గా వినిపించ లేదు. చాలా చిన్న స్వరంతో చెబుతూ ఉండవచ్చు బహుశా. కానీ అది వినే ఆలోచన కూడా నాకు లేదు.

ఆనంద్ మాటలతోనే నాకు మతి పోయింది. నేను ఊహించని, నాకు తెలియని కొత్త మలుపు...

గుళ్లో పెళ్లి...

అంటే...?

ఆనంద్, ప్రమద్వరా ప్రేమించుకున్నారా? పెళ్లి కూడా చేసుకోవాలనుకున్నారా?

గుండెనెవరో మెలిపెట్టి తిప్పుతున్నట్టు అనిపించింది. ఆనంద్ ఈ వివాహానికి ఇంతకాలం ఎందుకింత విముఖతగా ఉన్నాడో కూడా నాకు అర్థమైంది. నా చేతిలో శుభలేఖలు నవ్వుతున్నట్టు అనిపించాయి.

లోపల ప్రమద్వర అంటోంది, "నీ భార్యని అయ్యాక బీదతనం వల్ల నిన్ను కాపాడలేక విధవరాలనైనా, కేవలం నీ ఆలోచనల తృప్తితో జీవితాంతం హాయిగా బ్రతకగలను ఆనంద్! కానీ నీతో వివాహం మానుకుంటే వచ్చే డబ్బు నీ ప్రాణాల్ని రక్షిస్తుందని తెలిశాక కూడా ఇక ఈ వివాహం ఎలా చేసుకోను? నన్ను అర్థం చేసుకో".

అర్థమైంది.

నాకే కాదు. లోపల ఉన్న ఆనంద్‌కి కూడా అర్థమయ్యే ఉంటుంది. కళ్ళు మిరిమిట్లు గొలిపే వెలుగుని చూసి మనిషి అప్రయత్నంగా కళ్ళు మూసుకున్నట్టే, ఆమె చెప్పింది అర్థమై నా మనసు మొద్దుబారిపోయింది. ఆ క్షణమే లోపలికి వెళ్లి నేను చెప్పిన అబద్ధం గురించి వాళ్ళకి చెబుదామనుకున్నాను.

కానీ చేతిలో ఉన్న శుభలేఖలు నన్ను వారించాయి.

మీకు నేను దుర్మార్గుడిగా కనిపిస్తూ ఉండి ఉండవచ్చు. కానీ చెప్పానుగా. నేను జీవితంలో విలువని ఇచ్చేది రెంటికే... ఒకటి నా కూతురు, రెండు నా పరువు. మీరు ఏమనుకున్నా సరే... దాన్ని మాత్రం బలి పెట్టలేను.

ఇంత జరిగి, ఊర్లో అందరికీ శుభలేఖల విషయం కూడా తెలిశాక, ఇప్పుడు ఇక ఈ వివాహం ఆగిపోతే నా పరువేం గాను?

వెనుదిరిగి వచ్చేశాను. కానీ ఇంటికి వస్తున్నంత సేపు నా మనసులో ఏదో తెలియని బాధ నన్ను తొలుస్తూనే ఉంది. కానీ నేను మాత్రం ఏం చేయగలను? ఇది జరిగిన పది రోజులకి ఆనంద్ తరళల వివాహం జరిగింది.

20

ప్రమద్వరే దగ్గరుండి పెళ్లి పనులన్నీ చేయడం నన్ను మరింత ఇబ్బందిలో పెట్టింది. ఆ అమ్మాయి మొహంలో ఏ భావమూ నాకు కనపడలేదు. ఎత్తు పల్లాలనీ, సుడిగుండాలనీ కడుపులో దాచుకుని మా ఊరి గోదారి కూడా ఇలాగే గంభీరంగా ఉంటుంది.

ఆ అమ్మాయి ప్రేమ సంగతి తెలిసిన ఒకే ఒక వ్యక్తిని బహుశా నేనేనేమో! ప్రేమ మీద నాకు గొప్ప అభిప్రాయం లేదు. కానీ ఈ అమ్మాయి నా అంచనాలన్నీ తారుమారు చేసింది. ప్రేమించిన వ్యక్తిని బ్రతికించుకోవడం కోసం తన భవిష్యత్తునే పణంగా పెట్టింది. నాకు తెలియని కొత్త ప్రపంచం ఇది...! మా పల్లె ప్రపంచంలో రాజకీయాలూ, ద్వేషాలూ, గెలుపులూ, ఓటములే తప్ప ప్రేమలూ, త్యాగాలూ లేవు. నేను ఆడిన అబద్ధం చాలా రాత్రులు నన్ను బాధ పెట్టింది. 'వెయ్యి అబద్ధాలాడైనా ఒక పెళ్లి చేయమన్నారు కదా' అని సరి పెట్టుకునే వాడిని.

చివరికి, నా కూతురు వేస్తున్న జోకులు కూడా నా చెవిన పడకపోలేదు. ప్రమద్వర తనని పెళ్లికూతురుగా అలంకరిస్తున్నప్పుడు "చూశావుటే, గోదారిలో నేను వదిలిన పడవే ముందు వెళ్ళింది. అందుకే నా పెళ్లి నీకన్నా ముందు అయిపోతోంది" అన్నప్పుడు మాత్రం, వాళ్ల ముందుకు వెళ్లి అంతా చెప్పేద్దాం అనిపించింది. కానీ అప్పుడు కూడా నన్ను పరువు గురించిన భయమే అడ్డుపెట్టింది. అప్పటికి పెళ్లి రెండు రోజులు మాత్రమే ఉంది.

ఆనంద్ గుండె జబ్బు గురించి తెలిసిన వాళ్ళం నలుగురమే. వాళ్ళిద్దరూ, నేను, మా ఊరి డాక్టరు. అందులో మొదటి ఇద్దరికీ అది నేను ఆడిన నాటకమని తెలీదు.

పెళ్లయిన మరుసటి రోజే శోభనం ఏర్పాటు చేశారు. ఆ సాయంత్రం ప్రమద్వర నా దగ్గరకు వచ్చింది. "ఆనంద్ ఆరోగ్యం ఇలా ఉండగా ఇప్పుడు ఈ ఫంక్షన్ ఎందుకు బాబు గారూ. ఆపరేషన్ అయ్యాక పెట్టుకుంటే బాగుంటుంది కదా" అంది. నాకు అప్పుడు వచ్చింది జ్ఞాపకం..!

పెళ్లి ఎలాగూ అయిపోయింది కదా. ఇక డాక్టర్‌తో అసలు విషయం చెప్పించాలి.

"పర్వాలేదమ్మా. నేను డాక్టర్ని కన్సల్ట్ చేశాను కదా" అని చెప్పి ఆ అమ్మాయిని పంపించేసి, డాక్టర్కి కబురు చేశాను. మరుసటి రోజు పొద్దున్న అతను వచ్చాడు.

గదిలోకి తీసుకెళ్ళి అతడేం చెప్పవలసిందీ చెప్పాను. మళ్ళీ ఆనంద్ని పరీక్ష చేసి, (వీలైతే పట్నం నుంచి పెద్ద డాక్టర్ని కూడా ఇంకొకసారి పిలిపించి) బైపాస్ సర్జరీ అవసరం లేదనీ, మందులు వాడితే సరిపోతుందనీ అతడు చెప్పాలి.

డాక్టర్ తలూపాడు.

"ఆనంద్కి ఏమాత్రం అనుమానం రాకూడదు. 'మొదట్లో బైపాస్ కావాలనుకున్నారు. ఇప్పుడది సర్దుకుంది'. అలా చెప్పాలి. అర్థమైందా?"

"నేను చూసుకుంటాను కదా సార్. అందరూ ఆనందించే శుభవార్త ఎలా చెబుతానో మీరే చూస్తారు కదా" అన్నాడా కుర్ర డాక్టర్. పర్లేదు. పైకొస్తాడు.

మేము మరో రెండు విషయాలు మాట్లాడుకుని గదిలోంచి బయటకు వచ్చాము. తలుపు తీసి హఠాత్తుగా పామును చూసినట్టు అలాగే నిలబడి పోయాను.

మేడ మీద నుంచి ఎప్పుడు వచ్చాడో... ఎంతసేపటి నుంచి వింటున్నాడో తెలియదు కానీ.. ఆనంద్ అక్కడ నిలబడి ఉన్నాడు. అతడి మొహం ఎర్రగా కందిపోయి ఉంది. మూసిన గుప్పెట్లు, వణికే చేతులు అతడి ఆవేశాన్ని చెబుతున్నాయి. మనిషి నిలువెల్లా ఊగిపోతున్నాడు.

---◆---

ఆనందరావు చెప్పిన కథ

తిరిగి వెళ్ళిపోవడానికి సామాన్లు ఏవీ సర్దుకోలేదు. పెళ్లి కోసం తీసుకు వచ్చిన నా తాలూకు వస్తువుల్ని కూడా వెనక్కి తీసుకెళ్లే ప్రయత్నం ఏమీ చేయలేదు.

మామూలుగా నా గదికి వచ్చేశాను. పెళ్లి కోసం వచ్చిన బంధువులకు నేనిలా వెళ్లి పోవడం తెలుసో లేదో నాకు తెలియదు. నాకు సంబంధించినంత వరకూ 'నాకీ పెళ్లి కాలేదు'. అంతే. చాలా కామ్‌గా, కూల్‌గా నా గదికి తిరిగి వచ్చేశాను.

నాకే గుండె జబ్బా లేదనీ, ఈ పెళ్లి కోసం పన్నిన వలలో ఇరుక్కు పోయాననీ ఆయనకీ, డాక్టర్‌కీ మధ్య జరిగిన సంభాషణ వల్ల తెలిసిన మరుక్షణం మాత్రం నేను రాక్షసుడినే అయ్యాను. గుమ్మం దగ్గర నిలబడి ఉన్న నన్ను చూసి వాళ్ళు స్థాణువులయ్యారు. డాక్టర్ మొహంలో భయం స్పష్టంగా కనిపించింది. అతడేదో అనే లోపు నా చెయ్యి విసురుగా వెళ్లి అతడి గడ్డాన్ని తాకింది. బహుశా పళ్ళు కదిలిపోయి ఉంటాయి. అడ్డొచ్చిన రావుగారిని కూడా అదే తాకిడితో ఎదుర్కోబోయాను గానీ ఆయన వయసు, పెద్దరికం నన్ను ఆపింది. గదిలోంచి విసురుగా బయటకు వచ్చాను.

నా ఆవేశానికి ఆనకట్ట పడలేదు. అదే వేగంతో పైకి వెళ్లాను. తరళ ఇంకా నిద్రపోతూనే ఉంది. నా కోపం ద్విగుణీకృతమైంది. మొదటి రాత్రి తెల్లవారాక కూడా ఇంతలా నిద్రపోతున్న ఆ కూతురి గారాబం... అనుకున్నది ఎలాగైనా సాధించగలిగే మొండితనం... నన్నో వెధవని చేసిన ఫీలింగ్... అన్నీ కలిసిన దాని ఫలితం... "ఏమైందండీ, అలా ఉన్నారు" అని అప్పుడే లేచి అంటున్న తన మాటలు పూర్తికాకుండానే చెంప చెళ్ళుమంది. మల్లెపూలు గదంతా చెదిరాయి. 'రాక్షసీ.. నీ మూలంగానే ఇదంతా' అన్న కసి, ఆవేశం అంతా గొంతులోనే కప్పబడిపోయింది.

తరళ అలాగే నిశ్చేష్టురాలై నిలబడిపోయింది. తను నా జీవితానికీ, ప్రమద్వర భవిష్యత్తుకీ ఎంత ద్రోహం చేసిందో, మేమిద్దరం కన్న కలల్ని ఎలా సమూలంగా నాశనం చేసిందో చెబుదామని నోటి చివరి వరకూ వచ్చింది. కానీ అంతలోనే "ఛీ, ఈవిడతో చెప్పేదేమిటి?" అనిపించి అక్కడి నుంచి క్రిందికి వచ్చేశాను. అదొక్కటే కాదు కారణం. వీళ్ళు ఎంతకైనా తెగించిన వాళ్ళు. నాకూ, ప్రమద్వరకూ మధ్య ప్రేమ ఈవిడకి తెలిస్తే అది ప్రమద్వర ప్రాణానికి కూడా హాని కలిగించవచ్చు.

ఆ క్షణం తరళ నా భార్య అన్న విషయం కూడా మర్చిపోయాను. ఈమె... ఈమె తండ్రి నా శత్రువులు. అంతే! అదొక్కటే నా మనసంతా నిండిపోయింది.

వాళ్ల మొహం చూడటానికి అసహ్యం వేసింది. అందుకే నా గదికి వచ్చేశాను.

అసలీ తప్పంతా ప్రమద్వరది.

నా చేతులు కట్టేసి ఈ వివాహానికి ఒప్పించింది. త్యాగం పేరిట అనవసరంగా నన్ను ఈ ఊబిలోకి దింపింది.

❖ ❖ ❖

నేను గదికి వచ్చేసిన ఐదు నిమిషాలకి తరళ తండ్రి వచ్చాడు.

చాలా గొప్ప నటుడు. వంద లంఖణాలు చేసినట్టు మొహం పెట్టాడు. రాగానే చేతులు పట్టుకుని "అల్లుడూ, ఈ తప్పంతా నాది. నన్ను క్షమించు" అన్నాడు.

నన్ను నేను నిగ్రహించుకోవడానికి చాలా కష్టపడవలసి వచ్చింది.

"చూడండి, అయిపోయిందేదో అయిపోయింది. మీ కూతురికీ, నాకూ ఏ సంబంధమూ లేదు. మీరు పెద్ద భూస్వామి అనీ, ఈ ఊళ్లోకెల్లా గొప్ప ఇన్‌ఫ్లుయెన్స్ ఉన్న మనిషనీ నాకు తెలుసు. కానీ మీరు ఏం చేయగలరో నేను చూస్తాను. మీరూ, మీ కూతురూ కలిసి వేసిన ఈ అతి గొప్ప ప్లానుకి నేను మీ కూతురికి వేస్తున్న శిక్ష అదే! మొదటి రాత్రి అయ్యాక మొగుడు వదిలేసిన దానిలాగా ఇక జీవితాంతం గడపాలి. ఎందుకు వదిలేశాడు అన్న దానికి కారణం మీరు ఏం చెప్పుకుంటారో మీ ఇష్టం. ఇక మీరు వెళ్ళొచ్చు"

"నేను ఈ నాటకం ఆడినట్టు తరళకి తెలియదు"

విస్తుబోయాను. "ఏమిటి మీరు అంటున్నది?"

"అవును ఆనంద్. తరళని ఇందులో కలపకు. ఇందులో ఏ తప్పు ఉన్నా అది కేవలం నాది మాత్రమే. తరళ అమాయకప్పిల్ల. అది నిన్ను ప్రాణం కన్నా ఎక్కువగా ప్రేమిస్తోంది. దాని గురించే నేను డాక్టర్‌కి అలా చెప్పమని చెప్పాను".

ఈ ప్లాన్‌లో తరళకి భాగం లేదన్న విషయం నా కసిని కాస్త తగ్గించింది కానీ ఇప్పుడు సమస్య 'తరళకి ఇందులో భాగం ఉన్నదా? లేదా?' అని కాదు. నాశనం అయిపోయిన నా జీవితం గురించి.

"నేను చెప్పానుగా. మీరెంత చెప్పినా నేను ఇక మీ ఇంటి గుమ్మంలోకి అడుగు పెట్టను. మీ కూతురికి మీరేం చెప్పుకుంటారో మీ ఇష్టం. ఇందులో ఆమె తప్పు లేకపోవచ్చు. కానీ ఏ తప్పూ లేకుండానే కొంతమంది శిక్ష అనుభవిస్తూ ఉంటారు. అలాంటి వాళ్లలో నేను మొదటి వాడిని అయితే మీ కూతురు రెండోది అనుకుని సంతృప్తి పడండి."

"అంటే ఇందులో నీ తప్పేమీ లేదంటావా?"

ఈసారి తెల్లబోవటం నా వంతయింది. "నా తప్పా? నా తప్పేముంది?"

"నువ్వూ, ప్రమద్వరా ప్రేమించుకున్న విషయం నా కూతురికి చెప్పక పోవడం..."

"ఇది మీకు... మీకు ఎలా తెలుసు?" తడబడుతూ అడిగాను.

ఆయన దానికి సమాధానం చెప్పకుండా "మీ ఇద్దరి మధ్యా ప్రేమ విషయం మీతో కలిసి తిరుగుతూ కూడా నా కూతురు గ్రహించలేక పోయింది. అంత అమాయకపుది అది. అటువంటి దానికి మీ ప్రేమ సంగతి ఎందుకు చెప్పలేదు? పోనీ చెప్పవలసిన అవసరం మీకు లేదనుకుందాం. కనీసం తను 'నిన్ను చేసుకుంటాను' అని అన్నప్పుడైనా నువ్వు ఆ విషయం చెప్పాలి కదా. ఎందుకు చెప్పలేదు? అక్కడికి వచ్చేసరికి నీ ప్రాణం ముఖ్యం అనిపించిందా? నేను ఇలా మాట్లాడుతున్నానని కోపం తెచ్చుకోకు. నా తరఫు నుంచి ఆలోచించు. నేనూ ఇలా వాదించవచ్చు కదా! 'నీ గుండె జబ్బు, దానిని నయం చేయటం' అన్నది మనిద్దరి మధ్యా ఒప్పందం. నిజంగా ప్రమద్వర పట్ల నీ ప్రేమ నిజమైనదైన పక్షంలో నువ్వు తరళకి అన్ని సంగతులూ చెప్పి ఉండేవాడివి. ఎందుకు చెప్పలేదు?"

ఆయన మాటలకి నా ఆవేశం పెరిగి పోతూ ఉంది.

ఆయన నా మాటలు పట్టించు కోకుండా కొనసాగించాడు. "కాబట్టి, నీకు ఏదైనా కోపం ఉంటే నా మీద తీర్చుకో ఆనంద్. తరళ మీద కాదు. ఇక ప్రమద్వర విషయం అంటావా... అది.." ఆయన పూర్తి చేయబోతుంటే "చాలు, ఆపండి" అని అరిచాను.

"... మీకు తెలుసా? నేను ఈ పెళ్లి చేసుకోవడానికి కారణం ప్రమద్వరే. నేను బ్రతికితే చాలు అనుకుంది. నాకోసం తన భవిష్యత్తుని బలి పెట్టుకుంది. నేను తరళని చేసుకోవాలని ఒట్టు వేయించుకుంది."

"నాకు తెలుసు" అన్నారాయన. "దానికి ప్రతిగా ప్రమద్వర భవిష్యత్తుని నువ్వు కలలో కూడా ఊహించినంత గొప్పగా తీర్చిదిద్దుతాను. అది నాకు వదిలిపెట్టు."

క్రమక్రమంగా నేను వాదనలో ఓడిపోతున్నానన్న విషయం నాకు తెలుస్తోంది. కానీ నా వాదనలో లోపం ఎక్కడో తెలియడం లేదు. అయినా ఈయనతో వాదించవలసిన అవసరం నాకు ఏముంది? ఆ మాటే చెప్పి, ఆయన ఏదో అనబోతుంటే దాదాపు బయటకు గెంటి, తలుపు వేసుకున్నాను. తరువాత చేయవలసిన దాని గురించి ఆలోచనలో పడ్డాను. ముందు ఈ ఊరు నుంచి వెళ్ళిపోవాలి.

ప్రమద్వరతో సహా... అంతే.

రావుగారికీ, ఆయన కూతురికీ బుద్ధి వచ్చేలా చేయాలంటే ఇక్కడి నుంచి వెళ్ళిపోవాలి. పెళ్లి అయిన మరుసటి రోజు కూతుర్ని వదిలేసి అల్లుడు వెళ్ళిపోయాడంటే అంతకన్నా అవమానం ఏం కావాలి? వెళ్లే ముందు... ఆయన ఆడిన నాటకం గురించి ఈ పల్లెలో అందరికీ తెలిసేలా చేయాలి. నాకు జరిగిన మోసానికి ఇదే సరియైన సమాధానం..!

అయితే వెంటనే నేను ప్రమద్వర దగ్గరకు వెళ్లలేదు. అంతకన్నా ముందు చేయవలసిన పని ఒకటి ఉంది.

రావుగారు సామాన్యులు కాదు. కూతురికి విడాకులు ఇవ్వకుండా రెండో వివాహం చేసుకుంటే నన్ను జైల్లో పెట్టించకుండా ఊరుకోడు. విషయం అంతవరకూ వస్తే ఎంత వరకూ అయినా తెగిస్తాడు.

అసలాయన ఆర్గ్యుమెంట్ చూస్తేనే నాకు మతిపోయింది. ఎంత సులువుగా తప్పంతా నా మీదకు తోసేసాడు..! నేను వెళ్లి ఆయన కూతురికి మా ప్రేమ విషయం చెప్పి ఉండవలసిందట..! చెబితే ఏం చేసేది? మా ఇద్దరికీ పెళ్లి చేసి, ఆస్పత్రి ఖర్చుల నిమిత్తం రెండు లక్షలు ఇచ్చి ఉండేదా? అసలు నాటకం ఆడిందంతా ఆయన..! హాయిగా సుఖంగా ఉండవలసిన మా జీవితాల్లో అతి నికృష్టమైన ప్లాన్ వేసి నిప్పులు పోసింది ఆయన..! ఇంతకింతా చెయ్యకపోతే నేను నిద్రపోను..!

ఈ మరుసటిరోజే పట్నం వెళ్లి, అక్కడ రైలు అందుకుని బెంగళూరు వెళ్లాను. బెంగళూరులో నా స్నేహితుడు ఉన్నాడు. అతడు పని చేసేదీ ఎరువుల

కంపెనీయే. అక్కడ ఉద్యోగం రావడం అంత కష్టం కాలేదు. నా ఉద్దేశం ఏమిటంటే, మేమిద్దరం వెళ్ళిపోయిన మూడు నాలుగు సంవత్సరాల వరకూ మేము ఎక్కడ ఉన్నదీ ఈ తండ్రీ కూతుళ్లకు తెలియకూడదు. అయోమయంతో, అవమానంతో చావాలి.

మీకు నేను దుర్మార్గుడిగానూ, రాక్షసుడిగానూ కనిపిస్తూ ఉండి ఉండవచ్చు. కానీ నేను మిమ్మల్ని కోరేది ఒకటే. నా తరఫునుంచి ఆలోచించండి. ఇంత దారుణం మీకే జరిగి, మీకు ధైర్యం ఉండి ఉంటే రావుగారిని అక్కడికక్కడే పొడిచి పారేసి ఉండేవారు. అది లేకే, కేవలం నా తరఫు నుంచి ఈ విధంగా దూరం వెళ్ళిపోతున్నాను. గౌరవం ఉండబట్టే ఇంత జరిగినా, ఆయన పేరు పక్క నుంచి 'గారు' తీసేయలేక పోతున్నాను.

బెంగళూరు నుంచి మా పల్లెకి వచ్చేసే ముందు నా రాజీనామా పత్రాన్ని పంపి, ప్రస్తుతం చేస్తున్న ఉద్యోగంతో తెగదెంపులు చేసుకున్నాను. ఈ పనులన్నీ చాలా కామ్‌గా, ఏ ఉద్వేగమూ లేకుండా చేశాను. నాతో రావటానికి ప్రమద్వర ఒప్పుకోదని నాకు తెలుసు. ఇక్కడ రావు గారి (మనిషికి పరిస్థితులతో రాజీపడటం కాలమే నేర్పుతుందనే) తర్కమే నేనూ నమ్మదల్చుకున్నాను.

ఎలాగో ఒకలా ప్రమద్వరని ఆ గ్రామం నుంచి బయటకు తీసుకు రాగలిగితే తరువాత వివాహానికి ఒప్పించవచ్చు. నేనే వెళ్లి అడిగితే స్నేహితురాలికి ద్రోహం చేయలేనని నిశ్చయంగా అంటుంది.

అందుకని చిన్న ఉత్తరం రాశాను.

"ప్రమద్వరా,

అర్జెంటు పని మీద పట్నం రావాల్సి వచ్చింది. ఇక్కడ నా స్నేహితుడు కలిశాడు. అతడి ఆఫీసులో ఉద్యోగం ఉందట. నేను చెప్పగానే నీకు ఇవ్వటానికి ఒప్పుకున్నాడు. వెంటనే వస్తే ఆ ఉద్యోగం దొరుకుతుంది. ఈ ఉత్తరం పట్టుకుని వచ్చినది నా మరో స్నేహితుడు. అతనితో కలిసి వస్తే ఉద్యోగంలో చేరిపోవచ్చు. ప్రమద్వరా, మన జీవితాలు ఎలాగూ ఒకటవలేదు. కనీసం ప్రేమించిన వ్యక్తిగా ఈ సహాయం అన్నా చేయనీ. నీ జీవితం ఒడ్డుకు చేరితే తప్ప నా మనసు కుదుట పడదు. నీకోసం చూస్తూ ఉంటాను.

– నీ ఆనంద్.

మరొకసారి ఆ ఉత్తరాన్ని చదువుకున్నాను. ఈ ఉత్తరం చదివితే ప్రమద్వర తప్పక వస్తుందనిపించింది. ఆ పల్లె నుంచీ, తన ఇంటి నుంచీ ఆమె ఎంత త్వరగా వీలైతే అంత త్వరగా బయటపడటానికి ఎదురుచూస్తుందని నాకు తెలుసు.

'నిన్ను ఈ ఉద్యోగంలో చేర్పించి, నేను పల్లెకు వెళ్లి పోతాను. అందువల్ల ఈ విషయం తరళకి గానీ, ఆమె తండ్రికి గానీ చెప్పనవసరం లేదు. మన పల్లె సంగతి నీకు తెలియనిది ఏముంది? నేను నీకు ఈ సాయం చేశానని తెలిస్తే ఒకటికి రెండు కల్పిస్తారు. తరువాత ఆ ఊర్లో నా జీవితం నరకం అవుతుంది."

ఈ నాలుగు వాక్యాలూ చివర్లో చేర్చగానే మరింత సంతృప్తిగా అనిపించింది. దీంతో ప్రమద్వర తప్పక వస్తుంది.

ఉత్తరాన్ని స్నేహితుడికి ఇచ్చి పంపించాను. ప్రమద్వర అడ్రస్ వివరంగా చెప్పాను.

ఆ తర్వాత ఒక రోజు పాటూ విపరీతమైన టెన్షన్. మనసు పరిపరి విధాల ఆలోచించసాగింది. అన్నింటికన్నా ముఖ్యమైన సమస్య- ప్రమద్వరని ఈ వివాహానికి ఎలా ఒప్పించాలా అని..! మిగతా అన్ని విషయాలు ఒకటిగా ఉన్నా, సామాజిక, నైతిక విలువల దగ్గరకు వచ్చేసరికి మావి భిన్నాభిప్రాయాలు..! ఇప్పటి సంఘటనే తీసుకుంటే...

వాళ్లు నన్ను మోసం చేశారు. దానికి ప్రతిగా నేను అయిపోయిందేదో అయిపోయింది అనుకోలేను. చేతకానివాడిలా చేతులు ముడుచుకుని కాపురం చేయలేను. అంతకు అంతా ప్రతీకారం చేయాలి. అన్నిటికన్నా ముఖ్యంగా, నా సుఖ సంతోషాలకు ఆనకట్ట వేసే అధికారం వాళ్లకు లేదని నిరూపిస్తాను.

ఇదీ నా వాదన.

కానీ ప్రమద్వర ఈ వాదనకి ఒప్పుకోదని నాకు తెలుసు. "మీరు ఎలాగైనా కొట్టుకు చావండి. కానీ మీ మధ్య తరళకి అన్యాయం చేయకండి" అంటుంది. ఇతరుల సుఖం కోసం తన సుఖం వదులుకోవటంలోనే సుఖం ఉంటుందని నమ్మే అమాయక ఎక్స్ప్లాయిటెడ్ జాతికి చెందిన వారికి ప్రతీక ప్రమద్వర.

ఆమెని నాతోపాటు కలిసి ఉండటానికి ఒప్పించడం అంటే మాటలు కాదు కానీ ఆరు మూడైనా, మూడు ఆరు అయినా దాన్ని సాధించి తీరుతాను.

ఇలాంటి ఆలోచనలతో ఒక రోజు గడిచింది. నా స్నేహితుడు రాలేదు.

పట్నం నుంచి లాంచీ మీద నాలుగు గంటల ప్రయాణం ఆ పల్లె.

నా స్నేహితుడు ఎందుకు రాలేదు?

మరో రోజు గడిచింది.

నా ఆత్రుత ఎక్కువైంది. మరి కొంచెం సేపు చూసి నేనే బయలుదేరాను.

పల్లె చేరుకునేసరికి చీకటి పడింది. ఆరోజు అమావాస్య. నన్నెవరూ గుర్తించలేదు. లేకపోతే రావు గారి అల్లుడుగా వచ్చిన కొత్త హోదాకి ఈపాటికి నేను వచ్చిన వార్త అందరికీ తెలిసిపోయేది. ఏమో... రావు గారి తెలివితేటలు అఖండం. పెళ్లయిన మరుసటిరోజే ఏదో పనిమీద అల్లుడు బయట ఊరు వెళ్ళాడు అని అందరికీ చెప్పాడేమో ఆయన.

ఆ ఆలోచనలతోనే ప్రమద్వర ఇల్లు చేరుకున్నాను.

మలుపు తిరగగానే దూరం నుంచి ఆ ఇల్లు కనబడింది.

చప్పున నా కాళ్లు ఆగిపోయాయి.

ఆ ఇంటి ముందు పందిరేసి ఉంది.

పెళ్లి పందిరి.

21

నాకు ఏం చేయాలో తోచలేదు. జ్ఞానేంద్రియాలు పని చేయటం మానేశాయి.

అప్పటి వరకూ నా మనసులో ఇంకా ఏదో అస్పష్టమైన ఆశ ఉండిపోయింది.

మరో రెండు అడుగులు వేశాను.

నా మామగారైన రావుగారు పెళ్లి పెద్దలా అక్కడ కూర్చుని ఉన్నారు. అప్పుడే లోపలి నుంచి ప్రమద్వర మామ పెళ్లి బట్టల్లో బయటకు వచ్చాడు. నా మనసులో ఏమాత్రం కొద్దిగా ఆశ ఉంటే అది క్రమంగా నశించసాగింది. ఒక కుర్రవాడు అటు నుంచి వెళుతుంటే అడిగాను "ఎవరి పెళ్లి జరిగింది?"

"అదిగో, ఆ ఇంట్లోనే"

"అది తెలుసులే. పెళ్లికూతురు పేరేమిటి?"

"ప్రమదక్క" అని వాడు పరిగెత్తి వెళ్ళిపోయాడు. నేను అలాగే నిలబడి ఉన్నాను.

మనం అప్పటి వరకూ ఊహిస్తూ వస్తున్నదే జరిగినా, 'అది జరిగింది' అని తెలిసేసరికి కలిగే బాధ, ఆందోళన వేరు. అయితే ఈ రెండింటి కన్నా తీవ్రమైనది, ఆ పెళ్లి పందిరి మధ్యలో కూర్చుని నవ్వుతూ కబుర్లు చెబుతున్న జి.పి.రావు నా గొంతు కోశాడు. ఎంతో తెలివిగా నా చుట్టూ వల బిగించి, అన్ని దారులూ మూసేశాడు! తలుచుకుంటేనే ఒళ్ళు కంపరంగా ఉంది.

ఆ క్షణమే పరిగెత్తుకు వెళ్లి ఆ పందిరి పీకేసి, ప్రమద్వరని నాతో తెచ్చుకోవాలన్న కోరికని బలవంతం మీద ఆపుకున్నాను. అది కాదు మార్గం. నేను ఇలా చేస్తానని తెలిసే క్షణాల మీద ఆయన ప్రమద్వర వివాహం జరిపించేశాడు. ఇప్పుడు నేను ఏం చేసినా నన్ను అది కటకటాల వెనక్కు తోసేస్తుంది. ముల్లుని ముల్లుతోనే తీయాలి. ఈ రకమైన మోసపు పద్ధతుల ద్వారా నన్ను కట్టి పడి వేయలేరని నిరూపించాలి.

అలాంటి పథకం ఆలోచించడానికి కొంత సమయం కావాలి.

అన్నిటికన్నా ముందు ప్రమద్వరని కలుసుకోవాలి. అసలేం జరిగిందో తెలుసుకోవాలి. ఆమె మీద ఎన్ని రకాలుగా ఒత్తిడి తీసుకొచ్చారో తెలుసుకోవాలి.

అయితే ఆమెనెలా కలుసుకోవాలో నాకు అర్థం కాలేదు. అంతలో నాతో మాట్లాడిన కుర్రవాడు తిరిగి అటు కేసి వచ్చాడు. ఐదు నిమిషాల్లో గోదావరి ఒడ్డుకు వచ్చి కలుసుకోమని వాడితో చిన్న చీటీ రాసి పంపించాను.

మామూలుగా వ్రాస్తే ఆమె రాదని అందుకని 'ఐదు నిమిషాల్లో రాకపోతే గోదారిలో నా శవం తేలుతుంద'ని చివర్లో ఒక వాక్యం చేర్చాను. ఇది కేవలం ఆమెను బెదిరించడానికే కాదు. ఈ ముసలివాడు ఆడిన నాటకంలో ఒక పావుగా మారి, మంగళసూత్రానికే ప్రమద్వర ఎక్కువ విలువ ఇచ్చేటట్టయితే నాకు జీవితంలో ఇక మిగిలినదంటూ ఏమీ లేదు. అప్పుడు నా మరణం ద్వారా అతడి కూతుర్ని విధవరాలను చేసి, ఆ ముసలాడికి మరపురాని గుణపాఠం నేర్పవచ్చు. ఇంకే విధంగానూ చేతకాకపోతే ఇదే ఆఖరి దారి అనుకున్నాను.

కాగితం కుర్రాడికి ఇచ్చి పంపి, నేను గోదారి ఒడ్డుకు బయలుదేరాను.

❖ ❖ ❖

ఉరుకులూ పరుగులూ తీస్తూ గోదారి పారుతోంది. దాన్ని చూస్తూ ఉంటే నాకు ఆ తండ్రీ కూతుళ్లు గుర్తొచ్చారు. ఈ గోదారీ అంతే. దేన్నీ లెక్క చేయదు. అనుకున్నది సాధిస్తుంది. అడ్డొచ్చిన వాళ్ళని ముంచేస్తుంది. మామూలు సమయాల్లో మాత్రం పైకి నిర్మలంగా కనపడుతుంది.

ఒడ్డున కూర్చొన్నాను. ఆ అయిదు నిమిషాల కాలం నా నిర్ణయంలో మార్పేమీ తీసుకు రాలేదు. అయినా ఆ నిర్ణయం ఆవేశంలో తీసుకున్నది కాదు..! వాళ్ళిద్దరూ నాకు కలిగించిన మనస్తాపానికి రెట్టింపు నేను కలిగించాలి.

ప్రమద్వర వస్తుందని నా మనసులో ఏ మూలో కాస్త ఆశ ఉన్నది. వస్తే, ఆపై ఏ సామాజిక కట్టుబాట్లూ, ఏ నైతిక విలువలూ మమ్మల్ని ఆపలేవనీ, నాతో పాటు తనని తీసుకెళ్లి పోగలననీ నమ్మకం ఉంది.

అయితే ప్రమద్వర రాలేదు.

అయిదు...ఆరు...ఏడు నిమిషాలు గడిచాయి.

మరో మూడు నాలుగు నిమిషాలు చూశాను. ఆమె జాడలేదు.

నాకు ఆమె మీద కూడా కోపం వచ్చింది. మనిషికి సెంటిమెంట్లు ఉండటంలో తప్పులేదు. ఉండాలి కూడా. కానీ అర్థం లేని వాటిని పట్టుకుని వేలాడటంలో అర్థం లేదు.

నాకు మొత్తం మనుషులందరి మీదా ప్రేమ కన్నా కసి ఎక్కువ అవుతోంది.

రెల్లుగడ్డి అంచుల్ని తాకుతూ గోదారి ప్రవహిస్తోంది. మరో క్షణం ఆగితే నా శరీరం దానిలో పడి కొట్టుకుపోయేదే.

అప్పుడు చూశానా ఆకారాన్ని.

వేగంగా నా వైపుకు వస్తోంది.

ఆ నడకలో తొందరపాటు కనిపిస్తోంది. నా మనసులో ఆశాదీపం ఒక్కసారిగా ఉవ్వెత్తున ఎగసి, అంతలోనే ఆరిపోయింది. వస్తున్నది ప్రమద్వర కాదు.

నా మామగారు.

ఊహించని విధంగా ఆయన్ని అక్కడ చూసి బిత్తర పోయాను. కానీ అది లిప్త కాలం మాత్రమే.

అప్పటివరకూ నా మనసులో దాక్కొని ఉన్న కసి, ద్వేషం రెండింతలై

ఒక్కసారిగా బయటకు వచ్చాయి. ఇతడే... ఇతడే... ఇ..త..డే..

చుట్టూ ఎవరూ లేరు. అలాగే గోదాట్లో తోసేస్తే సాక్ష్యం కూడా మిగలదు.

"ఆనంద్! నీకోసం రెండు రోజుల నుంచి వెతికించని చోటు లేదు" అంటూ దగ్గరికి వస్తున్న అతడిని ఏమీ చేయకుండా, నన్ను నేను కంట్రోల్ చేసుకోవడానికి చాలా కష్టపడవలసి వచ్చింది.

"అదృష్టం బావుంది ఆనంద్. ఆ కుర్రవాడితో పంపిన ఉత్తరం నా చేతిలో పడింది. ఇంకెవరికైనా దొరికితే కొంప మునిగేది."

ఆయన వైపు అసహ్యంగా చూస్తూ "ఏం జరిగేది? మీ అల్లుడు ఇలాంటి వాడని పదిమందికీ తెలిసేది. అలాంటి అల్లుడు కోసం మీరు వేసిన చౌకబారు ఎత్తులు అందరికీ తెలిసేవి. అంతేగా" అన్నాను.

"ఇక్కడ వద్దు బాబూ. ఇంటికి వెళ్లి మాట్లాడుకుందాం పద."

"మీ ఇంటికా? ఇక చచ్చినా ఆ గడపలో కాలు పెట్టను.."

"అలా అనకు. ఏం తప్పు జరిగినా నాదే"

"ఈ మాటే రెండు రోజుల క్రితం మీరు అన్నారు. ఆ తర్వాత ఈరోజు మీ చేతులతోనే ఇంకో పెళ్లి చేసి మరో ఘోరమైన తప్పు చేశారు."

"ఏది? ప్రమద్వర పెళ్ళేనా? ఆ విషయమే మాట్లాడతాను. కొంచెం సావధానంగా విను."

"నేనేమీ వినదల్చుకోలేదు. నన్ను రెచ్చగొట్టకండి" అరిచాను.

ఆ విధంగా మా ఇద్దరి మధ్యా వాదోపవాదాలు చాలాసేపు జరిగాయి. గోదారి పారుతూనే ఉంది. మా మాటలు వింటూనే ఉంది. కానీ లౌక్యుడైన మధ్యవర్తి లాగా ఎవరిది న్యాయమో ఎటూ చెప్పకుండా ఉండిపోయింది. మామూలుగా ఆయనతో మాట్లాడటానికే అందరూ భయపడతారు. కానీ నాకేం భయం?

"చూడండి! నేను కాబట్టి ఇంకా మీకు గౌరవం ఇచ్చి మాట్లాడుతున్నాను. ఇంకొకరు అయితే మీరు చేసిన పనులకు మొహం మీద ఉమ్మేసేవారే. మీ స్వార్థం కోసం నాకు అన్యాయం చేస్తే చేశారు. కానీ పాపం ఆ ప్రమద్వర ఏం చేసింది? ఆ అమ్మాయిని ఒక రౌడీకి, ముసలోడికి ఇచ్చి కట్ట పెట్టాల్సిన అవసరం మీకు ఏమొచ్చింది?"

"అది చెబుదామనే..."

ఆయన మాటలు వినిపించుకోకుండా, "ఏం చెబుతారండీ మీరు?" అని అరిచాను. "నాకు గుండె జబ్బు అని అబద్ధం చెప్పిన డాక్టర్‌కి ఎంత ఇచ్చారో చెబుతారా? ప్రమద్వర పెళ్లి బలవంతంగా చేయించడానికి రౌడీలకి ఎంత ఇచ్చారో చెబుతారా? మీ కూతురితో కలిసి ఉంటే నాకు ఎంత ఆస్తి వస్తుందో ఆ వివరాలు చెబుతారా? ఇదేమీ అక్కర్లేదు కానీ నేను మీ పరువు నిలిచే ఒక సలహా చెబుతా వినండి.!... నేనెవరికీ కనపడకుండా వెళ్ళిపోతాను. మీ అల్లుడు గోదాట్లో పడి చనిపోయినట్టు ప్రకటన చేసి మీ కూతుర్ని విధవరాల్ని చేయండి. తరువాత పెద్ద మనసుతో పునర్వివాహం చేస్తున్నట్టు ప్రకటించండి. ఇక పెళ్ళికొడుకులు అంటారా? మీ అంత డబ్బున్న ఆయనకి అల్లుడవ్వడానికి ఎవరు ఇష్టపడరు? డబ్బు కోసం కక్కుర్తి పడి, నిండు ఆరోగ్యవంతుడికే గుండె జబ్బు అని చెప్పగలిగిన డాక్టర్, మీ అల్లుడైతే మరీ మంచిది. మామా అల్లుళ్లు కలిసి ఇంకా ఎందరినో నాశనం చెయ్యొచ్చు."

"నువ్వు నన్ను ఎన్నైనా అను. కానీ తరళ భవిష్యత్తు బాగుండాలి. నేను చేసిన తప్పుకి దాన్ని శిక్షించకు. అయిందేదో అయిపోయింది. మీరిద్దరూ సుఖంగా ఉండాలంటే నేనేం చేయాలో చెప్పు."

"ఏమైనా చేస్తారా?"

"నా కూతురు సుఖంగా ఉండడం కోసం ఏమైనా చేస్తాను."

"అయితే చావండి".

ఆయన చప్పున తలెత్తాడు. హేళనగా నవ్వాను.

"ఏం? ఆత్మహత్య చేసుకుంటే పరువు పోతుందని భావిస్తున్నారా? కూతురి కోసం పరువు పోగొట్టుకోవాలా వద్దా అని ఆలోచిస్తున్నారా? ఇప్పటి వరకూ మీ అద్భుతమైన తెలివితేటలతో మా జీవితాలతో ఆడుకున్నారు. ఇక ఇప్పుడు నా వంతు... మీరు చేసిన దానికి ఇంతకు ఇంత అనుభవించేలా చేస్తాను. జరిగిందంతా తరళకి చెప్పి..."

"వద్దు వద్దు" చప్పున అన్నారాయన. "...చేసినదంతా నేను"

"తను పట్టుకున్న కుందేటికి మూడే కాళ్ళన్న గర్వంతో మిడిసి పడుతూ ఉంటుంది మీ కూతురు. దానికి దెబ్బ కొట్టకుండా వదలను."

ఆయన ఏదో అనబోతూ మానుకొని, “సర్లే అల్లుడూ, ఈ సమస్యకు నాకు ఒకటే పరిష్కారం కనబడుతూ ఉంది. నాకు ఒక నాలుగు గంటలు టైం ఇవ్వు. చెబుతాను” అని వెనుదిరిగాడు.

“ఏం చెప్తారు మీరు?” వెనుక నుంచి గట్టిగా అరిచాను. సమాధానం ఇవ్వలేదు ఆయన. అలాగే నది ఒడ్డున నడుస్తూ రెల్లు పొదల్లో కలిసిపోయాడు. ఆయన నాలుగు గంటల్లో మా ముగ్గురి జీవితాలకూ ఏం పరిష్కారం చెబుతాడో నాకు తెలియదు.

'తెలిశాక' మాత్రం నిలువునా కదిలిపోయాను.

నేను ఊళ్లోకి వెళ్లేసరికి ఒక వార్త గుప్పుమంది..! రావుగారు ఆత్మహత్య చేసుకున్నారన్న వార్త అది..!

22

అందరూ గుంపులు గుంపులుగా ఆ ఇంటి వైపు పరిగెడుతున్నారు. నేను మాత్రం భూమిలో కాళ్లు పాతుకుపోయిన వాడిలా అలా నిలబడి పోయి ఉన్నాను. నా మనసులో ఆలోచనలు తుఫానులో ఆకుల్లా కదలసాగాయి. వాటికో నిర్దిష్టమైన రూపు లేదు. నా మనసును అభావపరిచేటందుకు మాత్రమే అవి ఉన్నట్టు తోచాయి.

అంతకు అరగంట క్రితమే నేను అన్న మాటలు నా చెవుల్లో ఇంకా ప్రతిధ్వనిస్తున్నాయి.

“ఆత్మహత్య చేసుకుంటే పరువు పోతుందని భావిస్తున్నారా? మీకు జీవితంలో కావలసినవి రెండే కదా. మీ కూతురి ఆనందం, మీ పరువు. మొదటి దానికోసం రెండోది వదిలిపెట్టండి.”

నా మాటలు ఆయన్ని ఇంత దారుణానికి తలపడేలా చేస్తాయి అనుకోలేదు. నా కోరిక ఇంత పెద్ద బలిదానాన్ని కోరుతుందని నేను ఊహించలేదు. ఆయన మీద నాకున్న కోపం నన్ను ఇష్టం వచ్చినట్టు మాట్లాడేలా చేసిందంతే.

“ఇదేమిటి ఇక్కడ నిలబడి పోయావు? మీ మామగారు పోయారట కదా! పద పద!” అన్న కరణంగారి మాటలకు తేరుకొని, అప్రయత్నంగా ఆ ఇంటి వైపు నడిచాను.

ఆయన శరీరం మీద పడి తరళ, ఆమె తల్లి బిగ్గరగా రోదిస్తున్నారు. ప్రమద్వర వారిని ఓదారుస్తోంది. ఆమె ఇంకా పెళ్లి బట్టల్లోనే ఉంది. పెళ్లయిన మొదటి రాత్రి నుంచీ నేను కనబడకుండా పోవడానికీ, ఈరోజు ఈయన మరణానికీ ఏదైనా లంకె ఉందేమోనని కొందరు నా వైపు అనుమానంగా చూస్తున్నారప్పుడే. చిన్నపల్లెల్లో ఇలాంటి విషయాలు చాలా ఆసక్తి కలిగిస్తాయి.

కరణంగారు దహనానికి ఏర్పాట్లు చేస్తున్నారు.

నేను కూడా బయటకు వచ్చాను.

అక్కడే నిలబడి ఉన్న డాక్టర్ నాకు ఒక ఉత్తరం అందించాడు. ఇలాంటి ఉత్తరమేదో ఉండి ఉంటుందని ఊహించాను కానీ ఆ ఉత్తరంలో విషయాలు మాత్రం నేను ఊహించని రీతిలో ఉండి కదిలించి వేశాయి. ఆ ఉత్తరం ఇలా ఉంది.

"బాబూ,

నా మీద నీ కోపం చల్లారింది అనుకుంటాను. ఒక విషయం అర్థం చేసుకో. కూతురి పట్ల వల్లమాలిన ప్రేమతోనే డాక్టర్‌తో నాటకం ఆడించాను. నాకు అప్పటికి మీ ప్రేమ సంగతి తెలియదు. కేవలం నా అహంభావానికి అడ్డుగా నువ్వీ వివాహానికి ఒప్పుకోవటం లేదని అనుకున్నాను. నా తెలివితేటలకి ఇదొక సవాలు అనుకున్నాను. నువ్వు వివాహం చేసుకున్నాక ఇంత ఆస్తికి వారసుడివయ్యాక నేను ఆడిన నాటకాన్ని నవ్వుతూ మర్చిపోతావని అనుకున్నాను. కానీ డబ్బుని తృణప్రాయంగా భావిస్తావనీ, ప్రేమకి జీవితం కన్నా ఎక్కువ విలువనిస్తావనీ ఊహించలేక పోయాను. అనుకున్నది నెరవేరే దాకా నిద్రపోలేని మనస్తత్వం నాది. ఈ గ్రామంలో ఇప్పటివరకూ అదే జరిగింది. మొదటిసారి నన్ను ఎదుర్కొన్నది నువ్వే.

నేను ఏ విధంగా చెప్పినా నువ్వు ఒప్పుకోవు. నేను బ్రతికుండగా నా కూతుర్ని ఏలుకోవు,

అందుకే ఆలోచించి నేనీ నిర్ణయం తీసుకున్నాను.

బాబూ, నేను నిన్ను కోరేది ఒక్కటే. తరళ అమాయకప్పిల్ల. నా మూలంగా దాన్ని ద్వేషించకు. బాధ పెట్టకు. నేను లేని లోకంలో దాన్ని చూసుకోవాల్సింది

నువ్వే. నేను నీకు చేసిన అన్యాయానికి నా ప్రాణం బదులుగా అనుకొని ఇక ఈ ద్వేషాన్ని వదిలిపెట్టు. నా చివరి కోరిక తీరుస్తావు కదూ.

చివరగా ఒక విషయం.

నీ స్నేహితురాలు ప్రమద్వర వివాహం నేను స్వయంగా దగ్గరుండి చేయించడం పట్ల కూడా నీకు నామీద దురభిప్రాయం మరింత ఎక్కువై ఉండొచ్చు. కానీ జరిగిందేమిటో చదువు.

నా కూతురితో మొదటి రాత్రి జరిగిన వెంటనే నువ్వు పట్నం వెళ్ళిపోయావు. అక్కడి నుంచి ప్రమద్వరకి ఉత్తరం రాశావు. గుర్తుందా? ప్రేమించి, ఒకటి కాలేక పోయినందుకు ప్రతిగా పట్నంలో ఉద్యోగం వేయిస్తాననీ, తనని వచ్చేయమనీ కోరుతూ ఒక ఉత్తరం రాశావు. నువ్వు రాసిన రెండో ఉత్తరం పెళ్లి పందిరిలో నా చేతిని పడ్డట్టే, నువ్వు రాసిన ఆ మొదటి ఉత్తరం ప్రమద్వర తల్లి చేతిలో పడింది. ఆమె కంగారుపడి దాన్ని ఆమె తమ్ముడు భైరవమూర్తికి చూపించింది. ప్రమద్వరకి రహస్యంగా ఉత్తరం రాయడం నువ్వు చేసిన పొరపాటు. చేతి వరకూ వచ్చిన ఫలం జారిపోతోందే అని భైరవమూర్తి భయపడ్డాడు. నువ్వు రెండో కాపురం పెట్టటానికి ఆ అమ్మాయిని పట్నం వచ్చేయమని అడుగుతున్నావేమో అని ఆ అక్కా తమ్ముళ్లు అనుకున్నారు. అంతేకాదు. అప్పటి వరకూ ఆ అమ్మాయిని మాటలతోనే వాళ్ళు వ్యభిచారానికి ఒప్పించడానికి ప్రయత్నించారు. ఎప్పుడైతే ఆ అమ్మాయి ప్రేమ సంగతి తెలిసిందో, ఆమె పట్ల వాడికి ఉన్న 'భయం' పోయింది. దానికి తోడు వాడి అక్క కూడా సపోర్ట్ చేసేసరికి విజృంభించాడు. ఈసారి మాటలతోనే కాకుండా చేతలతో ఆమెను ఒప్పించడానికి ప్రయత్నించారు అక్కా తమ్ముళ్లు. తనింట్లోనే కన్నెరికం ఏర్పాటు చేసిందా తల్లి. ఆమె తమ్ముడ్నే ఆ కార్యానికి వినియోగించింది. నేను అక్కడకి వెళ్లేసరికి పరిస్థితి అది. నీ గురించి కనుక్కుందామని వెళ్లిన నాకు, అక్కడ అప్పటికే శీలం కోల్పోయిన ప్రమద్వర జీవచ్ఛవంలా పడి ఉంది. అతడి పైశాచిక చర్యకి బలై, ఏ క్షణమైనా మరణాన్ని ఆహ్వానించడానికి సిద్ధంగా ఉంది. కావాలంటే అప్పుడే పోలీసులకి ఆ దుర్మార్గుడ్ని పట్టించగలను. కానీ దానివల్ల ప్రమద్వర జీవితం పూర్తిగా నాశనం అవుతుంది. ఆ పరిస్థితుల్లో ఏం చేయాలి? భైరవమూర్తిని ఈ వివాహానికి ఒప్పించడం తప్ప...

దానికి అతడు యాభైవేలు అడిగాడు.

ప్రమద్వర తల్లి కూడా ఆ రేటే ఫిక్స్ చేసింది.

కూతురు 'వ్యాపారం' లోకి దిగి ఉంటే అంత సంపాదించేదట.

యాభై వేలు నేను ఇవ్వడానికి అంగీకరించాను. ఫలితంగా మరుసటి రోజే వారిద్దరి వివాహం ఏర్పాటు జరిగింది.

అయితే ప్రమద్వర అంత సులభంగా దీనికి ఒప్పుకోలేదు. ఆ భ్రష్టుడితో వివాహం కంటే ఆత్మహత్య చేసుకోవటమే మంచిదని ఆమె భావించింది. కానీ ఆమె మరణిస్తే నువ్వు ఏమవుతావో నేను ఊహించ గలను. ఆ విషయమే ఆలోచించమన్నాను. ఆమె తెలివైంది. క్షణాల్లో దాన్ని అర్థం చేసుకుంది. వివాహానికి ఒప్పుకుంది. యాభైవేలతో భైరవ మూర్తి ఆమెను స్వంతం చేసుకున్నాడు.

ఆనంద్! ఇదంతా రాసి నీ మనసు పాడు చేయడం నాకు ఇష్టం లేదు. కానీ జరిగింది అది. ఇదంతా నేను నీకు చెప్పకూడదు అనుకున్నాను. నేను ఇచ్చిన డబ్బు గురించి చెప్పుకోవడం కూడా నాకు ఇష్టం లేదు. కానీ హిమాలయాల కంటే ఉన్నతంగా ఎదిగిపోయిన నీ స్నేహితురాలి వ్యక్తిత్వం ముందు నా అల్పత్వం నన్ను హేళన చేస్తోంది..! మరణ వాంగ్మూలం కంటే సత్యం మరొకటి ఉండదు. అందుకే ఈ నిజాన్ని నీ నుంచి దాచలేదు. చెడిపోయిన నీ స్నేహితురాలిని ఒక ఇంటిదాన్ని చేశాననే సంతృప్తి ఒకటే నాకు మిగిలింది..! నావల్ల అన్యాయం అయిపోయిన వారిలో ఆమె కూడా ఉంది కదా.

ఆమె పేరు మీద కొద్దిగా ఆస్తి కూడా వ్రాస్తున్నాను. భైరవమూర్తి ఈ కారణంగానైనా ఆమెని జాగ్రత్తగా చూసుకుంటాడని ఆశ! నేను చేయగలిగింది అంతా చేశాను. ఇక మిగతాది నువ్వు చేయాలి. ఈ లోకంలో లేని నా మీద మరి ఇంక నీకు కోపం ఉండదని ఆశిస్తూ, ఒకవేళ ఉన్నా, దాన్ని నా కూతురి మీద చూపెట్టవన్న ఆశతో –

– నీ మామయ్య"

23

ఉత్తరం ఎలా పూర్తి చేశానో గుర్తులేదు. మనసంతా ఒక రకమైన శూన్యత ఆవహించింది.

ప్రమద్వర నాశనమైంది! నేను అపురూపంగా పెంచుకున్న మొక్క మరొకరి కాళ్ళ క్రింద పడి నలిగిపోయింది. దాన్ని నిలబెట్టడానికి రావు గారు ప్రయత్నించారు! అటు నన్ను సరిదిద్దడం కోసం ఆత్మార్పణం చేసుకున్నారు! "హిమాలయాల కంటే ఉన్నతంగా ఎదిగిపోయిన నీ స్నేహితురాలి వ్యక్తిత్వం ముందు..." అన్నారాయన. ఎదిగింది ప్రమద్వర కాదు, ఆయనే. చేసిన చిన్న తప్పుకు ఇంత శిక్ష వేసుకుని పునీతుడయ్యాడు ఆయన.

ఆయన ఉత్తరంలో రాసిన మరో వాక్యం నన్ను కదిల్చివేసింది. "తను మరణిస్తే నువ్వేమవుతావో ఆలోచించి ఈ వివాహానికి బలవంతంగా ఒప్పుకుంది ప్రమద్వర".

ఎంత పచ్చి నిజం! నిజంగానే ప్రమద్వర ఆత్మహత్య చేసుకుని ఉంటే నేనేమై ఉండేవాడిని? ఎలా ఆలోచించి ఉండేవాడిని? ఆమెని రావుగారే చంపించి ఉంటారని ఊహించేవాడిని కదూ..! తన అడ్డు తొలగి పోతేనే మా దాంపత్యం బాగుపడుతుందని భావించి రావుగారే ఈ పని చేయించారని అనుకుని, తరళకి శాశ్వతంగా దూరమయ్యే వాడిని కదూ!

ఇంత ఆలోచించి ప్రమద్వర ఈ పెళ్లికి ఒప్పుకున్నదన్నమాట. మనసులో ఎన్ని అగ్నిపర్వతాలు బ్రద్దలైనా, బలవంతంగా తనని చెరిచిన వాడితోనే జీవితం పంచుకోవడానికి సిద్ధపడిందన్న మాట.

ఒకరు ఆత్మహత్య చేసుకుని నన్ను సరిదిద్దడానికి ప్రయత్నించారు. మరొకరు నాకు మనస్థాపం కలగకుండా ఉండటం కోసం ఆత్మహత్య చేసుకోకుండా నరకం లాంటి దాంపత్య జీవితంలోకి అడుగుపెట్టారు.

ఈ విధంగా ఇద్దరూ నా మీద కక్ష సాధించారు.

ఆ ఇంటి లాగే నా మనసు కూడా స్మశాన వైరాగ్యంతో నిండింది. పనులన్నీ ఒక నిమిత్త మాత్రుడిలా నిర్వహించాను.

మానసికంగా ఒకసారి మనిషి చచ్చిపోవటం ప్రారంభిస్తే ఇక ఆ మరణం ఒక్కసారిగా జరగదు. ఆగదు కూడా! ఏ గాయపు బాధనైనా ఎదుర్కోవచ్చు. ఏ ఓటమినైనా ఎదుర్కోవచ్చు కానీ– ఆత్మ అంతరాత్మల మధ్య సంఘర్షణని భరించడం మాత్రం అసాధ్యం..! పతనానికి అది ప్రారంభం. నాకు చాలాసార్లు ఒకే కల మాటిమాటికీ వచ్చేది. ఆ కలలో రావుగారు, తరళ వీళ్ళు ఎవరూ లేరు. అప్పటికి నాకు పెళ్లి అయిందో లేదో కూడా తెలియదు. రెండు రోజులు పట్టణంలో ఏదో

పని మీద వెళ్లి వచ్చేసరికి ప్రమద్వరని ఆమె మావయ్యే బలాత్కరించినట్టు తెలిసింది. కొడవలితో పరిగెత్తానట. తలుపు తట్టేసరికి ఎదురుగా ప్రమద్వర... మెడలో మంగళ సూత్రంతో, నా భర్తని చంపొద్దు అన్నట్టు చూస్తూ... నేను బిగ్గరగా నవ్వుతున్నాను. "నన్ను హంతకుడిని చేయడం ఇష్టం లేక నీ భర్తని నేను ఎలాగూ చంపనన్న ధీమాతో నీకై నీవు కట్టుకున్న తాళి అది. అంతే తప్ప నీ భర్త కట్టింది కాదు."

ఆ అరుపులతో కల చెదిరిపోతుంది.

ఇలా చాలాసార్లు వచ్చేది.

ఈ కలకి అర్థం నేను ఇలా చెప్పుకున్నాను. "నేను సుఖంగా ఉన్నాను, నువ్వూ సుఖంగా ఉండు" అని నాకు చెప్పటం కోసమే ప్రమద్వర ఆ వివాహం చేసుకుంది తప్ప, అసలది వివాహమే కాదని నా మనసులో ఎక్కడో బలంగా ముద్రపడిపోయింది. ఆ భావరూపమే నాకు తరచుగా వచ్చే ఈ కల.

నేను ఈ జీవితంతో రాజీ పడలేకపోయాను. ఒక రకంగా చెప్పాలంటే నాకంటే రావుగారే ధైర్యవంతుడేమో? సమస్యకి పరిష్కారంగా ఆత్మహత్య చేసుకున్నాడు.

తరళలో పిచ్చి, పెంకితనంతో పాటు విపరీతమైన ప్రేమ కూడా ఉంది. అయితే దాన్ని ప్రదర్శించే విధానాలే బాగుండేవి కాదు. "మీరు పొద్దున్నే వెళ్లి రాత్రి వస్తారు, అంతసేపు ఏం చేయను?" అంది ఒక రోజు విసుగ్గా. 'నా పేరు రాసుకు చూసుకుని సంతృప్తి పడు' అన్నాను. ఆ రోజు సాయంత్రం ఇంటికి వచ్చేసరికి గోడల నిండా పేర్లు రాసింది. ఇదీ ఆమె ప్రేమ ప్రకటించే విధానం..! ఇంకెవరైనా అయితే ఆమెతో సుఖపడేవారేమో కానీ, ఒకసారి సెలయేటికి అలవాటు పడినవారు జలపాతం హోరుని భరించలేరు. అయితే ఆమె ప్రేమ నన్ను అప్పుడప్పుడు కదిల్చి వేసేది. కానీ ఆమె దగ్గరకు రాగానే నాకు ప్రమద్వర గుర్తొచ్చేది. దాంతో దూరం తొలగి పోయేవాడిని. ఆమెను తాకింది మొదటి రోజు మాత్రమే. అయితే విధి, ఆ అవకాశం చాలంది.

తరళ గర్భవతి అని తెలిసాక ఆమెతో మునుపటిలా కఠినంగా ఉండ లేక పోయాను. కానీ ఆమెకి మానసికంగా ఎప్పుడూ దగ్గర కాలేనన్నది పచ్చి నిజం. నాకు ప్రేమ గురించి పెద్దగా వివరించడం తెలియదు. ప్రేమికులు ఎలా ఒకరికొకరు నమ్మకంగా ఉంటారు, ఒకరి ఆలోచనల్లో ఒకరు అనుక్షణం

గడుపుతారు అన్నది చెప్పలేను. ప్రేమ అన్నది ఒక ఫీలింగ్. హృదయంలో పుట్టుమచ్చ. దాన్ని అనుభవించాలే తప్ప, మరొకరు వివరిస్తే వినాలనుకోవడం హాస్యాస్పదం. చాలా రోజుల క్రితం ఒక సంఘటన జరిగింది. నేను గోదారి ఒడ్డుకు వెళ్లేసరికి తరళ, ప్రమద్వర ఏదో మాట్లాడుకుంటున్నారు. తరళ అన్నదానికి ప్రమద్వర బిగ్గరగా నవ్వుతోంది. ఆ తరువాత ఒంటరిగా ఉన్నప్పుడు ఆమెను అడిగాను.

"నేను లేనప్పుడు నువ్వు ఇంత హాయిగా ఉండగలవా?"

ఆమెకి అర్థం కాలేదు.

"నాకు ఎలా ఉంటుందో తెలుసా? నువ్వు నా దగ్గర తప్ప మరి ఎవరి దగ్గరా నవ్వకూడదని అనిపిస్తుంది."

ఆమె ఆశ్చర్యంగా కళ్ళు పెద్దవి చేసి "తరళ దగ్గర కూడానా?" అంది.

"ఆడాళ్ళు, మగాళ్లు అన్న ప్రశ్న లేదు. నేను ఉన్నప్పుడు హాయిగా ఉండాలి. నేను లేనప్పుడు ఏదో కోల్పోయినట్టు ఆలోచిస్తూ ఉండాలి. అంతే"

ఆమె నవ్వాపుకుని "... జెలసీ" అంది.

"అవును. ప్రేమకు పరాకాష్ట అది".

మీకు అర్థమైంది అనుకుంటాను. అలా ఉండేది నాకు ఆమె పట్ల ఆరాధన..! జీవితాంతం అలా ఉండవలసిన అవసరం లేదు. కానీ జీవితపు ఏదో ఒక స్థాయిలో ఇంత గాఢంగా ఉండకపోతే అది ప్రేమ కాదని నా అభిప్రాయం. అయితే నేనెప్పుడూ బయట పడలేదు. అసలు నేను తనను ఎంత గాఢంగా ప్రేమించానో ప్రమద్వరకే తెలియదని నా అనుమానం. పద మంజీర నాద మైకాలు, స్వర మధుర వివసత్వాలు వర్ణించలేను, గానీ నా ప్రేమ చెప్పడానికి పై సంఘటన చాలు.

అటువంటి ప్రేమికురాలిని వదిలిపెట్టి ఈ నిస్సారవంతమైన జీవితాన్ని ఇలా చివరి వరకూ (నా సమయాన్నంతా ఆస్తి వ్యవహారాలు చూడడం కోసమే) గడిపేవాడిని. రావుగారి అల్లుడు రావుగారి కన్నా సమర్థవంతంగా పనులు నడుపుతున్నాడు అని ఊర్లో వాళ్ళు అనుకోవటం నాకు వినబడేది.

ప్రమద్వర విషయాలేవీ తెలియలేదు నాకు.

కాలం గడిచే కొద్దీ ఆమెను మర్చిపోగలుగుతానేమో అనుకున్నాను. కానీ అది అసాధ్యం అని తేలిపోయింది. పక్క మీద భార్య ఉండేది. మనసులో ఆమె

ఉండేది. తరళకి ద్రోహం చేస్తున్నానా అనిపించేది. కానీ లోకమే నాకు ద్రోహం చేసిందన్న ఉక్రోషం కలిగేది.

ప్రమద్వర నాకంట పడలేదు. ఆమె గురించి వివరాలు కూడా చాలా కాలం వరకూ తెలియదు.

తెలిసిన మరు క్షణం నుంచీ నాకు ప్రతి రాత్రీ కాళరాత్రి అయింది.

24

"నా తమ్ముడు మనిషి కాదు బాబూ రాక్షసుడు" అన్నదామె కళ్ళ నీళ్ళు పెట్టుకుంటూ.

ఆమె వైపు అసహ్యంగా చూశాను. స్వంత కూతుర్ని బలవంతంగా 'రేప్' చేయించిన ఈ వేశ్య ఇప్పుడు ఏడుస్తోంది.

"ఏమిటి? ఏమైంది?" అని అడిగాను.

"వాడు దాన్ని కొడుతున్నాడు. రక్తం పీల్చేస్తున్నాడు"

"ఎందుకు?"

"మిమ్మల్ని అడిగి డబ్బు తెమ్మని..."

కొరడాతో ఛెళ్ళున కొట్టినట్టు అయింది. జరుగుతున్నది ఏమిటో క్షణాల్లో అర్థమైంది. యాభై వేలకు పైగా ఇచ్చి రావుగారు ఈ పెళ్లి చేశారు. ఇప్పుడు ఆ రక్తపు రుచి మరిగిన పులి, మొత్తం ఆస్తినే కబళించేయాలని చూస్తోంది. నా బలహీనతని సరియైన చోట పట్టుకుంది.

"నా కూతురేమో ప్రాణం పోయినా మీ దగ్గరకి వెళ్ళనంటుంది. వాడేమో, అయితే ప్రాణాలే తీస్తాను అనేట్టు కొడుతున్నాడు. మధ్యలో నేను నలిగి పోతున్నాను. నాకేం చేయాలో తోచటం లేదు బాబూ..."

"ఈ డబ్బంతా నాది కాదు. తరళది. తరళ డబ్బు వాడికి ఎందుకు ఇవ్వాలి? అలా అడిగే హక్కు వాడికి ఏముంది? అయినా... అయినా అసలు వాడికి నేను డబ్బు ఎందుకు ఇవ్వాలి? అప్పు ఉన్నానా?" ఆవేశంతో నా గొంతు జీరబోయింది.

"అవన్నీ వాడు ఆలోచించడు బాబూ. 'ఆయన దగ్గర చాలా డబ్బు ఉంది. నువ్వు వెళ్లి అడిగితే కాదనడు. ఒకప్పటి నీ ఫ్రెండ్ కదా! వెళ్లి అడుక్కుని

తీసుకురా' అంటాడు. వెళ్లకపోతే చచ్చేట్టు కొడుతున్నాడు. కన్న ప్రేమ ఊరుకోక నీ దగ్గరకు పరిగెత్తుకు వచ్చాను. ఏం చేస్తావో నీ ఇష్టం..."

ఆలోచించాను. ఒకసారి ఇవ్వటం మొదలుపెడితే ఇక అది ఆగదు. అయినా ఎవరి డబ్బో... ఇచ్చే హక్కు నాకేముంది? ఆ మాటే అన్నాను.

"అలా అనకు బాబూ. వాడు దాన్ని చంపేస్తాడు.."

'కన్నెరికం చేస్తున్నప్పుడు నీ తల్లి ప్రేమ ఏమైంది?' అని లాగి కొట్టి అడగాలన్న ఆలోచనని బలవంతంగా అణుచుకున్నాను. ఈవిడతో తర్కం అనవసరం.

తల అడ్డంగా ఊపుతూ, "నేను ఇవ్వను. కావాలంటే పంచాయితీ పెట్టించి నీ కూతుర్ని వెనక్కి తెప్పిస్తాను. అంతేకానీ డబ్బు మాత్రం ఇవ్వను" అన్నాను.

"దాన్ని కొడుతుంటే చూస్తూ నేనే భరించలేకపోతున్నాను బాబూ. దాన్ని చూశావంటే ఇప్పుడు నువ్వు గుర్తు కూడా పట్టలేవు. అసలే వట్టి మనిషి కూడా కాదది".

షాక్ తగిలినట్టు అయింది. ప్రమద్వర గర్భవతి! కష్టం మీద తమాయించుకుని "...ఎంత కావాలి?" అని అడిగాను.

"ఓ రెండు వేలిస్తే వాడు నోరు మూసుకుంటాడు బాబూ".

తేలిగ్గా ఊపిరి పీల్చుకున్నాను. రెండువేలతో సరిపెట్టారు.

లోపలికి వెళ్లి డబ్బు తెచ్చాను. ఆవిడ వెళ్లిపోయింది.

ఆ తర్వాత నుంచి నాకు నరకం ప్రారంభమైంది.

పది రోజుల తర్వాత మళ్లీ ఆమె వచ్చింది. అదే పని మీద. ఈసారి మరో రెండు వేలు ఎక్కువ.

నాకు పట్టలేనంత ఉక్రోషం... కోపం.

ఒక్క భైరవమూర్తి మీదే కాదు. మొత్తం ప్రపంచం మీద! నా అసమర్థత మీద.

ప్రమద్వర ఎలా ఉందో చూడాలన్న నా కోరిక క్షణక్షణానికీ ఎక్కువ అవసాగింది. ఇంట్లో నెలలు నిండి తిరుగుతున్న తరళని చూసినప్పుడల్లా ప్రమద్వర గుర్తొచ్చేది.

ప్రమద్వరని ఆ నరకం నుంచి ఎలా బయటపడేయాలో నాకు అర్థం కాలేదు.

చివరికి ఒక ఆలోచన వచ్చింది.

పోలీస్ రిపోర్ట్!

ఆ రోజే ఇన్‌స్పెక్టర్‌ని కలుసుకున్నాను. చాలా గౌరవంగా ఆహ్వానించాడు. ప్రమద్వరని ఆమె భర్త ఎలా బాధిస్తున్నదీ చెప్పాను. నా దగ్గర డబ్బుల కోసం ఆమె తల్లి వస్తున్న విషయమూ, మిగతా వివరాలూ ఏమీ చెప్పలేదు. నేను చెప్పినదంతా విన్నాడు ఇన్‌స్పెక్టర్. చివరికి "ఇది వాళ్ళ కుటుంబ వ్యవహారం సార్. మనమేం చేయగలం?" అన్నాడు.

"నాలుగు గోడల మధ్యా ఒక రౌడీ ఒక ఆడదాన్ని రక్తం వచ్చేలా తంతుంటే మీరు ఏం చేయలేరా?"

ఇన్‌స్పెక్టర్ ఇబ్బందిగా చూశాడు. అసలు ఇంత ఓపిగ్గా వినటమే భాగ్యం. కేవలం ఆ ఊర్లో నాకు ఉన్న పలుకుబడి అతడిని ఆ మాత్రం వినేలా చేసిందనుకుంటాను.

నేను లేచి, వెళ్ళొస్తానని చెప్పి బయటికి రాబోతుంటే, "ఒకలాగ అయితే మనం అతడిని బెదిరించవచ్చు సార్" అన్నాడు. నేను ఆగాను.

"తన కూతుర్ని అల్లుడు కొట్టి బాధలు పెడుతున్నాడని ఆమె తల్లి గానీ ఒక రిపోర్ట్ ఇచ్చినట్లయితే అతగాడిని పోలీస్ స్టేషన్‌కి తీసుకురావచ్చును. కేసు ఏమీ పెట్టలేం గానీ, పోలీస్ స్టేషన్‌కి వస్తే ఇక లైఫ్‌లో భార్య ఒంటి మీద చేయి వేయకుండా చేసే బాధ్యత మాది."

ఈ ఆలోచన బాగానే ఉన్నట్టు తోచింది. తలూపి బయలుదేరాను.

ఈసారి ప్రమద్వర తల్లి డబ్బు కోసం వచ్చినప్పుడు ఈ ఫిర్యాదు విషయం చెప్పవచ్చు. కానీ అంత వరకూ ఆగకుండా అక్కడికే స్వయంగా బయలుదేరాను. ప్రమద్వరని చూడగలనన్న ఆశ మనసులో మినుక్కు మినుక్కుమని వెలుగుతోంది. మనం ఎంతో అభిమానించే వాళ్ళు ఒక్కసారిగా మనల్ని 'ఎవాయిడ్' చేస్తున్నారని తెలిసినప్పుడు వాళ్లని కలుసుకోవాలన్న తాపత్రయం మరింత ఎక్కువ అవుతుంది. దూరం అవడానికి కారణాలు తెలిసినా సరే! అలాంటిదే నా కోరిక కూడా.

గుమ్మం పక్కన నిలబడి లోపల నుంచి ఆమె కనపడుతుందేమోనని చూశాను. ఆమె లేదు గానీ మాటలు వినిపించాయి. అత్తా అల్లుడూ మాట్లాడుకుంటున్నారు.

"ఇంకొకసారి వెళ్ళు. ఈసారి పది వేలు పట్రా"

"మొన్నే కదా వెళ్లి వచ్చింది. మాటిమాటికీ వెళ్తే అంత బాగోదేమో తమ్ముడూ..."

"ఫర్వాలేదు లేవే. దాన్ని ఈసారి మరింత గట్టిగా బాదానని చెప్పు. లేదా చితక్కొట్టానని అను. దాంతో వాడు బెదిరిపోయో, జాలిపడో అడిగిన డబ్బు ఇవ్వకపోడు."

నేను వింటున్నది నిజమేనా అన్న అనుమానం కలిగింది. ప్రమద్వర తల్లి తమ్ముడితో కలిసి ఇంత నాటకం ఆడుతుందని ఊహించలేదు. డబ్బు ఎంత పనైనా చేయిస్తుందని అనటానికి ఈవిడే ప్రత్యక్ష సాక్షి.

అట్నుంచి అటే తిరిగి వచ్చేశాను.

మనసంతా వికలమైంది.

ఇది జరిగిన మరుసటి రోజు ఆవిడ మా ఇంటికి మళ్ళీ వచ్చింది. తలుపులు వేసి "ఈసారి ఎంత కావాలి?" అని అడిగాను.

"పదివేలు బాబూ."

ఫ్యాంటుకు ఉన్న బెల్టు తీసి చేతికి చుట్టుకుంటూ, "దొంగ ముండా! బుద్ధి పోనిచ్చుకున్నావు కాదు. తమ్ముడితో కలిసి ఎంత ఎత్తు వేశావే" అంటూ కొట్టబోయాను. అనుకోని పరిణామానికి బిత్తర పోయినా, వెంటనే కాళ్ళ మీద పడింది అది. అప్పటికే రెండు దెబ్బలు మీద పడ్డాయి. అది ఏడుస్తూ, "క్షమించు బాబూ, డబ్బు తీసుకు రాకపోతే వాడు చంపేస్తాడు" అంది.

"మీ ఎత్తులు నాకు తెలుసు"

"వాడు నిజంగానే దాన్ని చావ బాదుతాడు. తల్లి ప్రాణం ఊరుకోక వాడితో కలిసినట్టు ఉన్నాను. నన్ను నమ్ము బాబూ" అని కళ్ళ నీళ్లు పెట్టుకుంది.

అది నిజమో, రంకో నాకు అర్థం కాలేదు. "ఏది ఏమైనా నేనిక చచ్చినా పైసా ఇవ్వను" అని బయటకు గెంటి తలుపేసేశాను. వెనుతిరిగేసరికి తరళ ఉంది.

ఆవిడ వారానికి ఒకసారి ఇంటికి రావడం తరళకి అనుమానాన్ని తెప్పించి ఉంటుంది.

"మాటిమాటికీ ఆవిడ ఎందుకు వస్తోంది?" అని అడిగింది.

"నేను చేసిన పాపానికి నా నుంచి ప్రాయశ్చిత్తం వసూలు చేసుకోవడానికి" అని మనసులో అనుకున్నాను.

నాకు అందరి మీదా కసిగా ఉంది. ఎవరికి వాళ్లు గొప్పవాళ్ళే. నేనొక్కడినే స్వార్థపరుడిని. నా తరఫునుంచి చెప్పుకోవడానికి వాదనేమీ లేకపోవచ్చు. వాదన లేకపోయినంత మాత్రాన మనిషి చెడ్డవాడు కాదు. తప్పు చేసిన వాడి వాదన అందరూ నమ్మేలా బలంగా ఉండవచ్చు. ఆత్మహత్య చేసుకుని మా మామగారు, గాఢంగా ప్రేమించిన నా భార్య... ఈ ప్రజల సానుభూతి సంపాదించారు. ఎటూ నలిగిపోతున్నది నేనొక్కడినే. ప్రమద్వర కోసం నా హృదయం ఎంత తల్లడిల్లి పోతున్నదీ ఎవరికీ అర్థం కాదు. ఈ ప్రేమ నా బలహీనత కాదు. దౌర్భాగ్యం.

అంతలో ప్రమద్వర వంటింట్లో కాలు జారి పడిందనీ, తలకు పెద్ద గాయమై ఆసుపత్రిలో ఉన్నదనీ తెలిసింది.

అసలు నిజం అది కాదని నాకు తెలుసు.

తనేం చేయగలడో భైరవ మూర్తి చేసి చూపించాడు. శాంపిల్‌గా ఈ వార్త నాకు పంపించాడు.

పిడికిళ్ళు బిగుసుకున్నాయి. ఆవేశంతో ఊగిపోయాను.

ఆ సాయంత్రమే ఆమె తల్లి మళ్ళీ వచ్చింది. ఆస్పత్రిలో ఉన్న కూతురిని రక్షించుకోవడానికి డబ్బు కావాలని అర్థింపు.

ఆ అర్థింపు వెనుక ఒక సన్నటి చిరునవ్వు ఉన్నదా? ఏమో 'నిన్ను మేము గెలిచాము' అన్న విజయం తాలూకు నవ్వు ఉండి ఉండవచ్చు. నేను నిస్సహాయుడిని అయిపోయాను.

ఆమెకు డబ్బిచ్చి పంపించాను.

మొట్టమొదటి సారిగా తాగాను ఆరోజు.

అన్ని వైపుల నుంచీ వస్తున్న ఒత్తిడి నుంచి పారిపోవటం కోసం తాగుడు అలవాటు చేసుకున్నాను. మొట్టమొదటిసారి తాగి వచ్చిన నన్ను చూసి తరళ

భయపడింది. ఆ భయం నాకు చాలా బాగున్నట్టు అనిపించింది. ఆ భయాన్ని చూస్తున్న కొద్దీ మనసు ఆనందంతో నిండిపోసాగింది. అప్పటి వరకూ నన్ను క్షోభ పెట్టిన వారందరి మీదా నేను కక్ష తీర్చుకుంటున్నట్టు తోచింది. మరింత తాగాను.

తాగుడు ఇంత ఆనందం ఇస్తుంది అనుకోలేదు. అదొక్కటే కాదు కారణం. ప్రతి మనిషిలోనూ ఒక శాడిస్ట్ దాగి ఉంటాడు అనుకుంటాను. ఈ తాగుడు, నాకన్నా నాలోని శాడిస్ట్‌ని ఎక్కువ సంతృప్తి పరచసాగింది. నాకు రెండు రకాలైన ఆనందాలు... ప్రమద్వరని మర్చిపోవటం, తరళని బాధ పెట్టడం..!

వ్యాపారం పట్టించుకోవడం మానేశాను.

తరచూ పట్నంలో మకాం పెట్టసాగాను. రాత్రింబవళ్ళు ఒకటే ధ్యాస. పట్నంలో అయితే నేను ఎక్కడున్నానో భైరవమూర్తికి గానీ, వాడి అక్కకి గానీ తెలియదు. నేను ఎక్కువగా అక్కడే గడపడానికి అదో కారణం.

మొదట్లో తెలియకపోయినా, కొద్దిరోజుల్లో ఆ పల్లెలో ఈ వార్త గుప్పుమంది. ముక్కూ, మొహం తెలియని వాళ్లంతా నాకు సలహాలు, మందలింపులు ఇవ్వడం ప్రారంభించారు. బహుశా వీరెవ్వరూ జీవితకాలంలో ఒక్కసారైనా ప్రేమించి ఉండరు.

నాకు అన్నిటికన్నా ఆశ్చర్యంగా అనిపించింది తరళ విషయం.

ఆమె కావాలనుకుంటే నాకు డబ్బు అందనివ్వకుండా చేయవచ్చు. (నేను ఉద్యోగం మానేసి చాలా కాలం అయింది). ఆస్తి వ్యవహారాలు తనే చూసుకుంటూ ఉండవచ్చు. కనీసం, 'వారం వారం ఇంత డబ్బు ఎవరికిస్తున్నావు?' అని నిలదీయవచ్చు. కానీ అది ఏమీ చేయలేదు.

అలా చెయ్యకపోవడం నాలో మరింత బాధని (కసిని..?) పెంచింది. మీకు ఇంకా ఎలా చెప్పాలో నాకు తెలియడం లేదు. అర్థమైందనుకుంటాను.

ఆ రోజు నేను మరింత తాగాను. నేను దగ్ధమవ్వాలి. ఈ ఆస్తి దగ్ధమవ్వాలి. ఈ పల్లె దగ్ధమవ్వాలి. భైరవమూర్తి పైసా దొరక్క విలవిల్లాడిపోవాలి. ఆ రోజు నా ఆలోచనలు గతంలోకి వెళ్ళాయి.

❖ ❖ ❖

పాతిక సంవత్సరాల క్రితం రాత్రి నాకు బాగా జ్ఞాపకం.

నా స్మృతుల్లో ఆ రాత్రి ఇంకా సజీవంగా ఉంది. ఆరోజు మాట్లాడిన ప్రతి మాటా పొల్లు పోకుండా గుర్తుంది. నేనెందుకు ఆరోజు అలా మాట్లాడాను? మాట్లాడక పోయి ఉంటే ఈరోజు నా కథ ఇలా మలుపు తిరిగి ఉండేదా?

ఆ రాత్రి వర్షం ధారాపాతంగా కురుస్తోంది. ఆకాశాన్ని చీల్చుతున్నట్టు మెరుపులు. అవుట్ హౌస్‌లో కూర్చుని తాగుతున్నాను. సమయం ఎనిమిదిన్నర దాటింది. ఈ వర్షం వల్ల పల్లె అంతా రెండు గంటల క్రితమే నిద్రలోకి జారుకున్నట్టుంది.

అప్పుడు వచ్చింది ప్రమద్వర. నెమ్మదిగా నీడలో... తల మీదుగా పైట కప్పుకుని.

మసక చీకట్లో ముందు గుర్తుపట్టలేదు. ఆమె దగ్గరగా వచ్చింది. సంభ్రమాశ్చర్యాలు నిండిన కంఠంతో ఉద్వేగంగా "ప్ర...మ...ద్వ...రా.." అన్నాను. ఆమెను చూడాలన్న నా కోరిక ఈ రాత్రి ఈ విధంగా తీరుతుంది అనుకోలేదు.

కానీ ఎందుకో నాకు అప్పుడు అంత సంతోషంగా అనిపించలేదు. నా మనసంతా ఒక విధమైన విరక్తితోనూ, కసితోనూ నిండి ఉంది. నేను ప్రమద్వరని ప్రేమించడం కన్నా ప్రమద్వరని ప్రేమించి భంగపోయానన్న భావాన్ని ఎక్కువ ప్రేమిస్తున్నాను అనుకుంటాను. ఆ స్థితి అలాంటిది. అందుకే ఆమె రాక నాకు ఆనందాన్ని కలిగించలేదు.

"నన్ను తాగొద్దని, ఇలా ఆరోగ్యం పాడు చేసుకోవద్దని చెప్పడానికే వచ్చావు కదూ".

ఆమె మాట్లాడలేదు.

"నువ్వెందుకు వచ్చావో నాకు ఎలా తెలిసింది అని అడగవేం?"

"ఎలా తెలిసింది?"

"చాలా కాలం క్రితం శరత్ ఇలాంటి సంఘటనే రాశాడు..." కసిగా నవ్వాను. "నీకు సంతోషంగా ఉందా? మనం కూడా అలా చరిత్రలో నిలబడబోతున్నాం"

ఆమె దానికీ సమాధానం చెప్పలేదు. నాకు మరింత క్రోధం కలిగింది.

"ఇదంతా నీ మూలానే... నీ మూలానే జరిగింది. నేనేం పిరికి వాడిని

కాదు. 'ప్రపంచాన్ని ఎదిరించైనా నిన్ను చేసుకుంటాను' అన్నాను. ఏదో వేదాంతం చెప్పావు. విధవరాలిగా బ్రతకటం కన్నా కన్యగా బ్రతకడం కోరుకుంటున్నానన్నావు. పైగా ఇదంతా నాకోసం అన్నావు. చివరికి ఇంకెవడినో చేసుకున్నావు. నీ సెంటిమెంట్‌తో మన ఇద్దరి జీవితాలూ పాడు చేశావు. ఇప్పుడు మరొక సలహా ఇవ్వటానికి వచ్చావు. క్షమించు, నీ సలహా నాకు అనవసరం. నేను ఈ తాగుడు మానను."

"నేను అది చెప్పటానికి రాలేదు ఆనంద్"

"మరి?"

"భైరవమూర్తికి డబ్బు ఇవ్వ వద్దని చెప్పడానికి వచ్చాను."

ఈసారి వెంటనే నేను మాట్లాడలేదు. కొంచెం ఆగి అన్నాను. "నువ్వు చెప్పబోయే మిగతావి కూడా నాకు తెలుసు. 'మా ఆయన నన్ను రక్తం వచ్చేలా కొట్టినా నువ్వు రాయిలా ఉండిపో. అది మా దంపతుల మధ్య విషయం అంటావు'. నేను అలా ఉండలేను అంటాను. 'తరళ ఆస్తి ఇది. దీన్ని ఇచ్చే హక్కు నీకేముంది' అంటావు. అంతేగా! చూడు ప్రమద్వరా, దీన్ని చెప్పే హక్కు నీకు లేదు. మొత్తం అన్ని నైతిక విలువల్నీ వదిలేసుకున్న వాడిని. ఒకప్పుడు ప్రమద్వర అనే అమ్మాయిని ప్రేమించాను. నిన్ను కాదు. నువ్వు వేరు. ఆ అమ్మాయి కోసం నేను ఏమైనా చేస్తాను. దాన్ని కాదనే హక్కు నీకు లేదు. నువ్వే కాదు, నన్నెవరూ ఆపలేరు.

ఆమె కళ్ళనిండా నీళ్లతో, "ఇలా అయితే నీకేమీ మిగలదు ఆనంద్. ఆరోగ్యం కూడా నాశనమవుతుంది" అంది.

"అవనీ. అదే నాకు కావాల్సింది."

ఆమె అరచేత్తో నుదుటిని కొట్టుకుంటూ, "భగవంతుడా. నేనేం చేసేది?" అని గొణుక్కోవడం వినిపించింది.

"ఆ భగవంతుడు నీకేమీ సలహా ఇవ్వలేడు ప్రమద్వరా! గతంలో మనకి అతడిచ్చిన ఏ సలహా కూడా బావోలేదు".

ఆమె ఒక నిర్ణయానికి వచ్చిన దానిలా "నేను ఇక్కడ నుంచి వెళ్ళిపోతాను" అంది.

"ఎక్కడికి?"

"ఎక్కడికో తెలీదు. నేను వెళ్ళిపోతే మీకు భైరవమూర్తి బెడద ఉండదు."

కుర్చీలోంచి లేచి బిగ్గరగా "బెదిరిస్తున్నావా?" అని అరిచాను. "వెళ్ళు. అందరూ నన్ను బెదిరించే వాళ్లే. నువ్వు... మీ ఆయన... నా మామగారు.. నా భార్య..." నా గొంతు జీరగా పలికింది. "ఇదిగో! ప్రమాణం చేసి చెబుతున్నాను. నన్ను రక్షించడం కోసం నువ్వు నిలువ నీడ వదిలేసి వెళ్ళిపోతే, మరుక్షణం నా శవమే మిగిలినట్టుగా అనుకో."

ఆమె నవ్వటానికి ప్రయత్నించింది. "ఒక ఆడది ఈ ప్రపంచంలో ఒంటరిగా బ్రతకలేదా ఆనంద్?"

నేను మాట్లాడలేదు.

"పోనీ ఈ సమస్యకి పరిష్కారం ఏమిటో నువ్వే చెప్పు. నా గురించి జీవితాంతం నా భర్తకి డబ్బులు ఇస్తావా?"

"వాడిని పోలీసులకు పట్టిస్తాను."

ఆమె నవ్వి, "అప్పుడూ నేను ఒంటరిదాన్ని అవుతాను కదా" అంది.

"నేను నీతో వచ్చేస్తాను ప్రమద్వరా! ఇద్దరం వెళ్ళిపోదాం."

ఆకాశం మెరుపులో ఆమె నా వైపు నిరాసక్త స్థాయీ భావపు శుష్కమైన నవ్వుతో చూడడం కనబడింది. అంతలో ఆమె అన్నది. "ఈ మాట నా పెళ్లయిన మొదటి రోజున కూడా అన్నావు. కానీ అప్పటి ఆవేశం ఇప్పుడు లేదు. ఉండాలని నేను కోరుకోవడం లేదు కూడా. భార్యను వదిలి రావడం అంత సులభమైన పని అనుకున్నావా! గుండెల మీద చెయ్యి వేసుకుని చెప్పు, అందులోనూ ఒక వివాహిత స్త్రీ కోసం..."

నేను మౌనంగా ఉండిపోయాను. ఆమె చెప్పిన దానిలో వాస్తవం నన్ను పరిహసిస్తోంది. భవిష్యత్తు వాస్తవంగా భయపెడుతోంది. ఆమె చెప్పిన దానికి సమాధానంగా "నన్నిలా వదిలిపెట్టు ప్రమద్వరా! మన గమ్యాన్ని శాసించే వాళ్ళం మనం కాదు. ఎలా జరుగుతుందో అలా జరగనీ" అన్నాను.

"మరి ఈ తాగుడు వదిలి పెడతావా?"

"అది మాత్రం అడక్కు..." అని ఆగాను. "...నీకు తెలియదు ప్రమద్వరా. ప్రతి రాత్రీ నాకొక నరకం. నీ గురించి ఆలోచిస్తాను. ఆ రోజుల్లో భైరవమూర్తి

చేతుల్లో నిన్ను ఊహించుకుని నిద్ర ఉండేది కాదు. ఇప్పుడు రక్తం చిందే శరీరాన్ని ఊహించుకుని నిద్ర ఉండటం లేదు. ఇదంతా వినే వాళ్ళకి నవ్వుగా కనపడవచ్చు. కానీ నన్ను అర్థం చేసుకునే వాళ్ళకి అర్థమవుతుంది ఆ బాధ."

ఆమె చాలా సేపు మౌనంగా ఉండిపోయింది. ఆగి ఆగి కురిసే వర్షం చినుకుల శబ్దం తప్ప మరి ఏమీ వినపడటం లేదు. అప్పుడప్పుడు దూరంగా ఉరుముతోంది.

ఆమె అలా ఎంతసేపు ఉందో తెలియదు. ఏమి ఆలోచిస్తుందో తెలీదు. కాళ్ళు స్టూలు మీద పెట్టి ఈజీ చైర్‌లో వాలి ఆమెనే చూస్తున్నాను. అస్థిపంజరంలా ఉందామె. కేవలం మాతృత్వఛాయే ఆమెని స్త్రీగా గుర్తింప చేస్తోంది. ఆమె రక్త మాంసాల్ని పీల్చి పిప్పి చేశాడు భైరవమూర్తి. నేను నా ఆలోచనలలో ఉండగా...

ఆమె నెమ్మదిగా ముందుకు వంగి, నన్ను ఒకసారి స్పృశించి వెనుదిరిగింది.

అప్పుడే భూమి అంతా వెలుగులో నింపేసేలా ఒక్కసారి ఆకాశం మెరిసింది.

ఆ మెరుపులో ఆమె మొహంలో కదలాడిన భావం నా కళ్ళలో చిత్తరువులా నిలిచిపోయింది. కంటి చివర నీటి చుక్క భవిష్యత్ చరిత్రని చెప్పింది. ఆమె ఏమి నిశ్చయించుకుందో తెలిపే భావం అది.

అది తెలిసేసరికి ఛివాలున కుర్చీలోంచి లేచాను.

అప్పటికే ఆమె గుమ్మం దాటుతోంది.

"ఆగు" అని అరిచాను. ఆమె ఆగలేదు. "నన్ను రక్షించడం కోసం ఎవరికీ తెలియని చోటికి నువ్వెళ్ళిపోతే... నీ కడుపులో బిడ్డ మీద ఒట్టేసి చెబుతున్నాను. నేను నేనుగా మిగలను గుర్తుంచుకో" చీకట్లోనే అరిచాను.

ఆమె ఆగి వెనుతిరిగి చూసింది.

నవ్విందా? ఏమో...

నా మాటలు ఆమె నిర్ణయాన్ని మార్చుకునేలా చేశాయి. పూర్తిగా కాదు, కాస్త.

ఫలితమే నా కొడుకు గోపీచంద్.

ఉపసంహారం

గోపీచంద్ చెప్పిన కథ

ఏర్పాట్లన్నీ పూర్తయ్యాయి. నేను అనుకున్న దానికన్నా కొన్ని పనులు సులభంగా జరుగుతున్నాయి. ప్రబంధ్‌కి తరళగారు రాసిన ఉత్తరం నా సంతోషాన్ని ద్విగుణీకృతం చేసింది. వరంగల్‌కి చాలా దూరంగా, అడవిలో ఉన్నది మా ఫ్యాక్టరీ. అక్కడికి పోస్టల్ సర్వీసు లేదు. అందువల్ల మా వాళ్లు కమలాపురం పోస్ట్ ఆఫీస్‌లోనే మా పోస్ట్ అంతా కలెక్ట్ చేసుకుని వెళ్తారు. అందులో దొరికింది తల్లి కొడుక్కి రాసిన ఉత్తరం.

"ప్రబంధ్,

ఇక్కడి పరిస్థితులు ఏమీ బాగోలేవు. కొన్ని కొన్ని విషయాలు తెలిసి నా మనసు పూర్తిగా పాడైపోయింది. ఏ తల్లీ తన కొడుక్కి తండ్రి గురించి చెప్పటానికి ఇష్టపడదు. కానీ ఈ పరిస్థితుల్లో నీకు తప్ప ఇంకెవరికి చెప్పుకోను?

మీ నాన్నగారికి విజయనగరంలో మరొక భార్య ఉంది. ఏమిటి, ఆశ్చర్యపోతున్నావా? ఈ వార్త తెలిసినప్పుడు నేనూ నమ్మలేదు. కానీ స్వయంగా ఒక కుర్రవాడు, తన తండ్రి కోసం వెతుక్కుంటూ వచ్చినప్పుడు, ఆ కుర్రవాడికి అచ్చుగుద్దినట్టు మీ నాన్నగారి పోలికలు ఉన్నప్పుడు ఆ సత్యాన్ని నేను కూడా జీర్ణించుకోక తప్పలేదు.

ఇదంతా అబద్ధమనీ, నేనే ఏమేమో ఊహించుకుని భయపడుతున్నాననీ నువ్వు అనుకోవద్దు. ఈ తరళ జీవితంలో దేనికీ భయపడదని నీకు తెలుసు.

అలాగే నాకు తెలిసిన ఈ వార్త యొక్క సత్యాసత్యాల పట్ల కూడా నాకు ఏమీ అపనమ్మకం లేదు. నేను పూర్తిగా దీని యొక్క వాస్తవాన్ని తెలుసుకున్న తరువాతే నీకు చెబుతున్నాను.

కొద్ది రోజుల్లో వివాహం చేసుకోబోతున్న నీకు ఈ విషయాలన్నీ తెలియ పరచి నీ మనసు పాడు చేయడం ఇష్టంలేదు. కానీ అంత్య నిష్ఠూరం కన్నా ఆది

నిష్ఠూరం మంచిది కదా. మేము విడిపోతున్న సంగతి నీకు ముందుగా తెలిస్తే మానసికంగా సిద్ధపడి ఉంటావు. కేవలం నీ వివాహం గురించే నేను దాన్ని వాయిదా వేస్తున్నాను.

నీ తల్లి చేస్తున్న పని నీకు మూర్ఖంగా కనిపిస్తూ ఉండి ఉండవచ్చు. కానీ నాకూ కొన్ని బలమైన అభిప్రాయాలు ఉన్నాయి.

మగవాడు చేసిన అన్యాయానికి ఏ విధంగానూ లొంగి ఉండటం నాకు ఇష్టం లేదు. అందులోనూ మీ తండ్రిగారి ఒక భార్య విదేశాల నుంచి తిరిగి వస్తున్న సందర్భంలో, మరొక భార్య విజయనగరంలో ఎదురు చూస్తున్న తరుణంలో ఇక ఆయనతో 'అన్నీ మర్చిపోయి' సంసారం చేయడం నావల్ల కాదు.

నేను నీ నుంచి ఆశించేది ఏమిటంటే, నువ్వు ఎటువైపు ఉంటావో తేల్చుకో. నా వైపు ఉన్నట్టయితే నువ్వు ఎలాగూ లా స్టూడెంట్ వి కాబట్టి ఈ వ్యవహారాలన్నీ ఎలా సెటిల్ చేయాలో నువ్వే బాధ్యత తీసుకోవాలి.

నేను ఆయనతో మాట్లాడటం మానేశాను. ఒకవేళ నీవు గాని నీ తండ్రిని సపోర్ట్ చేయాలని నిశ్చయించుకున్న పక్షంలో, నీ చెల్లెళ్ళయిన నా కూతుర్లు ఇద్దరినీ తీసుకుని, వేరే లాయర్ సాయంతో నేనే వ్యవహారాలన్నీ తేల్చుకుంటాను. ఈ ఉత్తరం చూడగానే హడావుడిగా వచ్చి, నాకు నీతి పాఠాలు చెప్పే ప్రయత్నం ఏమీ చేయకు. నీ తల్లి గురించి నీకు బాగా తెలుసు కదా. పట్టుకున్న కుందేటికి ఒక కాలు విరిచేసైనా సరే మూడే కాళ్లు అనే రకం.

నీ పెళ్లి మూడురోజులు అనగా వచ్చేయి. ఈ విషయాలేమీ ఇక్కడ బయటపడకు. ప్రపంచానికి తరువాత ఎలాగూ తెలియక తప్పదు. ఈ పెళ్లి మాత్రం జరిగి పోనీ. ముఖ్యంగా నేను నీకు చెప్పేదేమిటంటే, ఏదో ఘోరం జరిగిందనీ, తల్లికి అన్యాయం అయిందనీ కలత పడకు. తరతరాల నుంచి స్త్రీకి ఇలాంటి అన్యాయాలు ఎన్నో జరుగుతూనే ఉన్నాయి. నా విషయంలో ప్రత్యేకత ఏమిటంటే, ఇక్కడ ఒక స్త్రీ తనేమిటో భర్తకి చెప్పదలచుకుంది..! జీవితాంతం గుర్తుండేలా గుణపాఠం నేర్పాలి అనుకుంది..! ఆనందరావు మైనస్ తరళా ఇండస్ట్రీస్ ఆయన్నెక్కడ నిలబెడుతుందో నీకూ తెలుసు కదా. ఆ జాలితో నువ్వు ఆయన్ని వెనకేసుకు రాదల్చుకుంటే నాకు అభ్యంతరం లేదు. నీ నిర్ణయాన్ని తిరుగుటపాలో తెలియపరచు.

– నీ తల్లి తరళ.

ఉత్తరం చదవటం పూర్తి చేసిన నా పెదాల మీద చిరునవ్వు కదలాడింది. నేను అనుకున్న దాని కంటే ఎక్కువ ఫలితాలే వచ్చినాయి.

పాపం ఆనందరావు.

ఇక్కడితో ఇది ఆగకూడదు.

అతను ఇంకా... ఇంకా మానసిక వ్యధ అనుభవించాలి. పాతిక సంవత్సరాల క్రితం నా తల్లికి చేసిన మోసానికి మిగతా జీవితం అంతా కుళ్ళి కుళ్ళి చావాలి.

ప్రబంధ్ పెళ్లికి ముందు రోజు ఈ నాటకానికి చివరి తెర దింపటానికి నిశ్చయించుకున్నాను.

ఈ ఉత్తరం నాకు చాలా ఉపయోగపడుతుంది. దాన్ని జాగ్రత్తగా ఉంచాను.

మరో నాలుగు రోజులు గడిచాయి. నేను అనుకున్నట్టే పెళ్లి నిమిత్తమై వారం రోజులు సెలవు కావాలని ప్రబంధ్ నుంచి అప్లికేషన్ వచ్చింది. శాంక్షన్ చేశాను. అతను శుభలేఖ ఇవ్వటానికి వచ్చాడు. కంగ్రాచ్యులేషన్స్ చెప్పాను.

"మీరు తప్పకుండా రావాలి సార్" అన్నాడు.

"వస్తాను" అన్నాను. "రాకుండా ఎలా ఉండగలను?" అని మనసులో అనుకున్నాను. మొత్తం వ్యవహారం అంతా సెటిల్ అయ్యేది అప్పుడే.

నేనూ, ప్రబంధ్ మాట్లాడుతూ ఉండగా మా ఫ్యాక్టరీ నుంచి ఫోన్ వచ్చింది. అట్నుంచి మా మేనేజర్. "రాత్రి మన ఫ్యాక్టరీ ఆఫీసులో దొంగతనం జరిగింది సార్. పాతిక వేలు పోయింది" అన్నాడు.

"నిజమా?" అన్నాను కంఠంలో ఆత్రుత ధ్వనింప చేస్తూ. "... రిపోర్ట్ ఇచ్చావా?"

"ఇచ్చాను సార్"

"ప్రబంధ్ ఇక్కడే ఉన్నాడు. తన దగ్గర కూడా ఒక స్టేట్‌మెంట్ తీసుకుంటాను" అని ఫోన్ పెట్టేశాను.

విషయం అంతా విన్న ప్రబంధ్ మొహం వాడిపోయింది. "నేను సెలవులో వస్తున్నప్పుడు తాళాలు మేనేజర్‌కి ఇచ్చాను. అప్పుడు డబ్బు సరిగ్గానే ఉంది" అన్నాడు.

"రాత్రి జరిగిన దొంగతనానికి నువ్వేం చేస్తావు? జరిగింది జరిగినట్టు ఉత్తరం రాసివ్వు. ఇన్‌స్పెక్టర్ వస్తే ఇస్తాను. పెళ్లి హడావుడిలో ఉన్న నీకు ఈ గొడవలన్నీ దేనికి?" అని అతని దగ్గర స్టేట్‌మెంట్ తీసుకున్నాను.

ప్రబంధ్ మొహంలో కళ తప్పింది.

"నువ్వేం వర్రీ అవ్వకు. పాతికవేలు మనకో లెక్కలోది కాదు" అని అతడిని సాగనంపాను.

అతడు వెళ్లిపోయాక తిరిగి వరంగల్ ఫోన్ చేశాను.

"ప్రబంధ్ క్వార్టర్స్ తాళాల డూప్లికేట్స్ మన దగ్గరే ఉన్నాయిగా?"

"ఉన్నాయండి"

"సరే. నేను చెప్పినట్టే చేయండి" ఫోన్ పెట్టేశాను.

మేనేజర్ నమ్మకమైన వాడు. నా దగ్గర పది సంవత్సరాల నుంచీ పని చేస్తున్నాడు.

ఆ విధంగా ప్రబంధ్ పూర్తిగా వలలో ఇరుక్కుపోయాడు.

అతడి మీద నాకు ఏ విధమైన శత్రుత్వమూ లేదు. అతడిని పూర్తిగా ఇరికించాలని కూడా లేదు. నాకు కావాల్సిందల్లా ఆనందరావు మీద ప్రతీకారం తీర్చుకోవడమే.

ప్రబంధ్ పెళ్లికి ఇంకొక్క రోజు ఉంది.

అతడి తల్లి, తను రాసిన ఉత్తరం గురించి అడిగి ఉంటుంది. అందలేదనుంటాడు. అందులోని విషయాల గురించి చెబుతుందా... పెళ్లి హడావుడిలో ఎందుకని ఊరుకుని ఉంటుందా?

అక్కడ తల్లి తరళ... తండ్రి రావు... కొడుకు ప్రబంధ్ ల మధ్య ఏ విధమైన డ్రామా జరుగుతోందో చూడాలన్న కోరికని బలవంతంగా ఆపు చేసుకున్నాను.

మరుసటి రోజు పెళ్లి. ఆ రాత్రి చాలాసేపటి వరకూ నిద్రపోలేదు. రేపు నేను చేయబోయే వ్యవహారం బాంబులా పేలుతుందని నాకు తెలుసు. దాని గురించి కాదు నేను ఆలోచిస్తున్నది. అమ్మ గురించి!

తనని మోసం చేసిన వారి గురించి నాకు పూర్తిగా తెలిసిపోయిందనీ, ఎవరి రక్తం పంచుకుని నేను పుట్టానో ఆ వ్యక్తి మీద పూర్తిగా కక్ష తీర్చుకున్నాననీ అమ్మకు చెప్పాలా?

ఇప్పుడే చెప్పకూడదు. తరళ లాంటిది కాదు అమ్మ. ఎంత తప్పు చేసిన వాడినైనా క్షమిస్తుంది. అందుకే విషయం పూర్తయ్యే వరకూ ఆమెకు తెలియ నివ్వకూడదు.

ఇదంతా నాకేం తెలియదని ఆనందరావు బుకాయిస్తాడా? బహుశా అలా చేయకపోవచ్చు. మా ఇద్దరినీ పక్క పక్కన చూసిన వారెవరూ అతడి మాటలు నమ్మరు. అందరి దాకా ఎందుకు? అతడి భార్య నా తరఫున సాక్ష్యం పలుకుతుంది.

ఆమె మీదే నా నమ్మకం అంతా. ఈ నాటకానికి చరమగీతం ఆవిడే పాడబోతోంది. కొడుకు పెళ్లి కోసం ప్రాణాలు ఉగ్గబెట్టుకుని ఉంది. ఇప్పుడు నిండు పందిరిలో నేను దాన్ని పాడు చేయగానే మొత్తం ఆవిడ కోపం అంతా ఆనందరావు మీదకు తిరుగుతుంది. నా ఉద్దేశం ప్రకారం ఈ విషయాలన్నీ అప్పుడే వెల్లడి చేస్తుంది. అంతకన్నా నాకు కావాల్సింది ఏముంది?

నిండు పందిరిలో, 50 సంవత్సరాల మగాడు అందరి బంధువుల మధ్యా భార్య చేత నిలదీయబడటం... అంతకన్నా నరకం ఇంకేం కావాలి?

❖ ❖ ❖

ఇంకో రెండు గంటల్లో పెళ్లి అనగా, ఫోన్ చేశాను. "హలో, ఎవరు మాట్లాడుతున్నది" అని అడిగాను.

"ఆనందరావు హియర్. మీరెవరు?"

సన్నగా నవ్వాను. "నేను... ప్రమద్వర కొడుకుని" అన్నాను.

చాలా స్ఫుటంగా.. స్పష్టంగా.

అటు వ్యక్తి ముందుకు తూలాడా? రిసీవర్ వణికిందా? ఏమో... నాకు తెలీదు. "ఎవరూ?" అని ఆత్రంగా వినిపించింది అవతలి కంఠం.

"పాతిక సంవత్సరాల క్రితం... ప్రమద్వర గుర్తుందా? ఆమె కొడుకుని."

"గోపీచంద్?"

"అవును. గోపీచంద్‌నే".

"ఎక్కడున్నావు? ఎక్కడున్నావ్ గోపీచంద్ నువ్వు?"

నవ్వాను. "... ఎందుకంత ఆత్రం? ఇంకో గంటలో రాబోతున్నాను. పోలీస్ ఇన్‌స్పెక్టర్‌తో సహా."

"ఇన్‌స్పెక్టరా?"

"అవును. నీ కొడుకు ప్రబంధ్ పనిచేసే నా ఫ్యాక్టరీలో దొంగతనం జరిగింది. పోయిన డబ్బు అతడి క్వార్టర్స్‌లో ఈ రోజే కొంత దొరికింది. అరెస్టు వారెంటు తీసుకొని ఇన్‌స్పెక్టర్‌తో సహా రాబోతున్నాను. ఆనందరావ్..! పెళ్లికొచ్చిన వాళ్లతో కబుర్లు చెబుతావో, లేక ఈ గంటలోనూ బెయిల్ కోసం ప్రయత్నిస్తావో నీ ఇష్టం."

"గోపీచంద్, నేను నిన్ను వెంటనే కలుసుకోవాలి."

"వెంటనే కాదు. ఇంకొక గంట ఆగాలి. పెళ్లి పందిరిలో మరో క్లైమాక్స్ జరగబోతోంది. దానికి కూడా సిద్ధంగా ఉండు. నన్ను చూడగానే మీ ఆవిడ ఉవ్వెత్తున ఎగిరి పడుతుంది. కొద్ది రోజుల క్రితం నేను ఆడిన నాటకం ఆవిడ మనసులో అగ్నిపర్వతంలా కుతకుతా ఉడుకుతోంది. నన్ను చూడగానే అది లావాలా పొంగి నిన్ను దహించి వేస్తుంది. నీ బంధుమిత్రుల సమక్షంలో నీ సంసారం విచ్ఛిన్నం కాబోతోంది... నిండు పందిట్లో..."

"కానీ..."

"ఆగు! నేను చెప్పవలసింది ఇంకా పూర్తి కాలేదు. నన్ను చెప్పనీ. ఇదంతా నేను ఎందుకు చేస్తున్నానో నీకు తెలిసే ఉంటుంది. నీ చేతుల్లో మోసపోయిన నా తల్లి ఇంకో దగుల్బాజీకి భార్య అయి, నీ కొడుక్కి తల్లి అయి జీవితాంతం నరకం అనుభవించింది. నా తల్లిని మోసం చేసిన నువ్వు మాత్రం హాయిగా భార్యాబిడ్డలతో కులుకుతున్నావు. ఈరోజు నుంచి నీకు నరకం ప్రారంభం కాబోతోంది. దానికిది మొదటి మెట్టు మాత్రమే."

"గోపీచంద్. ప్లీజ్... నా మాట కాస్త విను."

"ఏం వినాలి? ఏం చెబుతావు నువ్వు? చెప్పడానికి ఏముంది నీ దగ్గర? నేను నీకు పుట్టిన కొడుకుని కాదంటావా? దానికి డాక్టర్ పరీక్షలు కూడా అవసరం లేదు. మనిద్దరినీ పక్కపక్కన నిలబెడితే చాలు. నీలాంటి వాళ్ళు ఉంటారనీ, రక్త పరీక్షలకీ, రకరకాల ఋజువులకీ వాళ్ళు లొంగరనీ తెలిసే దేవుడు జెనిటిక్స్ అనేదాన్ని సృష్టించాడు. నువ్వు వెయ్యి గొంతుకలతో కాదన్నా నేను నీ కొడుకునన్న సత్యాన్ని ఎవరూ కాదనలేరు."

"నువ్వు నా కొడుకువే గోపీచంద్. నేను కాదనటం లేదు" అట్నుంచి అర్థింపుగా వినబడింది. అంత సులభంగా అతడు ఒప్పుకుంటాడని నేను

అనుకోలేదు. మళ్లీ ప్లేటు మార్చడానికి ఏదైనా ఎత్తు వేస్తున్నాడేమో అనుకున్నాను. ఆ మాటే అన్నాను.

"సో.. దారికొచ్చావన్నమాట. ఇప్పుడు ఇంకేం చెబుతావు? నీ తప్పేం లేదని, విధివశాత్తు నా తల్లికి దూరమై, ఆమెని మరిచిపోవటానికి ఇంకో వివాహం చేసుకున్నాననీ చెప్పబోతున్నావు కదూ. సరే. అవన్నీ ఇంకొంచెం సేపట్లో అందరి ముందూ చెబుదువు గాని. నిజానికి ఇప్పుడు నేను నీకు ఫోన్ చేయనవసరం లేదు. అయితే ఈ గంట సేపు నువ్వు మథనపడి చావాలి. ఏం చేయాలా అని తల బ్రద్దలు కొట్టుకోవాలి. ఇలాంటి ఆటలు అంటే నాకు చాలా ఇష్టం. అందుకే శ్రీదేవి ఉరఫ్ దేవిక పేరు మీద నాటకం ఆడించి నీ భార్య మనసు వికలం చేశాను. ఇప్పుడు కొడుకు అరెస్ట్‌తో ఆమె కోపం కట్టలు తెంచుకుంటుంది. అది వరదలా నిన్ను ముంచెత్తుతుంది. నలుగురి మధ్యా అలాంటి నాటకీయమైన మలుపు కోసమే నేను ఇంత కష్టపడవలసి వచ్చింది. అనవసరంగా నీ కొడుకు అయిన ప్రబంధ్‌ని తాత్కాలికంగా ఇందులో ఇరికించవలసి వచ్చింది."

"ప్రబంధ్ నా కొడుకు కాదు గోపీచంద్."

అట్నుంచి వచ్చిన ఈ నాలుగు మాటలూ నన్ను ఒక్కసారిగా కుదించి వేశాయి. అప్పటి వరకూ శిఖరం మీద కూర్చుని మాట్లాడుతున్న వాడు అకస్మాత్తుగా కూలిపోయినట్టూ అయింది.

కానీ వెంటనే సర్దుకుని నవ్వాను. "మళ్లీ ఏదైనా కొత్త ఎత్తు వేస్తున్నావా?"

"లేదు గోపీచంద్. ఇది నిజం. కానీ బహుశా నేను దీన్ని నిరూపించ లేకపోవచ్చు. దాని కోసం నా దగ్గర ఉన్న సాక్ష్యాధారాలని నువ్వు నమ్మకపోవచ్చు కూడా. నేను చెప్పేదంతా నిజమని నిరూపించగలిగే ఒకే ఒక సాక్ష్యం ఇప్పుడీ లోకంలో లేదు. అందుకని ఆ చేతివ్రాతని కూడా నువ్వు నమ్మవు."

"అప్పుడున్నదీ, ఇప్పుడు లేనిదీ, ఏమిటా సాక్ష్యాధారం?"

"ప్రమద్వర"

"వ్వాట్?"

"అవును. ప్రమద్వర ఒక్కతే నేను చెప్పేదాన్ని సమర్థించగలిగేది."

నేను శ్రీదేవి చేత అతడికి చెప్పించింది గుర్తొచ్చింది. తన తల్లి మరణించి నట్టూ, పోలీస్ స్టేషన్‌లోనూ, హోటల్లోనూ ఆ అమ్మాయి ఇతడికి చెప్పింది. దాని

ఆధారంగా ఇతడు మరో నాటకం ఆడుతున్నాడేమో అనిపించింది. అతడి మీద మరింత అసహ్యం పెరిగింది. ఇంకొంచెం ఆట పట్టించాలి అనిపించింది.

"కానీ నా తల్లి మరణించే ముందు నాకు అంతా చెప్పింది ఆనందరావ్."

"ఏం చెప్పింది?"

"నువ్వు చేసిన మోసం."

"అబద్ధం. ప్రమద్వర అలా ఎన్నటికీ చెప్పదు."

"వెళ్లి అడుగుదామా?"

"ఎక్కడికి?"

"ఇక్కడికే... నా తల్లి బ్రతికే ఉంది" కామ్‌గా అన్నాను.

"ప్రమద్వర బ్ర... బ్ర... బ్రతికే ఉందా?"

"ఏం గుటక పడటం లేదా? కథ అడ్డం తిరిగిందని బాధపడుతున్నావా?"

"నేను ప్రమద్వరని వెంటనే చూడాలి."

"ఇంకో గంటలో జరగబోయే నాటకానికి ఆమెను తీసుకురాను. ప్రజల సానుభూతి ఆమెకు అవసరం లేదు."

కంఠంలో ఆత్రుత, అభ్యర్థన, కంగారు తొంగి చూస్తుండగా "నేను ఆమెని వెంటనే చూడాలి." అన్నాడు అతడు.

"లాభం లేదు..." కచ్చితంగా అన్నాను. "ఏం మాయ మాటలు చెప్పి గతంలో ఆమెను మోసగించావో, అవే మాయమాటలు చెప్పి, ఇప్పుడు ఆమె దగ్గర ప్రాధేయపడతావు. నీ పరువు ప్రతిష్ట పోకుండా చూడమని ఆమె కాళ్లు పట్టుకుంటావు. పుట్టుకతోనే జాలి గుణాన్ని స్త్రీకి ఇచ్చాడు దేవుడు. నీ స్థితికి జాలిపడి నా పుట్టుకకు కారణం నువ్వు కాదని చెప్పినా చెప్పగలదు నా తల్లి. నిన్ను అంత సులభంగా తప్పించుకుపోనివ్వను."

"మూర్ఖుడా! అసలు ఏం జరిగిందో నువ్వు నీ తల్లిని ఎప్పుడైనా అడిగావా?" అతడి స్వరంలో మొదటిసారి కోపం, చిరాకు కనపడ్డాయి. ఈసారి తగ్గటం నావంతయింది.

"ఏం అడగాలి?"

"వెళ్ళు. ముందు ఆ మాట అడుగు. అసలు విషయం తెలుసుకోకుండా నీ అంతట నువ్వే ఊహించుకుని ఒక పెళ్లి నాశనం అవ్వకుండా ఆపు."

"నా తల్లిని అడగవలసిన అవసరం నాకు లేదు. నేను నీ కొడుకుని కాదని ఆమె కాదు కదా, బ్రహ్మ రుద్రాదులు దిగివచ్చినా నేను నమ్మను."

"నువ్వు నా కొడుకువి కాదని నేను అనటం లేదు."

"మరి?"

"నువ్వు ప్రమద్వర కొడుకువి కాదంటున్నాను"

పిడుగు పడినట్టు అయింది. ఈలోపులో, టెలిఫోన్ ఏదైనా అంతరాయం వచ్చిందో, లేక అతడు ఏం చేశాడో తెలియదు కానీ ఫోన్ కట్ అయింది.

తిరిగి డయల్ చేసే ప్రయత్నం చేయలేదు నేను. అలాగే అచేతనంగా చాలా సేపు కూర్చుండి పోయాను.

నా మెదడులో గోదారి హోరుమంటున్నట్టుంది. అతడి మాటలే గింగుర్లు తిరగసాగాయి. అతడు చెప్పింది ఎంత వరకూ నిజమో నాకు తెలియదు. కానీ ఆ మాటల ప్రభావం మాత్రం నా మీద ఎంతో కనిపించింది. యుద్ధంలో సైనికులు వీర విహారం చేస్తూ ముందుకు పోతుంటే, వెనుక రాజు మరణించినట్టు తెలిసిన వార్త వారిని ఎంత నిశ్చేష్టులని చేస్తుందో, నా పని అలా తయారయింది. అతడి మాటలు నిజమైతే ఇప్పటి వరకూ పన్నిన వ్యూహం అంతా ఎంత నిరర్థకమో అర్థమై నిస్సత్తువ ఆవరించింది. ఇప్పుడు నన్ను వేధిస్తున్నది ఆనందరావు మీద పగ కాదు. ఇన్నాళ్ళూ నన్ను పెంచింది కన్నతల్లి కాదన్న వార్త. నా మనసులోని ఏ మూలో రవంత ఆశ మిగిలి ఉంది.

ఆనందరావు చెప్పింది తప్పు కావచ్చు.

అవును. అతడు ఎంతకైనా తెగించినవాడు. మరో కొత్త నాటకం ఆడుతూ ఉండవచ్చు.

ఫోన్ వైపే చూస్తూ ఉండిపోయాను. తిరిగి అతడికి ఫోన్ చేయబుద్ధి కాలేదు. భయమా? ఏమో... అటువంటిదే అయి ఉండవచ్చు. అతని తరఫు నుంచి ఏ రుజువుని చూడాల్సి వస్తుందో, ఏ వార్త వినవలసి వస్తుందో...

నేనీ ఆలోచనలో ఉండగా తలుపు చప్పుడయింది. ఆత్రంగా తోసుకు వచ్చిన మనిషి... ఆనందరావు.

వెనకే వచ్చిన సెక్రటరీ క్షమించమన్నట్టు చూశాడు. అనుమతి లేకుండా విజిటర్ లోపలకు వచ్చినందుకు..!

అతడిని వెళ్లి పొమ్మన్నట్టు సైగ చేశాను.

నేను ఎక్కడ ఉన్నదీ ఆనందరావుకి ఎలా తెలిసిందా అని ఓ క్షణం ఆశ్చర్యపోయాను. బహుశా ప్రబంధ్‌ని కనుక్కొని ఉంటాడు.

సెక్రటరీ బయటకు వెళ్ళిపోగానే అతడు నా చేతులు పట్టుకుని 'గోపీ' అన్నాడు. అతడి కంఠంలో నేను గుర్తించటం ఇష్టంలేని ఆప్యాయత, ఆత్రుత, అదోలాంటి సంచలనం తొంగి చూశాయి.

"నీకు ' గోపీచంద్' అని పేరు పెట్టి ప్రమద్వర తన మాట నిలబెట్టుకున్నది అన్నమాట".

"అక్కడ పెళ్లి జరుగుతోందా?" అతడి మాటలకి ప్రాముఖ్యత ఇవ్వకుండా అడిగాను.

"జరుగుతోంది. మిమ్మల్ని తీసుకెళ్దామనే వచ్చాను."

"ఎందుకు? గ్రూప్ ఫోటోకా?" వెటకారంగా అడిగాను.

"నీ మాటలన్నీ తరువాత వింటాను. ముందు ప్రమద్వర ఎక్కడుందో చెప్పు."

"సారీ. చెప్పను. ముందు నీ వైపు నుంచి నువ్వు చెప్పవలసింది ఏమిటో చెప్పు. ఫోన్లో నువ్వు చెప్పింది ఎంత వరకూ నిజం?"

"అక్షరాలా నిజం గోపీ. ఈ విషయాలన్నీ తర్వాత మాట్లాడుకుందాం. ముందు ప్రమద్వరని అర్జెంటుగా ఈ పెళ్లికి తీసుకురావాలి."

"తను రాకపోతే పెళ్లి ఆగిపోదు."

"వివరాలూ, వాదనలూ తర్వాత గోపీ..! ముందు అమ్మ ఎక్కడుందో చెప్పు. నువ్వేమీ చేయనవసరం లేదు. తనకి నేను వచ్చినట్టు చెప్పు చాలు..."

"దానికి సమాధానం నేను ఫోన్లోనే చెప్పినట్టు గుర్తు. ఒక్కసారి అమ్మ నీకు కనబడింది అంటే నీ మాటల మాయాజాలంతో మోసం చేస్తావు. పాతిక సంవత్సరాల క్రితం ఇదే మాటలతో ఆమెని వంచించావు. ఇప్పుడు క్షమాపణ కోరతావు. సారీ."

"కానీ ప్రబంధ్ పెళ్లి ఆమె చూడకుండా అడ్డుపడింది నువ్వేనని తెలిస్తే ఆమె ఇక జీవితంలో నిన్ను క్షమించదు."

"ఎందుకో?"

"ప్రబంధ్ ఆమె కొడుకు కాబట్టి."

కుర్చీ వెనక్కి విసురుగా తోసి లేస్తూ, "ఏమిటి నువ్వు మాట్లాడుతున్నది?" అని అరిచాను. అతడు లేవలేదు. ఈసారి అతడు నన్ను డామినేట్ చేస్తున్నట్టు అనిపించింది.

తాపీగా "నేను చెబుతున్న వాటిలో ఏదీ అబద్ధం కాదు గోపీచంద్" అన్నాడు.

"నువ్వు చెబుతున్న వాటికి సాక్ష్యం ఉందా?"

"చెప్పానుగా. ప్రమద్వరే సాక్షి! నువ్వు చెల్లెలుగా పంపిన అమ్మాయి తన తల్లి చచ్చిపోయింది అని చెప్పిన రోజు నాకు నిద్ర లేదు. ప్రమద్వర మరణించింది అన్న బాధ ఒకవైపు, నా కొడుకు ఏమైపోయాడో అన్న దిగులు మరొక వైపు. అంత బాధ పరాయివాడికి కూడా వద్దు గోపీ. నా మీద పగతో ఇదంతా నువ్వు తెర వెనుక ఉండి చేస్తున్నావన్న సంగతి నాకు తెలియదు. తెలిసి ఉంటే ఆ రోజే అసలు జరిగిందేమిటో నీ తల్లి ద్వారా నిన్ను కనుక్కోమని ఉండేవాడిని."

నేనొక నిర్ణయానికి వచ్చినట్టు "సరే. అసలు జరిగిందేమిటో నేను అమ్మ ద్వారానే కనుక్కుంటాను, నువ్వు వెళ్ళు" అన్నాను.

"కానీ అక్కడ పెళ్లి.."

"జరగనీ... మా కోసం అది ఆగనవసరం లేదు."

"కానీ ఆమె ఈ పెళ్లి చూడనందుకు జీవితాంతం బాధపడుతుంది."

"దానికి నేనేం చేయలేను. పైగా నువ్వు చెబుతున్నదంతా నిజమని నాకు నమ్మకం కలగటం లేదు కూడా. అన్నిటికన్నా ముఖ్యంగా నా తల్లి ఈ ఊర్లో లేదు. నేనే వెళ్లి అడగాలి. నీవు చెప్పినదంతా నిజమైతే అప్పుడు తీసుకువస్తాలే..." తేలిగ్గా అన్నాను.

అతడు కుర్చీలోంచి లేచి, "పద. వెళ్దాం" అన్నాడు.

"ఎక్కడికి?"

"మా ఇంటికి."

"దేనికి?"

"నా దగ్గర ఒకే ఒక సాక్ష్యాధారం ఉంది. అది చూపిస్తాను. దాన్ని నువ్వు నమ్మితే ఆగమేఘాల మీద నీ తల్లిని ఈ పెళ్ళికి పిలిపిస్తావు. లేదా, ఒక తల్లిని తన కొడుకు పెళ్లి చూడనివ్వకుండా చేసిన పాపం నీకే దక్కుతుంది."

ఇందులో ఏదైనా మోసం ఉందేమోనని ఆలోచించాను. అతడు చెప్పినవన్నీ గానీ ఒకవేళ నిజమైతే, నేను ఊహించని మలుపులు ఎన్నో నా వెనుక జరిగాయన్నమాట. ఏమిటవి?

లేచి "పద" అన్నాను.

ఇద్దరం అతడి ఇంటికి వచ్చాం. ఇంటి ముందు తోటలో పెద్ద పెద్ద గొడుగులు అమర్చి ఉన్నాయి. రిసెప్షన్ అక్కడే ఏర్పాటు చేశారు అనుకుంటా. జనంతో హడావుడిగా ఉంది.

అతడు వెనుక వైపు నుంచి నన్ను తీసుకువెళ్లాడు. అతడి ఉద్దేశ్యం తన భార్య నన్ను చూడకూడదని కాబోలు.

ఇద్దరం మేడ ఎక్కి అతడి గదిలోకి వెళ్ళాం.

అతడు తలుపు గడియ వేశాడు.

బయటి నుంచి మంగళవాద్యాలు వినిపిస్తున్నాయి.

అతడు బీరువా వద్దకు వెళ్లి డాక్యుమెంట్లు దాచే అరలోంచి ఒక కాగితాన్ని తీశాడు. ఎన్నో సంవత్సరాల నుంచి అది ఆ చీకటి అరలో ఉన్నట్టు దాన్ని చూడగానే తోస్తోంది. అక్కడక్కడ చిరిగిపోయి, శిథిలావస్థలో ఉంది. అతడు దాన్ని బహుశా లక్షసార్లు చదివి ఉంటాడు.

దగ్గరగా వచ్చి ఆ కాగితాన్ని నాకు అందించాడు. ఏముందా కాగితంలో?

చదవడం ప్రారంభించాను.

"... ప్రియమైన ఆనంద్..."

ఏదో అనుమానం వచ్చి చప్పున చివరి సంతకం చూశాను. నా అనుమానం నిజమే! ఆ చేతివ్రాత నా తల్లిది.

ఉత్తరం కంటిన్యూ చేశాను.

ఆనందరావు దూరంగా నిలబడి, చేతులు వెనుక బల్ల మీద ఆన్చి నా వైపే కన్నార్పకుండా చూస్తున్నాడు. నా మొహంలో మారే భావాల్ని గమనించటానికి కాబోలు. ఆ గదిలో చీమ చిటుక్కుమంటే వినబడేటంత నిశ్శబ్దం అలుముకుని ఉంది. ఆ నిశ్శబ్దంలో నుంచి నా జీవితం తాలూకు ఒక ముఖ్యమైన రహస్యం నాకు బోధపడింది.

అంతర్లీనమైన ఉద్వేగం మనసు చెలియలి కట్ట దాటగా తుఫానులో నావలా ఊగిపోయాను. మనిషిని ప్రాకారాలతో ఆలింగనం చేసుకునే సత్యం, మనిషి

హృదయంలో దేదీప్యమానంగా నిరంతరం ప్రజ్వలించే మంచితనం అనే వెలుగు... నా కళ్ళని మిరుమిట్లు గొలిపేలా చేసింది. "అమ్మా... అమ్మా" అనుకున్నాను. అరుణాచలం కన్నా ఉన్నతంగా ఎదిగిపోయిన నా పెంపుడు తల్లి వ్యక్తిత్వం తన ప్రేమా, ఆప్యాయతలతో నన్ను అభిషిక్తుడిని చేసింది.

గడ్డి పువ్వుకి కూడా తన ఒడిలో చోటు ఇచ్చి తన దయాపూరిత కరుణని పంచి ఇచ్చే పుడమితల్లి గుర్తొచ్చింది.

అతడు చెప్పటం ప్రారంభించాడు.

పాతిక సంవత్సరాల క్రితం తరళ అనే ఒక అమ్మాయి పట్టుదల వల్ల, మరో అమ్మాయి తన ప్రేమని ఎలా వదిలేసుకోవలసి వచ్చిందో, తరళ తండ్రి చౌకబారు ఎత్తు వల్ల ఆమె ఎలా ఒక దుర్మార్గుడికి భార్య అవ్వవలసి వచ్చిందో, ఆనందరావు అనే వ్యక్తి బలహీనత వల్ల అందర్నీ వదిలేసి ఎలా వెళ్ళిపోవలసి వచ్చిందో... వివరంగా చెపుతూ ఉండగా నేను శిలనై విన్నాను. అతడు ఒక్కొక్క వాస్తవం చెబుతూ ఉంటే నా మనసు మీద ఒక్కొక్క కొరడా దెబ్బ ఛెళ్ళుమన్నట్టు అనిపించింది. ఒక స్త్రీని ఇందరు, ఇన్ని వైపుల చేరి బాధ, ఇంతగా పెట్టారన్న వాస్తవం నన్ను బాధాతప్తుడిని చేసింది. అతడు చెప్పటం పూర్తవుతుండగా బయట నుంచి తలుపు చప్పుడయింది.

ఇద్దరం ఉలిక్కిపడ్డాం.

"ఏం చేస్తున్నారండీ లోపల?" అన్న పిలుపు వినిపించింది. అది తరళ కంఠం... "అక్కడ అందరూ మీ కోసం చూస్తున్నారు."

అతడు నన్ను దాచటానికి ప్రయత్నం చేశాడు. నేను అటువంటి ప్రయత్నానికి సహకరించక స్వయంగా తలుపు తీశాను.

ఎదురుగా ఆమె నిలబడి ఉంది.

ఇద్దరం ఒకరినొకరు చూసుకున్నాం. ఆమె ఆ పరిస్థితుల్లో నన్ను అక్కడ చూసి భయంతోనో, కోపంతోనో అరుస్తుంది అనుకున్నాను. ఆమె అటువంటిదేమీ చేయలేదు. నిశ్చేష్టురాలై చూస్తూ ఉండిపోయింది. నేను నవ్వాను.

ఇన్ని సంవత్సరాల తరువాత కన్నతల్లిని చూడగా వచ్చిన ఆనందపు నవ్వు కాదది. విధి ఆడిన నాటకానికి ఎదురు నిలిచి నేను ఆడబోయే నాటకానికి తెరపడ బోయే ముందు ఆఖరి నవ్వు.

"మీరు నన్ను క్షమించాలి. కొన్ని రోజుల క్రితం ఒక అర్ధరాత్రి మిమ్మల్ని అనవసరమైన అనుమానాలతో భయపెట్టాను" అన్నాను. ఆమె ఇంకా అలాగే అయోమయంతో చూస్తోంది.

"మీ ఆయన నాకు అంకుల్ అవుతారు. అవే పోలికలు నాకు వచ్చాయి. దాంతో చిన్న ప్రాక్టికల్ జోకు వేశాను. ఒక కుటుంబాన్ని మొత్తం అనుమానాలతో ముంచెత్తవచ్చా లేదా అని నేనూ మా స్నేహితుడూ పందెం వేసుకున్నాం. మీరంతా దీనికి ఇంత టెన్షన్ అనుభవిస్తారని నేను అనుకోలేదు. మీ హస్బెండ్ నాకు అంతా చెప్పారు. ఇన్నాళ్ళూ మిమ్మల్ని అనుమానంలో పెట్టినందుకు క్షమించండి" అన్నాను తొందర తొందరగా.

ఆమె తలెత్తి సూటిగా నా వైపు చూసింది.

నేను చెప్పిన ఈ కట్టుకథని ఆవిడ నమ్ముతుందా?

నేను తలతిప్పి నా తండ్రి వైపు చూశాను. అప్పటికప్పుడు నేను కల్పించి చెప్పిన ఈ కథ అతడిని నిర్వీర్యుడిని చేసినట్టు అతడి ముఖభంగిమే చెబుతోంది. నేను చెప్పిందేమీ బహుశా అతడికి అర్థమయి ఉండదు. అతడికి అర్థం అవుతుందని కూడా నేను అనుకోలేదు. పరిస్థితుల్ని అలా అర్థం చేసుకునే కెపాసిటీయే గానీ అతడికుంటే నా తల్లి (క్షమించండి. ప్రమద్వరని నా తల్లిగా సంబోధిస్తున్నందుకు) కి ఇన్ని కష్టాలు పడవలసిన అవసరం ఉండేది కాదు.

"అవన్నీ తర్వాత మాట్లాడుకుందాం. ముందు కిందకి రండి. ముహూర్తం దగ్గర పడుతోంది" అందామె. ఆమె నా మాటల్ని అంత తొందరగా యాక్సెప్ట్ చేయడం నాకు ఆశ్చర్యం అనిపించింది. మా ఇద్దరినీ అలా ఆ సమయంలో చూసి చాలా గొడవ చేస్తుంది అనుకున్నాను. ముగ్గురం క్రిందకి వచ్చాము.

వధూవరులు పీటల మీద కూర్చుని ఉన్నారు.

వాళ్ల వైపు చూస్తూ ఆయన అన్నాడు. "మేము విడిపోయిన పాతిక సంవత్సరాల తరువాత ప్రమద్వర నన్ను కలుస్తానంది. అప్పుడే నిన్ను నాకు అప్పచెబుతానంది. అంతవరకూ ప్రబంధ్‌కి పెళ్లి చేసే హక్కు నాకు లేదు. కానీ ప్రబంధ్ ఈ లోపులోనే ప్రేమలో పడి, వివాహం చెయ్యకపోతే కష్టమయ్యే పరిస్థితి కల్పించాడు. నీకు అర్థమైంది అనుకుంటాను."

తలుపాను.

"ఈ పెళ్లి నిశ్చయమయ్యాక ప్రమద్వర కోసం చాలా వెతికించాను. కానీ తను కనపడలేదు. నేను ఈ పెళ్లి పోస్ట్ పోన్ చేయలేకపోయాను. నా నుంచి దూరమవుతూ తను కోరిన ఈ ఆఖరి కోరిక కూడా ఈ విధంగా తీర్చలేకపోయాను" బాధగా అన్నాను.

నేను మాట్లాడలేదు. నా ఆలోచనలు అసలు అక్కడ లేవు.

తరళని నేను తల్లిగా ఎంత వరకూ యాక్సెప్ట్ చేయగలను అన్నచోటే ఆగిపోయాయి. అంతలో అతను అన్నాడు. "నువ్వెందుకు అమ్మతో అలా చెప్పావు?"

అమ్మ అంటే అతని ఉద్దేశంలో తరళ. నేను మాట్లాడలేదు. నా మనసులో ఉవ్వెత్తున లేచి పడే తరంగాలు లాంటి ఆలోచనలు.

నా దృష్టి దూరంగా పెళ్లి వేదిక దగ్గర నిలబడి ఉన్న ఆమె మీద పడింది. ఆమె వంగి, ప్రబంధ్‌తో పురోహితుడు చెప్పిన పనులు చేయిస్తోంది. అప్పుడప్పుడు మా ఇద్దరి వైపూ చూస్తోంది. అయినా తల్లిని "ఆమె" అనే స్థాయి నుంచి ఎదగటానికి నా మనసు ఎందుకు ఒప్పుకోవటం లేదో నాకర్థం కావటం లేదు. ఆయన పక్క నుంచి అంటున్నాడు. "ఇదంతా నాకు నిన్నే తెలిసి ఉంటే, ఇద్దరం కలిసి ప్రమద్వరని తీసుకు వచ్చేవాళ్ళం. తన కొడుకు పెళ్లి తను లేకుండా జరిపించినందుకు నన్ను క్షమించదు."

"ఇన్ని రకాలుగా, ఇన్ని సంవత్సరాలుగా క్షమిస్తూ వచ్చింది. ఈ ఆఖరి తప్పును కూడా క్షమిస్తుందిలెండి" అని మనసులో అనుకున్నాను.

మంగళసూత్ర ధారణ జరుగుతోంది. "మనం వెళ్దామా?" ఆత్రంగా అడిగాడు ఆయన. నా తండ్రి.

"ఎక్కడికి?" నిర్లిప్తంగా అడిగాను.

"ప్రమద్వరని తీసుకురావడానికి"

"ఎందుకు? పెళ్లి పందిరి మైక్‌లో అందరికీ ఈ కథంతా చెప్పటానికా?"

"గోపీ.."

"ఈ రహస్యం ఎంతమందికి తెలుసు?"

"నీతో కలిసి, ఇప్పటికి మన ముగ్గురికీ"

"ప్రబంధ్‌కీ, తరళకీ.. ఐ మీన్ నా కన్నతల్లికీ కూడా తెలిస్తే, వాళ్ళు ఎలా రియాక్ట్ అవుతారో మీకు ఏమైనా ఆలోచన ఉందా?"

"నువ్వేం మాట్లాడుతున్నావు?"

"వాస్తవాన్ని మాట్లాడుతున్నాను."

నేను చెబుతున్నది ఏమిటో అర్థం కావడానికి అతడికి కొంచెం టైం పట్టింది. నా వైపు అయోమయంగా చూశాడు.

"నేను ముందు మా ఊరు వెళతాను. అమ్మకి జరిగినదంతా చెబుతాను. ఒక కోరిక కూడా కోరతాను."

"ఏమిటా కోరిక?"

"చెప్పను" అన్నాను. "... ముందు అమ్మని అడుగుతాను. తను నా కోరిక ఒప్పుకుంటే?" అని ఆగాను. నేను ఆగటం భరించలేనట్టు "... ఒప్పుకుంటే?" అన్నాడు.

"బహుశా ఇక ముందు ఎప్పుడూ తను మిమ్మల్ని కలుసుకోదు."

అతడు నా మాటలకి ఆశ్చర్యంతో చూశాడు. చాలాసేపు అలా చూస్తూనే ఉండిపోయాడు. నేను చెప్పింది అతడికి విద్యుద్ఘాతంలా తగిలినట్టూ అతని మౌనం సూచిస్తోంది. అన్యాపదేశంగా నేను మాటల ద్వారా అందిస్తున్న సూచనని అతడు గ్రహించినట్టున్నాడు. తనలో తనే గొణుగుతున్నట్టు "మరి.. మరి... ప్రబంధ్‌కి తన కన్నతల్లి దూరమై" అంటూ ఏదో చెప్పబోయాడు.

"మీ భార్యని కన్నతల్లిగా యాక్సెప్ట్ చేయడానికి నేను సిద్ధంగా లేను ఆనందరావు గారూ" ఒక నిర్ణయానికి వచ్చినట్టు అన్నాను. "ఆమె ప్రబంధ్‌కే తల్లి".

నా నిర్ణయాన్ని ఒప్పుకోవడానికి చాలాసేపు మధనపడి, చివరికి అన్నాడు. ".... నీ ఇష్టం"

అందరూ లేచి నిలబడి వధూవరుల మీద అక్షింతలు జల్లుతున్నారు. కొందరు వెళ్లిపోవడానికి ఉద్యుక్తులవుతున్నారు.

"వెళ్ళొస్తాను" అన్నాను.

"తిరిగి వస్తావుగా!"

"రాకూడదనే ఆశిస్తున్నాను."

అక్కడి నుంచి బయటికి వచ్చాను. అమ్మ వ్రాసిన ఉత్తరం నా జేబులో భద్రంగా ఉంది.

మంగళ వాక్యం

సాయంకాలం తన నీడల్ని నది మీద పొడుగ్గా వదులుతోంది. కారు నెమ్మదిగా నడుపుతున్నాను. రోడ్డు పక్క నుంచి గోదావరి పారుతూ ఉంది. మరోపక్క వరి చేలు స్వాగతం చెబుతున్నట్టు నెమ్మదిగా తలలూపుతూ, గోదారి గాలికి ఊగుతున్నాయి. గోదావరి మీద నుంచి వచ్చే చల్లటి గాలి హాయిగా ఉన్నా నా మనసు మాత్రం విపరీతమైన టెన్షన్‌తో నిండి ఉంది. నేను కోరబోయే కోరికకి అమ్మ ఏమంటుందో అన్న భయం, ఉద్వేగం నా మనసంతా నిండిపోయాయి.

తల పక్కకి తిప్పాను.

అమ్మ తలవంచుకుని తన ఆలోచనలలో తనుంది. ఒళ్ళో రెండు చేతులూ పెట్టుకుని వేళ్ళలో వేళ్ళు జొనిపి ఆ వేళ్ళకేసే తదేకంగా చూస్తోంది.

ఈ ఊరు రావటానికి తను ముందు ససేమిరా ఒప్పుకోలేదు. ఎంతో బలవంతం మీద ఒప్పించాను. ఆఫీసు పని ఉందనీ, అందువల్ల వెళుతున్నాననీ చెప్పి బయలుదేర దీశాను. సగం ప్రయాణం చేశాక 'ఇటెక్కడికి రా' అని అడిగింది. 'ఇటువైపే పని' అని చెప్పాను.

ఊరు దగ్గర పడుతుంటే అనుమానం పెరిగి, "ఇంత చిన్న ఊళ్లో నీకు పని ఏమిటి?" అంది.

"ఊళ్లో కాదమ్మా. ఊరి బయటే" ఇంకేం ప్రశ్నించటానికి వీలు లేకుండా కారు వేగం పెంచాను.

నిజానికి అమ్మని ఇక్కడికి ఎందుకు తీసుకురావాలనిపించిందో నాకు తెలియదు. ఈ విషయాన్ని ఈ పరిసరాల్లో చెప్పి, నా కోరిక ఇక్కడ బయట పెట్టడంలో ఔచిత్యం ఉంటుందని నా తర్కరహితమైన ఆలోచన నాకు చెప్పిందంతే.

లోపలి నుంచి పాత జ్ఞాపకాలు ఉప్పెనలా తన్నుకు వస్తోంటే మామూలుగా ఉండటం కోసం తను శతవిధాలా ప్రయత్నం చేస్తోందని చూస్తూంటే తెలుస్తోంది. ఎవరమూ చాలా సేపటి వరకూ మాట్లాడుకోలేదు.

కారు పక్కకు తిప్పి ఆపు చేశాను. తలెత్తింది.

ఇక చెప్పవలసిన సమయం వచ్చేసింది.

అప్పటికి ఎన్నిసార్లు రిహార్సల్స్ వేసుకున్నా తీరా సమయం వచ్చేసరికి ఏదో తడబాటు.

అయినా చెప్పక తప్పదు. ఎలా ప్రారంభించాలా అని తట పటాయించాను. పాతిక సంవత్సరాలు అమ్మ దాచిన రహస్యం నాకు తెలిసిందని చెప్పటమే కష్టం. ఆ తర్వాత నా కోరిక వెల్లడించడం అంత కష్టం కాదు.

"... ఆనందరావుగారిని చూశానమ్మా"

అదీ నేను ప్రారంభించిన మొదటి వాక్యం.

గోదారి, పైరగాలి... ఏమీ మార్పు లేదు. అమ్మ మాత్రం చివుక్కున తలెత్తింది. బహుశా నేను చెప్పింది అంచెలంచెలుగా తనకి అర్థమై ఉంటుంది. పూర్తిగా అర్థమయ్యేసరికి కొన్ని క్షణాలు పట్టింది.

ఈలోపులో నేను శక్తి కూడగట్టుకున్నాను.

ఏదీ దాచలేదు.

భైరవమూర్తి తాలూకు రౌడీ వచ్చి బ్లాక్ మెయిల్ చేయడం నుంచి, ప్రబంధ్ ఇంటర్వ్యూకి రావడం వరకూ, ఆ తర్వాత ఆనందరావు కుటుంబాన్ని విచ్ఛిన్నం చేయడం కోసం నేను వేసిన ప్లాను, ఆ ప్రాసెస్‌లో ఆయన్ని నేను కలుసుకోవడం, ఆయన చెప్పిన కథ - అంతా వివరంగా చెప్పాను.

నేను చెబుతుంటే ఒక భయానక చిత్రాన్ని చూస్తున్న ప్రేక్షకురాలిలా ఆమె నిశ్చేష్టమైన భంగిమతో విన్నది. కానీ నా కథ ముగింపుకు వచ్చేసరికి ఆమెలో ఒక రకమైన ఆహ్లాదభావం కనిపించింది. బహుశా నేనూ, ఆయనా మనసు విప్పి మాట్లాడుకోవడం ద్వారా పొరపొచ్చాలు తొలగిపోయాయన్న ఆలోచన, ఆ భావానికి పునాది కావచ్చు.

"నేను వెళ్లేసరికే ప్రబంధ్ పెళ్లి జరుగుతూ ఉందమ్మా అక్కడ" అన్నాను ఆఖరి పుట విప్పుతున్నట్టు.

"ప్రబంధ్?" అంది.

"అవునమ్మా! నీ కొడుకు" ఆ మాట చాలా క్యాజువల్‌గా ధ్వనించాలన్నట్టుగా అన్నాను. ఆమె నా వైపు చూస్తుంటే, నేనేమో గోదారి తనలోకి లాక్కుంటున్న ఇసుక మేట వైపు చూస్తూ కొనసాగించాను. "నువ్వు పెట్టిన గడువు వరకూ ఆయన వివాహాన్ని ఆపలేకపోయాడు. ప్రబంధ్ అప్పటికే తల మునకలయ్యేటంత ప్రేమలో ఉన్నాడట" నవ్వటానికి ప్రయత్నించాను.

ముందు కోరబోయే కోరిక గుర్తొచ్చి నవ్వు రాలేదు. ఇక అడగాలి దాన్ని...

అమ్మ నా వైపే చూస్తోంది.

"ఆయన ఎంతో బ్రతిమాలారు, ఈ వివాహానికి నిన్ను తీసుకు రమ్మని. కానీ ప్రబంధ్‌కి నువ్వు అమ్మవని నాకు నమ్మకం ఏమిటని అడిగాను. నువ్వు తనకి రాసిన ఉత్తరం చూపించారు."

"ఉత్తరమా?"

"అవును ఈ ఊరు నుంచి శాశ్వతంగా వెళ్ళిపోయే ముందు నువ్వు ఆయనకి వ్రాసిన ఉత్తరం."

దూరంగా ఏదో పక్షి పిల్ల దారితప్పి తల్లి కోసం అరుస్తోంది. పక్క నుంచి ఎడ్ల బండి కారు దాటి వెళ్ళింది.

"అమ్మా! ఉత్తరంలో నువ్వు చెప్పిన గడువు అయిపోగానే నేను వాళ్ళ ఇంటికి వెళ్లి పోవాలా? ఆయన్ని నాన్నగా, ఆవిడని అమ్మగా ఒప్పుకోవాలా?"

అడిగేశాను. ఈ విషయం తెలిసినప్పటి నుంచి ప్రారంభమైన నా మనసులో మధన, ఇప్పుడు తను చెప్పబోయే జవాబు మీద ఆధారపడి ఉద్వేగంగా మారింది.

"నువ్వు వాళ్ళ కొడుకువి గోపీచంద్" ఆమె మెల్లగా అంది. అలా అంటున్నప్పుడు ఆమె కంఠం వణికింది.

విసురుగా "ఇంతకాలం నీ దగ్గర పెరిగి ఇప్పుడు ఆ కుటుంబంలో, ముఖ్యంగా ఆ తరళ దగ్గర ఇమడలేను" అన్నాను.

"తప్పు. కన్నతల్లిని అలా అనకూడదు."

"పోనీ నేను వెళ్ళిపోతాను అనుకో... ఆ ప్రబంధ్ నీ దగ్గరకు వస్తాడని నమ్మకం ఏమిటి? తల్లి, తండ్రి, చెల్లెళ్ళు అందరూ ఉన్న కుటుంబం నుంచి నీ

దగ్గరికి వస్తాడని గ్యారంటీ ఏమిటి?" అన్న తర్వాత తెలిసింది, ఆ ఉక్రోషంలో నేను ఎంత తప్పుగా మాట్లాడానో.

కానీ నా మాటలు తన మీద ఏ ప్రభావాన్నీ చూపలేదు. అలాగే తలవంచుకుని అన్నది "అతడికి కన్నతల్లితో ఉండాలని లేకపోతే, పెంపుడు తల్లితోనే ఉంటాడు గోపీ"

నే వేసిన బాణం సరిగ్గా అనుకున్నచోట తగిలింది. నవ్వాను.

తల్లి గోదారిలో కలుస్తున్న చిన్న కాలువ వైపు చూస్తూ "మరి అతడికి అంత వరం ఇచ్చిన దానివి, నేను నా పెంపుడు తల్లితో ఉంటానంటే ఎందుకు ఒప్పుకోవు?" అన్నాను. నీళ్లు ఆ పల్లంలోకి రెట్టించిన ఉత్సాహంతో పరుగులు తీస్తున్నాయి. ఏదో చెప్పబోయి ఆగిపోయింది. ఆ చేతులు నా చేతుల్లోకి తీసుకొని మొహానికి ఆన్చుకుంటూ అభ్యర్థించాను.

"అమ్మా, నువ్వు కన్నతల్లివి కాకపోవచ్చు. కానీ ఇన్ని సంవత్సరాలు నన్ను పెంచావు. ఇద్దరం కలిసి కష్టాల్ని పంచుకున్నాం. నువ్వు తినకుండా నాకు పెట్టావు. ఇంత ప్రేమకు ఎవరో ప్రబంధ్ అనేవాడు వచ్చి, ఈరోజు తనే హక్కుదారుడినని అంటే నేను ఒప్పుకోను. ఇది నా స్వార్థమే అను, ఇంకేమైనా అను. నేను నీతోనే ఉంటాను. ఆ ఇంటికి మాత్రం వెళ్ళమనకు. నీ కన్న కొడుకు మీద అంత ప్రేమ ఉంటే, అతడినీ రమ్మంటాను, కానీ నన్ను మాత్రం వాళ్ళ దగ్గరకి వెళ్ళిపొమ్మనకు అమ్మా. ప్లీజ్..."

కొడుకు కంఠంలో ప్రపంచం గుర్తించలేని దుఃఖాన్ని కేవలం తల్లి మాత్రమే గుర్తించ గలదనుకుంటాను. ఆప్యాయంగా దగ్గరకు తీసుకుంది. నా వయసు మర్చిపోయాను. ఎనిమిదేళ్ల వయసులో నిద్రలో భయంతో కలవరిస్తే దగ్గరకు తీసుకున్న చేతులవి. బిజినెస్ మేనేజ్‌మెంట్‌లో ర్యాంకు వచ్చినప్పుడు, ఆ విజయం తన కృషి ఫలితమే అన్న ఆనందంతో దరి చేర్చుకున్న చేతులవి.

"ఈ విషయం మన ముగ్గురికీ తప్ప మరి ఎవరికీ తెలియదమ్మా. దీన్ని తన భార్యతో చెప్పేటంత ధైర్యం ఆనందరావుగారికి ఉందని నేను అనుకోను. ఇక తరళ సంగతి అంటావా? ప్రబంధ్‌ని చూసుకుని తనెంత హ్యాపీగా ఫీల్ అవుతోందో పెళ్ళిలోనే గమనించాను. వాళ్ళందరూ హాయిగా సుఖంగా ఉన్నారమ్మా! అనవసరమైన సెంటిమెంట్లతో ఏదో తప్పు చేసినట్టు మనమే బాధపడుతున్నాం."

ఎటూ నిర్ణయించుకోలేనట్టుగా "నన్ను కొంచెం సేపు ఆలోచించుకోనివ్వరా గోపీ" అంది.

రెండు నిమిషాలు నిశ్శబ్దంగా గడిచాయి. తను కారులోంచి దిగింది. డోర్ వేస్తూ నా వైపు చూసింది. నా చూపులో "నీలాంటి కొడుకుని తన నుంచి దూరం చేసినందుకు తరళ నన్ను క్షమించదు" అన్న భావం ఉందేమో.

దూరంగా గోదారి వైపు నడిచి ఇసుకలో కూర్చుంది.

అటే చూస్తూ "నేను మాత్రం గోపీని వదిలేసుకుని ఎలా ఉండగలుగుతాను?" అన్న చిన్న స్వార్థాన్ని తనలో ప్రవేశపెట్టమని భగవంతుని ప్రార్థించాను. నాకా ఇల్లు, ఆ ఆస్తి, ఆ బంధువులు, వాళ్ళు ఎవరూ వద్దు. ప్రబంధ్ కాదంటే, వృద్ధాప్యంలో ఒంటరిగా మిగిలిపోయే ఈ తల్లి నాకు కావాలి.

చేతిలో ఉత్తరాన్ని విప్పాను. తను నా తండ్రికి వ్రాసిన ఉత్తరం. పాతాళంలోకి జారిపోతున్న ఒక మనిషిని కాళ్ళ మీద నిలబెట్టడం కోసం ఒక స్త్రీ చేసిన త్యాగానికి పాతిక సంవత్సరాలు పాటు చీకట్లో దాచి ఉంచిన ఉత్తరం. చదవడం ప్రారంభించాను.

"ప్రియమైన ఆనంద్,

నీకు ఏం రాయాలో, ఎలా మొదలు పెట్టాలో అర్థం కావటం లేదు. కానీ నేను చేస్తున్న పని నీకు తెలియపరచడం నా ధర్మం. నా నిర్ణయం సరైనదో కాదో చెప్పవలసింది నువ్వే.

నువ్వు కొద్ది రోజుల క్రితం ఒక మాట అన్నావు గుర్తుందా? నేను వెళ్ళిపోతే నీ మీద ఒట్టే అని. ఆ విషయం గురించి ఇక్కడ ప్రస్తావించదలచుకున్నాను. నువ్వు ఎంత పట్టుదల మనిషివో నాకు తెలుసు. అలాంటి అఘాయిత్యాలేమీ తలపెట్టకుండా ఉండటం కోసమే ఈ ఉత్తరం. ఆనంద్! ఆటుపోటుల కలయికే జీవితం అనుకుంటాను. నా గురించి వదిలిపెట్టు. నువ్వెందుకు రోజురోజుకీ ఇలా అయిపోతున్నావు? మనసునెలా మత్తులో జో కొట్టాలా అని దారులు వెతుక్కుంటున్నావు?

నా గురించే నీ బాధ అని నాకు తెలుసు. ఈ ఇంట్లో నేను పడే కష్టాలు నిన్ను నిద్ర పోనివ్వవనీ, అసలే ఈ వివాహం వల్ల మనశ్శాంతి లోపించిన నీకు,

నా సమస్య మరొకటి కొత్తగా వచ్చి పడిందనీ, నేను గ్రహించగలను. నన్ను ఒక ఆయుధంగా వాడుకొని ఈ ఇంటి వాళ్ళు నీ నుంచి డబ్బు వసూలు చేస్తున్నారనీ, నా ఒంటి మీద పడిన ప్రతి దెబ్బా నీ నుంచి నెలల తరబడి నిద్రని దూరం చేస్తున్నాయని నాకు తెలుసు.

అందుకే ఈ ఇంటి నుంచి వెళ్ళిపోతున్నాను. ఆగు. బెదిరింపు మళ్లీ గుర్తు చేయకు. నేను దూరమైతే నువ్వు ఈ లోకంలోనే ఉండవని అన్నావు కదూ.

ఏం చేయాలి ఆనంద్? ఈ ఇంట్లో నీ నుంచి డబ్బు వసూలు చేసే మిషన్ లాగా పని చేయాలా? ఏ క్షణం నా భర్త మొదటి విటుడిని తీసుకువస్తాడో అని భయపడుతూ ప్రతిక్షణం గడపాలా?

వెళ్లిపోవటానికే నిశ్చయించుకున్నాను ఆనంద్. నా వీడ్కోలు నిన్ను మరింత ఒంటరితనంలో పడేస్తుందనీ, ఆ కసితో నీ మీద నువ్వే కక్ష తీర్చుకుంటావని నాకు తెలుసు. ఆరు నెలల క్రితం నిన్ను తాగడు మానమని బతిమాలాను. నువ్వు వినలేదు. కసితో మరింత తాగావు. ఎవరి మీద నీకు ఇంత కసి? తరళ మీదనా? తను ఏం చేసిందని? అమాయకత్వము, మొండితనము మానవ లక్షణాలే గానీ తప్పులేమీ కావే..! రావుగారి మీదనా? పాపం ఆయన చేసిన చిన్న తప్పుకి ఆత్మార్పణం గావించుకుని అంత పెద్ద శిక్ష విధించుకున్నారే..! నువ్వేం సమాధానం చెబుతావో నాకు తెలుసు. “నాకు ఎవరి మీదా కసి లేదు. నా మీద నాకే కోపంగా ఉంది. అందుకే ఇలా అయ్యాను” అంటావు కదూ. ఆనంద్, నీకు చెప్పేటంత దాన్ని కాదు కానీ ఈ విధి అన్నది ఉంది చూశావూ. మనని కాలం అన్న గదిలో పెట్టి బెదిరించడానికి చూస్తుంది. తలుపులు వేసి కొడితే పిల్లి కూడా తిరగబడుతుందే... అలా తిరగబడితే మనం చెప్పినట్టు వింటుంది.

మన సమస్యల్ని ఎవరూ వచ్చి పరిష్కరించరు ఆనంద్. మనమే పరిష్కరించుకోవాలి. ఇదంతా శుష్క వేదాంతంలా కనబడుతోంది కదూ. అవును. నేనేం చెప్పినా వినవు. నేను స్వయంగా వచ్చి చెబితేనే వినలేదు. ఇక ఇలా ఉత్తరం రాస్తే ఏం వింటావు?

అందుకే నా కొడుకుని నీవద్ద వదిలి నీ కొడుకుని నేను తీసుకువెళు తున్నాను.

ఈ వార్త నీకు విద్యుద్ఘాతంలా తగులుతుంది కదూ. నాకు మాత్రం ఎంతో సంతోషంగా ఉంది. నీ కొడుకు నా దగ్గర పెరగడం అన్న ఆలోచనే సంచలనాన్ని కలగజేస్తోంది.

నీకు జ్ఞాపకం ఉందా? నేనూ, తరళా గోదావరిలో పడవల్ని వదిలి ఏ పడవ ముందు వెళ్తుందా అని పందేలు వేసుకునే వాళ్ళం. ఇప్పుడు మరి నా దీపాన్ని తన దగ్గర వదిలి వెళుతున్నాను. ఈ పందెంలో ఎవరు గెలుస్తారో చూడాలి. నీ కొడుకుని నేను నీ కన్నా గొప్పవాడిని చేస్తాను. పందెమా? ఈసారి 'నీతో' పందెం. సరేనా?

ఆనంద్.... ఇదంతా నేను ఎందుకు చేస్తున్నానో నీకు తెలుసు కదూ. నేను వెళ్ళిపోయాను అన్న కసితో, వేదనతో నువ్వు నీ కుటుంబానికి మరింత దూరం అవుతావు. నీ వ్యాపారాలని ఆస్తి వ్యవహారాల్ని ఇంకా నిర్లక్ష్యం చేస్తావు. కానీ ఇప్పుడు...? నా కొడుకుని కూడా ఒక బికారిగా చేయగలవా?

నా కొడుకే నీకు జీవితం మీద ఆశ, భవిష్యత్తు కోసం ఒక పట్టుదల కలిగిస్తాడని నాకు నమ్మకం ఉంది. నా కోరిక ఏమిటంటే, నా కొడుకు చదువు, పెంపకం అంతా నీ సంపాదన ద్వారానే జరగాలి. మీ మామగారి ఆస్తి అసలు ముట్టుకోకూడదు.

ఇక మా సంగతి అంటావా? గోపీచంద్ (నీకు జ్ఞాపకం ఉందా? మన వివాహం జరిగాక మొదట పుట్టేది అబ్బాయి అయితే ఆ రచయిత పేరు పెట్టాలని మనం అనుకున్నాం) గురించి నువ్వు ఏమీ దిగులు పడకు. నా ప్రతి అణువులోని శక్తినీ ధారపోసి గోపీని గొప్పవాడిని చేస్తాను. ఒకవేళ చేయలేకపోతే నీ దగ్గరికి పంపించేస్తాలే. చేస్తే మాత్రం అతన్ని పాతిక సంవత్సరాల తర్వాత నీకు అప్పగిస్తాను. అప్పటికి 'జీవితం అంటే ప్రేమ ఒకటే కాదనీ, పట్టుదల కూడా ఉండాలనీ' నీకు తెలియాలని ఆశిస్తాను. ఇదంతా నీ కోసమనే సత్యాన్ని గ్రహించి, నామీద కోపం తెచ్చుకోవు కదూ. కన్నీళ్ళతో వీడ్కోలు చెప్పను. నా జ్ఞాపకాలనీ, నా రక్తం పంచుకు పుట్టిన బిడ్డని, నీ దగ్గర వదులుతున్నప్పుడు అది వీడ్కోలు ఎలా అవుతుంది? ఉంటాను మరి.

– నీ ప్రమద్వర.

చదవడం పూర్తి చేశాను. మనసంతా అదోరకమైన శూన్యత ఆవహించింది. కాగితం మడత పెట్టి జేబులో పెట్టుకున్నాను.

అమ్మ ఇంకా అలానే ఒడ్డున కూర్చుని ఉంది.

అటు గోదారి, ఇటు నుంచి ఎండ. మధ్యలో శిలా ప్రతిమలా ఆమె... బహుశా గతం గురించి ఆలోచిస్తూ ఉందేమో. ఇన్నేళ్ల తర్వాత మళ్లీ ఈ పరిసరాల సామీప్యం...!

ఈ ఇసుక తిన్నెల లోనేగా ఆమె కలల గూళ్ళు కట్టుకుంది. ఇక్కడ రెల్లు గడ్డి నీడల్లోనేగా ఎన్నో ఆశల్ని పెంచుకుంది. ఈ పంట పొలాల మధ్యనేగా సన్నబాటలో, కాళ్లకు అడ్డుపడే పరికిణీ పక్కకి తీసుకుంటూ భవిష్యత్తు వైపు పరిగెత్తింది. ఇక్కడేగా కన్న కలలు నిలువునా కరిగిపోతుంటే అచేతనమైన ప్రేక్షకురాలిలా మిగిలిపోయింది... ఏం సాధించింది?

.... ఏం సాధించలేదు?

అవును మరి. ఎందరో చరిత్రకారులు వీరపత్నుల గురించి వ్రాశారు. ఎందరో సంస్కారవాదులు స్త్రీ స్వాతంత్ర్యం గురించి ఎలుగెత్తి ఉపన్యసించారు. ఎందరో రచయితలు దాస్య శృంఖలాలు తెగ్గొట్టుకోవడం గురించి లిఖించారు. కవిత్వం గానం చేశారు. కానీ ఇదిగో ఇక్కడుంది ఒక స్త్రీ. ఆమె జీవితం ఏ చరిత్రకూ అందని పాఠ్యపుస్తకం. ఒక కళావంతుల ఇంట్లో పుట్టింది. సంసార స్త్రీ అవ్వాలనుకుంది. ప్రేమ విఫలమైంది. విధి కర్కశంగా ఆడుకున్న ఆటలో మరో దుర్మార్గుడికి భార్య అయింది. బాధలనుభవించింది. అయినా పట్టు వదలలేదు. విశాల ప్రపంచంలోకి ఒంటరిగా వెళుతూ వెళుతూ కూడా తను ప్రేమించినవాడిని సంస్కరించి మరీ వెళ్ళింది. అలా సంస్కరించడంలో... ఏ తల్లీ చేయని త్యాగం చేసింది! మరో కొడుక్కి తల్లి అయి, చేతుల్నే రెక్కలుగా మార్చుకుని ఒక పిల్ల పక్షికి ఎగరటం నేర్పింది. ఆ పిల్లవాడు తన సొంత కొడుక్కే యజమాని అయ్యేటంత గొప్పవాడిని చేసింది. ఓటమికి తుదిమలుపు నిరాశ కాదనీ, తిరగబడటం అనీ ఏ విప్లవకారుడూ చెప్పనంత గొప్పగా తన జీవితం ద్వారా నిరూపించింది. అలాంటి స్త్రీ తల్లిగా లభిస్తే ఎవరు వదులు కుంటారు? మీరే చెప్పండి.

❖ ❖ ❖

ఆమె లేచింది.

బాగా చీకటి పడింది.

నది నుంచి వీడ్కోలు తీసుకుని సంధ్య వెళ్ళిపోయింది.

చంద్రుడు నెమ్మదిగా పైకి వస్తున్నాడు.

ఆమె వెనుక గోదారి మీద వెన్నెల పరుస్తున్నాడు.

పిల్లతెమ్మెర లాంటి ఆలోచన నా మనసులో మలయ పవనంలా ప్రవేశించింది.

ఈ స్త్రీకీ గోదావరికీ తేడా ఏముంది?

సాధారణమైన కొండ చరియల్లో పుట్టి, సన్నగా ప్రవహించి, విధి ఎత్తులు ఉన్నచోట మర్యాదగా పక్కకి తొలగి, బలం పుంజుకుని కొండల్ని ఢీకొని, అడ్డంకుల్ని తొలగించుకుని, జీవనదై పది మందికి అన్నం పెట్టే గోదారి...! సాగర సంగమానికి సంతోషంగా వెళ్లబోతుంటే అడ్డుగా తన స్వార్థంతో ఆనకట్ట వేసిన మనిషిని కూడా చిరునవ్వుతో క్షమించే స్త్రీ ఈ గోదారి..! వినగలిగితే ఆ గలగలల్లోంచే జీవితానికి స్ఫూర్తినిచ్చే వేదఘోష వినపడుతుంది. ఆ నిశ్శబ్ద స్వర నినాదాల శృతినాస్వాదిస్తుండగా తను దగ్గరగా వచ్చింది.

ఆత్రంగా తలెత్తి చూశాను.

నవ్వింది.

ఆ నవ్వులో నాకు కావలసిన సమాధానం దొరికింది.

నేనూ నవ్వాను.

వెన్నెల్లో గోదారి కూడా.

కథకుడు

ఈ కథ ప్రారంభించినది నేను కాబట్టి స్వస్తివాక్యం పలుకవలసిన కర్తవ్యం కూడా నా మీదే ఉంది.

ఆ తర్వాత ఎప్పుడైనా ఆనందరావు ప్రమద్వరని కలుసుకోవటానికి ప్రయత్నించాడా, దానికి గోపీచంద్ సహకరించాడా అన్నది మనకి అప్రస్తుతం. ఈ రహస్యం తమ ముగ్గురితోనే అంతం అవ్వాలని మాత్రమే వారు అనుకున్నారు. కానీ ఈ రహస్యం తెలిసిన ఇంకొకరు ఉన్నారు.

ఆ వ్యక్తి తరళ.

పెళ్లి ముహూర్తం దగ్గర పడుతోందని హడావుడిగా మేడ మీదకు వెళ్లిన ఆమె ఆ ఇద్దరి మధ్యా జరిగిన సంభాషణను ఆమూలాగ్రం విన్నది.

చిత్రంగా...

స్పృహ తప్పి పడిపోలేదు. కెవ్వున కేక వేసి రభస చేయలేదు. తన ప్రవృత్తికే వ్యతిరేకంగా మొత్తం సంభాషణ పూర్తయ్యే వరకూ అలాగే నిలబడింది. మొహమే కాదు. శరీరం కూడా వివర్ణమయింది.

తన మూర్ఖత్వం ఇద్దరి ప్రేమికుల్ని ఎలా విడదీసిందీ, తన మొండిపట్టు తన తండ్రి మరణానికి ఎలా దారితీసిందీ, అంతా విన్నది. ప్రేమ ఉండటం ఒక్కటే ముఖ్యం కాదనీ, అవతలి వారిలో అది ఉందో లేదో కూడా కనుక్కోవాలనీ పాతిక సంవత్సరాలు ఆలస్యంగా తెలుసుకుంది.

వణికి పోయింది. ఆ తర్వాత ఆమె ఎన్ని ఒంటరి రాత్రులు ఏడుస్తూ గడిపిందో తెలియదు.

జీవితాంతం వరకూ మాత్రం ఆ రహస్యాన్ని తనలోనే దాచుకుని ఏమీ ఎరగనట్టు ప్రవర్తించింది.

ప్రబంధ్‌ని సొంత కొడుకులాగే చూసుకుంది.

పనిమనిషి దొంగతనం కేసులో కూతుర్ని దండించి, తరువాత తప్పు తెలుసుకుని శరీరం మీద వాతలు పెట్టుకోవడం ద్వారా తనని తను ఎలా శిక్షించుకుందో ఇప్పుడు చేసిన తప్పుకి తన సొంత కొడుకు అయిన గోపీచంద్ని జీవితాంతం చూడకపోవడమే శిక్షగా భావించింది.

తరళ లాంటివాళ్ళు మీకు ఎక్కడైనా తారసపడితే వారిని అపార్థం చేసుకోకండి.

జాలి పడండి.

————◆————